सावित्रीबाई फुले पुणे विद्यापीठ-तृतीय वर्ष वाणिज्य शाखेच्या (T. Y. B. Com.)
२०१५-१६च्या सुधारित अभ्यासक्रमानुसार लिहिलेले क्रमिक पुस्तक
तसेच महाराष्ट्रातील इतर सर्व विद्यापीठांना उपयुक्त.

अंकेक्षण

Auditing

प्राचार्य डॉ. किशोर जगताप

डायमंड पब्लिकेशन्स

अंकेक्षण
प्राचार्य डॉ. किशोर जगताप

Ankekshan
Prin. Dr. Kishor Jagtap

प्रथम आवृत्ती : जून २०१५

ISBN : 978-81-8483-632-5

© डायमंड पब्लिकेशन्स

मुखपृष्ठ
शाम भालेकर

प्रकाशक
डायमंड पब्लिकेशन्स
२६४/३ शनिवार पेठ, ३०२ अनुग्रह अपार्टमेंट
ओंकारेश्वर मंदिराजवळ, पुणे–४११ ०३०
☎ ०२०–२४४५२३८७, २४४६६६४२
info@diamondbookspune.com

ऑनलाईन पुस्तक खरेदीसाठी भेट द्या
www.diamondbookspune.com

प्रमुख वितरक
डायमंड बुक डेपो
६६१ नारायण पेठ, अप्पा बळवंत चौक
पुणे–४११ ०३० ☎ ०२०–२४४८०६७७

मनोगत

सावित्रीबाई फुले पुणे विद्यापीठाच्या जून २०१५ पासून सुरू होत असलेल्या नवीन अभ्यासक्रमानुसार वाणिज्य विद्याशाखेच्या तृतीय वर्ष वाणिज्य वर्गासाठी 'अंकेक्षण' हा विषय अभ्यासक्रमात समाविष्ट करण्यात आलेला आहे. हे पुस्तक वाचकांच्या हाती देताना मला विशेष आनंद होत आहे.

वाणिज्य विद्याशाखेतील विद्यार्थ्यांना कंपनी कायद्याचे व्यवस्थित आकलन व्हावे तसेच कंपनी व्यवस्थापनाचे व्यावहारिक ज्ञान प्राप्त व्हावे या दृष्टिकोनातून पुस्तकाची मांडणी करण्याचा प्रयत्न केलेला आहे. पुस्तकाची मांडणी करताना विषयाची माहिती विद्यार्थ्यांना सहज समजेल अशा सुबोध, सरळ व अत्यंत सोप्या परंतु तितक्याच प्रभावी भाषेत मांडण्याचा मी जास्तीत जास्त प्रयत्न केलेला आहे. विषयाची माहिती संपूर्णपणे संशोधित आणि संस्कारित केल्याने ती सर्वांच्या पसंतीस उतरेल याबद्दल मला विश्वास वाटतो. भारतीय कंपनी कायद्यात २०१३ पर्यंत करण्यात आलेल्या सर्व दुरुस्त्यांचा समावेश या पुस्तकात करण्यात आलेला आहे.

डॉ. पैठणकर यांचे सहकार्याबद्दल तसेच श्री. दत्तात्रेय पाष्टे, डायमंड पब्लिकेशन्स, पुणे यांनी या पुस्तकाच्या प्रकाशनाची जबाबदारी स्वीकारल्याबद्दल त्यांचे मनःपूर्वक आभार.

माझ्या इतर अनेक पुस्तकांप्रमाणे या पुस्तकाचे सहकारी, प्राध्यापक वर्ग व विद्यार्थी स्वागत करतील अशी खात्री आहे.

प्राचार्य डॉ. किशोर जगताप

अनुक्रम

१ हिशेब तपासणीची मूलतत्त्वे व प्रक्रिया

(Principles of Auditing & Process)

१.१ हिशेबतपासनीसाचा इतिहास व विकास (History of Auditor)
१.५ हिशेबतपासणीचे उद्देश (Objectives of Auditing)
१.९ हिशेबतपासणीचे विविध प्रकार (Various class of Audit)

१.१ प्रास्ताविक – हिशेबतपासनीसाचा इतिहास व विकास (History of Auditor)

सद्यः परिस्थितीत व्यापार व व्यवसायाचा विकास मोठ्या प्रमाणावर झालेला आहे. संयुक्त भांडवली कंपन्यांच्या स्थापनेमुळे मोठ्या प्रमाणावर भांडवल गोळा करणे व मोठ्या प्रमाणावर उत्पादन करणे शक्य झाले आहे. परंतु व्यापार व व्यवसाय कोणत्याही प्रकारचा असला व त्याचा व्याप लहान किंवा मोठा असला, तरी प्रत्येक व्यवसायात होणाऱ्या व्यवहारांची नोंद ठेवावीच लागते, कारण सर्वच व्यवहार स्मरणात ठेवणे अशक्य आहे. व्यवसायामध्ये हिशेब ठेवणे व हिशेबाची पुस्तके लिहणे अशक्य झाले आहे. व्यवसायामध्ये विशिष्ट काळात झालेल्या व्यवसायांची नोंद हिशेब पुस्तकांमध्ये करून ठेवण्यात येते. उदा.रोखीचे व्यवहार, खरेदी–विक्रीचे व्यवहार, झालेल्या खर्चाची व मिळालेल्या उत्पन्नांची नोंद, मालमत्तेची खरेदी, निर्माण झालेली देणी यांची नोंद इ.सर्व व्यवहारांची नोंद जमा खर्चाच्या पुस्तकात करण्यात येते. या नोंदी बिनचूक व योग्य प्रकारे करण्यासाठी लेखापालाची नेमणूक करण्यात येते. प्रत्येक व्यवसायात वर्षभरात होणाऱ्या सर्व आर्थिक व्यवहारांची नोंद ठेवण्यासाठी जमा–खर्चाची पुस्तके लिहिणे आवश्यक ठरते. या नोंदीवरूनच वर्षाअखेरीस त्या व्यवसायात किती नफा किंवा तोटा झाला हे समजून घेण्याकरता वार्षिक खाती म्हणजेच 'नफा–तोटा पत्रक' व 'ताळेबंद' तयार करण्यात येतो. वर्षभरामध्ये झालेला नफा किंवा तोटा नफा तोटा पत्रकावरून समजतो आणि एका ठराविक काळातील हिशेबाच्या शेवटच्या तारखेला धंद्याची खरी आर्थिक परिस्थिती ताळेबंदावरुन लक्षात येऊ शकते. परंतु लिहिलेला जमा खर्च व ही वार्षिक खाती (नफा–तोटा पत्रक व ताळेबंद) अचूक व विश्वसनीय आहेत किंवा नाहीत याची खात्री करून घेणे आवश्यक असते; म्हणजेच व्यवसायातील जमा खर्च व खातेपुस्तके लिहिताना सर्व व्यवहारांची नोंद योग्य पद्धतीने, योग्य वेळी व नियमानुसार केलेली आहे किंवा नाही तसेच त्यात कोणतीही फसवेगिरी, लबाडी व चुका नाहीत याची खात्री करुन घेणे आवश्यक ठरते. म्हणून जमा खर्चाचे सखोल ज्ञान असलेल्या परंतु जमा खर्चाशी संबंध नसणाऱ्या व्यक्तींकडून सर्व हिशेबाच्या नोंदी, जमा खर्चाची पुस्तके व वार्षिक लेखे तपासून घेणे इष्ट ठरते. याच शास्त्रीय पद्धतीने जमाखर्च तपासण्याच्या पद्धतीला हिशेबतपासनीस म्हणतात आणि लिहिलेला जमा खर्च काटेकोरपणे तपासून देऊन तो बरोबर आहे असे प्रमाणपत्र देणाऱ्या व्यक्तीला 'हिशेब तपासनीस' किंवा 'अंकेक्षक' असे म्हणतात.

हिशेबतपासनीस पद्धतीची सुरुवात केव्हा झाली, हे सांगणे कठीण असले तरी प्राचीन ग्रीस राज्यामध्ये या पद्धतीचा उदय झाला असे जाणकारांचे मत आहे. प्राचीन

इजिप्त,ग्रीस व रोम राज्यांमध्ये सरकारी जमाखर्चाची तपासणी करण्यासाठी हिशेब तपासणीच्या पद्धतीचा उपयोग केला जात होता,असे इतिहासातील नोंदीवरून समजून येते.

हिशेबतपासणीला इंग्रजीमध्ये Audit असे संबोधतात. Audit हा शब्द लॅटिन भाषेतील Audire या शब्दापासून तयार झालेला आहे. Audire या शब्दाचा अर्थ ऐकणे (To hear) असा होतो. प्राचीन काळी ग्रीस व रोम राज्यांमध्ये सरकारी पैशांचा हिशेब ठेवण्यासाठी जाणकार व्यक्तींची नेमणूक केली जात असे. हिशेब ठेवणारी व्यक्ती आपला जमाखर्चाचा तपशील एखाद्या तज्ज्ञ व्यक्तीला वाचून दाखवीत असे व ती तज्ज्ञ व्यक्ती ते ऐकत असे व त्यावर आपला अभिप्राय व्यक्त करत असे. या ऐकून अभिप्राय व्यक्त करण्याच्या पद्धतीमुळेच Audire या शब्दावरून Auditing हा शब्द प्रचारात आला. अशा प्रकारे आजच्या हिशेबतपासनीसाचा उगम प्राचीन काळातील जमाखर्चाची सत्यता ऐकून अभिप्राय देण्याच्या पद्धतीतून झाला असे म्हणता येईल.

हिशेबतपासनीसाच्या कार्यपद्धतीचे मूळ प्राचीन काळात सापडत असले तरी खऱ्या अर्थाने १९ व्या शतकात ह्या पद्धतीचे विकास झाला असे म्हणावे लागेल. हिशेबतपासणी पद्धतीमध्ये विकास घडवून आणण्याचे श्रेय द्विनोंद पद्धतीने जमाखर्च ठेवण्याच्या पद्धतीचा (Double Entry System) शोध व संयुक्त भांडवली कंपन्यांची स्थापना या दोन गोष्टींना द्यावे लागते. १४९४ मध्ये इटलीतील लुका पेसिओली याने हिशेब लिहिण्याच्या द्विनोंद पद्धतीचा शोध लावला व त्यावर एक पुस्तक प्रकाशित केले. त्यानंतर व्यवसाय संस्थांनी हिशेब व जमाखर्च लिहिण्यासाठी द्विनोंद पद्धती उपयोगात आणण्यास सुरुवात केली. त्यामुळे हिशेब लिहिण्याच्या नवीन पद्धतीमुळे हिशेबतपासणीचे क्षेत्रही विकसित होऊ लागले. औद्योगिक क्रांतीचा एक परिणाम म्हणून संयुक्त भांडवली कंपन्यांचा उदय झाला असे म्हणणे वावगे ठरणार नाही. संयुक्त भांडवली कंपन्यांमुळे व्यवसायाचे प्रमाण व आकार वाढला. मर्यादित जबाबदारीने स्थापन झालेल्या कंपन्यांची संख्याही वाढली. या कंपन्यांच्या व्यवस्थापनामध्ये मालक व व्यवस्थापन यांच्यात फारकत झाली. कंपन्यांचे व्यवस्थापन संचालक मंडळाकडे सोपवण्यात येते. संचालक मंडळाला कंपनीचे वार्षिक जमाखर्च व हिशेब भागधारकांना सादर करावे लागतात. त्यामुळे या जमाखर्चाची व हिशेबाची सत्यता व विश्वसनीयता प्रमाणित करण्याची गरज निर्माण झाली. १८४४ मध्ये इंग्लंडमधील कंपनी कायद्यानुसार कंपन्यांनी ताळेबंद तयार करून त्याची तपासणी करुन घेतली पाहिजे अशी तरतूद करण्यात आली व त्यानंतर १९०० मध्ये या कायद्यानुसार प्रत्येक कंपनीने आपल्या हिशेबांच्या तपासणीसाठी हिशेब तपासणीसाची नेमणूक करावी अशी सक्ती करण्यात आली. वरील बाबींमुळे

हिशेबतपासनीसाच्या कार्यामध्ये क्रांती घडून आली. जमा-खर्चाचे सखोल ज्ञान असलेल्या व्यक्तींची आवश्यकता भासू लागली. इंग्लंडमध्ये १८८० मध्ये इन्स्टिट्यूट ऑफ चार्टर्ड अकौंटंट्स या संस्थेची स्थापना झाली. व्यवसाय संस्थांसाठी कुशल लेखापाल व हिशेब तपासनीस या संस्थेमार्फत तयार होऊ लागले.

भारतामध्ये खऱ्या अर्थाने हिशेबतपासनीसाच्या कार्याला १९१३ मध्ये सुरुवात झाली. कारण १९१३ मध्ये प्रथमच भारतातील कंपनी कायद्यानुसार कंपन्यांची हिशेबतपासनीसकरून घेणे सक्तीचे करण्यात आले. या कायद्यानुसार हिशेबतपासनीसाची गुणवत्ता व पात्रता देखील ठरवण्यात आली. हिशेबतपासनीसाच्या कार्यासाठी पात्र असणाऱ्या व्यक्तींना प्रमाणपत्रे (Certificate) देण्याचे अधिकार प्रांतीय सरकारांना देण्यात आले. या बाबतीत मुंबई राज्य हे आघाडीवर होते. १९१८ मध्ये मुंबई राज्य सरकारने जी.डी.ए.(Government Diploma in Accountancy)हा अभ्यासक्रम सुरू केला. ही पदविका प्राप्त करणारी व्यक्ती हिशेबतपासनीसासाठी पात्र समजली जाऊ लागली. अशा प्रकारचे १९४९ पर्यंत हिशेबतपासनीसव जमाखर्च ठेवण्याची पद्धती या व्यवसायावर केंद्र सरकारचे पूर्ण नियंत्रण होते. परंतु या काळापर्यंत या व्यवसायामध्ये झालेला विकास व वाढ लक्षात घेता या व्यवसायाला स्वायत्तता देण्याची आवश्यकता आहे. हे केंद्र सरकारच्या लक्षात आले व १९४९ पर्यंत चार्टर्ड अकौंटंट्स कायदा संमत करण्यात आला व इन्स्टिट्यूट ऑफ चार्टर्ड अकौंटंटस् ही संस्था लोकसभेच्या विशेष कायद्यानुसार स्थापन करण्यात आली. ही संस्था २७ सदस्य असलेल्या मंडळामार्फत चालवली जाते. यापैकी २१ सभासद हे निवडलेले असतात व ६ सभासद केंद्र सरकारने नेमलेले असतात. या संस्थेचे मुख्य कार्यालय नवी दिल्ली येथे असून मुंबई, कोलकाता, दिल्ली, मद्रास व कानपूर येथे विभागीय कार्यालये आहेत. याशिवाय अहमदाबाद, बडोदा, बंगलोर, कोईमतूर, एर्नाकुलम, हैदराबाद, जयपूर, मदुराई आणि पुणे येथे विभागीय शाखा कार्यालये आहेत. या संस्थेची स्थापना झाली तेव्हा चार्टर्ड अकौंटंट्सची संख्या १६०० होती; ती सध्या ५००० चे वर गेलेली आहे. ही संस्था जमा खर्च व हिशेब लिहिणे (लेखाकर्म) व हिशेबतपासनीसया व्यवसायावर नियंत्रण ठेवते. तसेच या संस्थेमार्फत परीक्षा घेतल्या जातात व प्रमाणपत्रे दिली जातात.

सद्यः परिस्थितीत भारतीय कंपन्यांचा कायदा, १९५६ नुसार सर्व खाजगी व सार्वजनिक कंपन्यांना आपली जमाखर्च व हिशेबाची पुस्तके मान्यताप्राप्त हिशेबतपासनीसाकडून तपासून घेणे आवश्यक आहे. या कंपन्यांच्या कायद्यामध्ये हिशेबतपासनीसाची पात्रता, कर्तव्य, अधिकार व जबाबदारी यांची माहिती दिलेली आहे. सध्या जमा-खर्च तपासण्याचे कार्य चार्टर्ड अकौंटंट करीत असतात.

त्यानंतर १९५९ मध्ये Cost and Works Accountants Act नुसार दुसरी एक संस्था देशामध्ये विकसित झाली. ही संस्था म्हणजे 'इन्स्टिट्यूट ऑफ कॉस्ट अँड वर्क्स अकौंटंट्स' ऑफ इंडिया होय.ही संस्था उत्पादनखर्चाचे हिशेब लिहिण्याच्या कार्यात वैशिष्ट्यीकरण करत आहे.या संस्थेच्या सभासदांना देखील कंपनी कायद्याच्या कलम २३३ नुसार उत्पादनखर्चाची हिशेबतपासणी करण्याची परवानगी दिलेली आहे. कंपनी कायद्यातील तरतुदीनुसार,काही विशिष्ट कंपन्यांना आपल्या उत्पादनखर्चाची हिशेब तपासणी करून घेणे सक्तीचे आहे.यामुळे उत्पादनखर्च लेखापालांचे महत्त्व वाढत आहे.

भारतीय कंपनी कायदा २०१३ च्या तरतुदीमुळे हिशेबतपासनीसाच्या कार्याची व्याप्ती वाढली आहे. संयुक्त भांडवली कंपन्यांप्रमाणेच इतर व्यवसायसंस्थांना देखील कंपनी कायदा २०१३ च्या तरतुदीनुसार आपल्या हिशेबाची तपासणी करून घेणे आवश्यक झाले आहे. ज्या संस्थांच्या व्यवसायातील वार्षिक उलाढाल २० लाख रुपयांपेक्षा जास्त आहे किंवा ज्या संस्थांची ढोबळ मिळकत १० लाख रुपयांपेक्षा जास्त आहे, अशा सर्व व्यवसायसंस्थांनी आपल्या हिशेबांची तपासणी मान्यताप्राप्त हिशेबतपासनीसांकडून करून घेणे सक्तीचे आहे. अशा रीतीने कंपन्यांबरोबरच आता मोठ्या व्यवसाय-संस्था व धंदेवाईक व्यक्ती सक्तीच्या हिशेबतपासनीसाच्या कार्याची व्यक्ती, सद्यः परिस्थितीत खूपच वाढली आहे असे दिसून येईल.

हिशेबतपासनीसाच्या विकासाला कारणीभूत ठरणारे घटक –

सध्याच्या काळात हिशेब तपासणीसाच्या कार्याचा जो विकास झालेला दिसून येतो. त्याला पुढील घटक कारणीभूत आहेत असे सांगता येईल :

१) औद्योगिक क्रांती : उत्पादनाच्या विक्रीच्या कार्यामध्ये औद्योगिक क्रांतीमुळे फार मोठे बदल घडून आले. औद्योगिक क्रांतीमुळे संघटनांचा आकार वाढला. त्यामुळे हिशेबतपासनीसाच्या कार्याचे तंत्रही बदलत गेले. मोठ्या प्रमाणावरील व्यवसायामुळे व मोठ्या आकाराच्या संस्थांमुळे संपूर्ण व सखोल अशी हिशेबतपासनीसामध्ये बदल झालेले आहेत. हिशेबतपासनीस हा स्वतंत्र व्यवसाय म्हणून विकसित होत आहे.

२) व्यवस्थापन व मालकी यामधील फारकत : संयुक्त भांडवली संस्थांमुळे व्यवसायसंस्थांचा आकार वाढला तसेच व्यवस्थापन व मालकी यामध्ये तफावत निर्माण झाली. त्यामुळे संस्थेने ठेवलेल्या हिशेबांची दुसऱ्याच तज्ज्ञ व्यक्तींकडून तपासणी करून घेऊन त्याचा अहवाल भागधारकांना म्हणजेच मालकांना देणे आवश्यक ठरते. हिशेबतपासणीमुळे मालकांना व्यवसायासंबंधी व आर्थिक परिस्थितीसंबंधी खरी माहिती देणे शक्य होऊ लागले.

३) सरकारने केलेले नियम : व्यवसायामध्ये पैसा गुंतवणाऱ्या गुंतवणूक धारकांच्या हितांचे रक्षण करण्यासाठी जवळजवळ सर्वच राष्ट्रांमधील सरकार व्यवसाय संस्थांवर कायदेशीर नियंत्रण ठेवण्याचे प्रयत्न करत आहे. आपल्या देशामध्ये यासाठी भारतीय कंपन्यांचा कायदा १९५६; औद्योगिक विकास व नियम कायदा १९५१; भांडवल विक्री नियंत्रण कायदा १९४७ अशा प्रकारचे कायदे अस्तित्वात आले आहेत. या कायद्यामधील तरतुदीमुळे हिशेबतपासनीसाच्या कार्याला फार महत्त्व आलेले आहे. यांत्रिक साधनांचा वापर केला जात असल्यामुळे हिशेबतपासनीसाचे तंत्र व पद्धती यामध्येही बदल घडून येत आहे. हिशेब तपासनिसांनी केवळ परंपरागत तंत्रे व पद्धती यांचा उपयोग न करता नवीन तंत्रे व पद्धतींचा शोध घेण्याचा प्रयत्न केला पाहिजे.

४) व्यावसायिक नियमन : सद्यः परिस्थितीत हिशेब लिहिणे (Accounting) आणि हिशेबतपासणी(Auditing) हा स्वतंत्र व्यवसाय म्हणून विकसित होत आहे. या व्यवसायाचे नियंत्रण व नियमन त्या त्या देशामध्ये करण्यात येते. आपल्या देशात इन्स्टिटट्यूट ऑफ चार्टर्ड अकौंटंट्स ही संस्था या व्यवसायावर नियंत्रण ठेवीत आहे. या संस्थेमार्फत या व्यवसायांमधील ज्ञान, कौशल्य व गुणवत्ता वाढविण्याचे प्रयत्न केले जातात. त्यामुळे साहजिकच या व्यवसायाचा विकास होत आहे.

५) सामाजिक जबाबदारी : पूर्वीच्या काळी व्यवसायसंस्थांची जबाबदारी फक्त तिच्या मालकांशी संबंधित आहे हे मानले जात होते. परंतु सध्याच्या काळात व्यवसायसंस्थांना सामाजिक जबाबदारीच्या तत्त्वाचे पालन करावे लागते. समाजातील अनेक घटकाच्या संदर्भात उदा. ग्राहक, कामगार, गुंतवणूक करणारे इ.व्यवसाय संस्थांना आपली जबाबदारी पार पाडावी लागते. त्यामुळे हिशेबतपासनीसाच्या कार्याची व्याप्ती वाढलेली आहे व हिशेबतपासनीसाच्या जबाबदारीमध्येही वाढ झालेली आहे.

६) कार्यक्षमता किंवा योग्यता तपासणीसाचे महत्त्व : सर्वसाधारण व नेहमीच्या हिशेबतपासणीबरोबरच सध्या संस्थांच्या कार्यक्षमतेच्या तपासणीवर (Efficiency audit or propriety audit) जोर देण्यात येत आहे. अनेक सहकारी उपक्रमांच्या बाबतीत कार्यक्षमतेच्या तपासणीला फार महत्त्व आहे. या कार्यक्षमतेच्या तपासणीमुळे या सरकारी संस्था आपली सामाजिक जबाबदारी पूर्ण करण्याचा प्रयत्न करतील.

७) विशिष्ट भागीदारी संस्थांची धंद्याची सक्तीची हिशेबतपासणी: अलीकडच्या काळात १९८४ मधील अंदाजपत्रकीय तरतुदीनुसार भारत सरकारने काही संस्थांना व धंद्यांना हिशेबतपासणी सक्तीची केली आहे. ज्या भागीदारी संस्थांची वार्षिक उलाढाल १० लाख रुपयांपेक्षा जास्त आहे,अशा संस्थांना आपल्या हिशेबाची तपासणी करून घेणे सक्तीचे आहे.

८) **आंतरराष्ट्रीय लेखापद्धती प्रमाणकाची स्थापना** (Establishment of Internation Accounting Standard): अलीकडील काळात आंतरराष्ट्रीय लेखापद्धती प्रमाणाची स्थापना करण्याचे प्रयत्न सुरू आहेत. ह्या आंतरराष्ट्रीय लेखापद्धती प्रमाणामुळे संपूर्ण जगामध्ये हिशेबतपासणीच्या कार्यात समानता आणता येईल. यासाठी आंतरराष्ट्रीय लेखापद्धती प्रमाण कमिटीची (International Accounting Standard Committee) स्थापना करण्यात आलेली आहे.

१.२ हिशेबतपासणीचा अर्थ व व्याख्या : (Meaning and defination of Auditing)

शास्त्रीय पद्धतीने व सूक्ष्मपणे जमाखर्चाच्या केलेल्या तपासणीला 'हिशेबतपासणी' किंवा 'अंकेक्षण' असे म्हणतात. कोणत्याही व्यवसायामध्ये झालेल्या आर्थिक व्यवहारांच्या नोंदी जमा खर्चाच्या नियमाप्रमाणे केलेल्या आहेत किंवा नाही याची काटेकोरपणे तपासणी करण्याच्या कार्याला 'हिशेबतपासणी' असे म्हणता येईल. हिशेबतपासणीमध्ये जमाखर्चाच्या तपासणीबरोबर ज्या कागदपत्रांच्या आधारे जमाखर्चाच्या नोंदी केल्या आहेत. त्यांची तपासणी व सत्यतेबद्दल खात्री करून घेणे यांचाही समावेश होतो. हिशेबतपासणीच्या अनेक लेखकांनी व्याख्या केलेल्या आहेत. त्यापैकी काही व्याख्या खालीलप्रमाणे सांगता येतील –

१) स्पायसर आणि पेगलर (Spicer and Pegler): यांनी हिशेबतपासणीची सर्वमान्य अशी व्याख्या केलेली आहे.

"An audit is such as an examination of the books, accounts and vouchers of a business, as well enable the auditor to satisfy himself that the Balance Sheet is properly drawn up, so as to give true and fair view of the statement of affairs of the business and whether Profit and Loss Account gives a true and fair view of the profit or loss for the financial period, according to the best of his information and explanation given to him and as shown by the books and if not, in which respect he is not satisfied."

'हिशेबतपासणी म्हणजे व्यवसायातील जमा-खर्चाची पुस्तके, खाती आणि प्रमाणके यांची अशा प्रकारे तपासणी करणे, की ज्यामुळे हिशेबांच्या पुस्तकांनी दर्शविल्याप्रमाणे व्यवसायाची खरी आर्थिक परिस्थिती दाखविली जाईल, अशा पद्धतीने ताळेबंद तयार केलेले आहे किंवा नाही, तसेच नफा-तोटा खात्यावरून आर्थिक कालखंडातील खऱ्या नफा-तोट्याची कल्पना येते किंवा नाही यासंबंधी त्याला मिळालेली माहिती व खुलाशावरून त्याचे समाधान होऊ शकेल आणि त्याचे समाधान झाले नसल्यास कोणत्या बाबींबद्दल समाधान झाले नाही ते तो सांगू शकेल.'

२) एफ.आर.एम.डी पौला (F. R. M. De Paula) :

"Audit denotes something much wider, namely the examination of a balance sheet and profit and loss account prepared by others. As a result of his examination of the books, accounts, vouchers, etc. and of his enquiries, the auditor must satisfy himself that such balance sheet and profit and loss account are properly drawn up so as to exhibitions and fair view of the State of the affairs and of the earning of particular concern."

'हिशेबतपासणी म्हणजे दुसऱ्या कोणी तरी तयार केलेले ताळेबंद व नफा-तोटा पत्रक यांची तपासणी करणे होय व खातेपुस्तके, निरनिराळी खाती, पावत्या यांची तपासणी आणि हिशेबतपासनीसाने केलेली चौकशी यावरून व्यवसाय संस्थेचे ताळेबंद व नफा-तोटा पत्रक योग्य प्रकारे तयार केले आहेत व ती संस्थेच्या आर्थिक स्थितीचे योग्य प्रदर्शन करतात, याबाबत हिशेबतपासनीसाचे समाधान होऊ शकेल, अशी केलेली तपासणी होय.'

३) एल्.आर.डिक्सी (L.R.Dicksee) :

"An audit is an examination of accounting record undertaken with a view to establishing whether they correctly reflect the transations to which they relate. In some instances it may necessary to ascertain whether the transactions themselves are supported by authority."

'हिशेबतपासणी ही खाते पुस्तकांमधील खात्यांची तपासणी होय. संबंधित व्यवहारांमधून संपूर्ण नोंदी योग्य प्रकारे केल्या गेल्या आहेत, त्याचप्रमाणे सर्व व्यवहार अधिकृत व्यक्तीने मान्य केलेले आहेत याची परीक्षणे करणे, व सिद्ध करण्याच्या क्रियेला हिशेबतपासणी असे म्हणतात.'

४) माँटगोमेरी (Montgomery) :

"Auditing is the systematic examination of the books and records of a business or other organisation in order to ascertain or verify and to report upon the facts regarding its financial operations and the result thereof."

'व्यवसायातील किंवा व्यवसाय संस्थांमधील आर्थिक व्यवहारांची सत्यता आणि त्याचे परिणाम तपासून पाहण्याच्या उद्देशाने संस्थेच्या खातेपुस्तकांचे आणि मूळ कागदपत्रांचे पद्धतशीरपणे परीक्षण करणे व त्याबद्दल अहवाल देणे म्हणजे हिशेबतपासणी होय.'

५) जे.आर.बाटलीबॉय (J.R.Batliboi) :

"Auditing may be defined as an intelligent and critical scrutiny of the books of account of a business with the documents and vouchers from which they are written up for the purpose of ascertaining whether the working results for a particular period as shown by the profit and loss account and also the exact financial condition of the business as reflected in the balance-sheeet are turely determined and presented by those responsible for their compliation."

'व्यवसायातील हिशेबांच्या पुस्तकांची बुद्धिमत्तापूर्ण व टीकात्मक रीतीने केलेली तपासणी म्हणजे हिशेबतपासणी होय. नफा–तोटा पत्रक व ताळेबंद तयार करण्याची ज्यांची जबाबदारी आहे अशा व्यक्तींची सदर पत्रके सत्यतापूर्वक तयार करून सादर केली आहेत. नफा–तोटा पत्रक हे त्या विशिष्ट मुदतीतील व्यवहारांचा योग्य तो परिणाम दर्शविते. तसेच ताळेबंद हे व्यवसायाची खरी आर्थिक स्थिती दर्शविते हे तपासून पाहण्याच्या उद्देशाने कागदपत्रे, पावत्या व खातेपुस्तकांचे परीक्षण करणे म्हणजे हिशेबतपासणी होय.'

६) ए.के.चंदा (A.K.Chanda) :

"Audit is not an examination and its mission is not one of fault finding. Its purpose is to bring to the notice of the administrative lacunae in the rules and regulation and lapses and to suggest possible ways and means for execution of plants and projects with greater expedition, efficiency and economy."

'हिशेबतपासणी ही एखादी तपासणी नव्हे किंवा चुका शोधून काढणे हे त्याचे उद्दिष्ट नव्हे. हिशेबतपासणी ही प्रक्रिया असून, प्रशासकीय नियमातील त्रुटी, वैगुण्ये व अनियमितपणा प्रशासनाच्या लक्षात आणून देऊन पुढील योजना व प्रकल्प अधिक कार्यक्षमतेने व तत्परतेने राबविण्यासाठी योग्य उपाय सुचविणे हे कार्य त्यात अंतर्भूत आहे.'

वरील वेगवेगळ्या लेखकांच्या व्याख्या लक्षात घेतल्यास हिशेबतपासणीच्या कार्याची कल्पना येते. हिशेबतपासणीच्या वेगवेगळ्या पैलूंवर वरील व्याख्या प्रकाश टाकतात. या व्याख्यांवरून वैशिष्ट्ये लक्षात येतील –

१) हिशेबतपासनीसही शास्त्रीय पद्धतीने व पद्धतीशीरपणे करण्यात येते – हिशेबतपासणीचे कार्य शास्त्रीय तत्त्वावर आधारलेले आहे. हिशेबतपासणी ही आकस्मिकरीत्या किंवा अंदाजे केली जात नाही. हिशेबतपासणीचे कार्य त्या क्षेत्रातील तज्ज्ञ व अनुभवी व्यक्तींकडून केले जाते. हिशेबाच्या पुस्तकातील नोंदीवर केवळ टिकमार्क करणे म्हणजे हिशेबतपासनीसनाही तर विशिष्ट पूर्वनियोजित उद्दिष्टांच्या संदर्भात, खातेपुस्तकांची विश्वसनीयता व खरेपणा जाणून घेण्यासाठी केलेली कागदपत्रांची व लेखापुस्तकांची तपासणी होय.

२) व्यवसाय संस्थेच्या व्यवहारांचे टीकात्मक व बुद्धिमत्तापूर्ण परीक्षण करणे या कार्याचा हिशेबतपासणीत समावेश होतो.

३) हिशेबतपासनीसही नियमितपणे किंवा ठराविक मुदतीनंतर करण्यात येते.

४) हिशेबतपासनीसस्वतंत्र व योग्यता असलेल्या व्यक्तींकडूनच करून घेतली जाते.

५) पावत्या (vouchers), दस्तऐवज, करारपत्रके, सूचना, स्पष्टीकरणे इ.च्या आधारावर हिशेबतपासनीसकरण्यात येते.

६) व्यवसायातील विशिष्ट कालखंडातील, सर्व खाती, नफातोटा पत्रक आणि ताळेबंद नियमानुसार तयार करण्यात आले असून ती व्यवसायाच्या खऱ्या आर्थिक स्थितीचे योग्य स्पष्टीकरण करतात अशा आशयाचे प्रमाणपत्र हिशेबतपासनीसाला द्यावे लागते.

७) हिशेबतपासणीचे कार्य केवळ व्यवसाय संस्थांपुरतेच मर्यादित नसून बिगर व्यवसायसंस्थांची देखील हिशेबतपासनीसआवश्यक असते.

८) अलीकडील काळात हिशेबतपासणीच्या कार्याची व्याप्ती वाढत असून त्यामध्ये कार्यक्षमता हिशेबतपासनीस(Efficiency Audit), सामाजिक हिशेबतपासनीस(Social Audit), कार्यपद्धती तपासणी (Systems Audit) यांचाही समावेश होतो.

वरील विवेचनावरून हे स्पष्ट होईल की, हिशेबतपासणीमध्ये व संस्थांनी ठेवलेली हिशेबाची खाती केवळ गणितीयदृष्ट्या बरोबर आहेत किंवा नाहीत एवढेच बघून चालत नाही तर घडलेले सर्व व्यवहार अधिकृत व योग्यच आहेत व त्यांची सर्वांची नोंद योग्य प्रकारे केलेली आहे व त्यावरून तयार केलेली वार्षिक खाती (नफा-तोटापत्रक व ताळेबंद) संस्थेच्या व्यवसायाची खरी आर्थिक स्थिती दर्शवितात हे पाहणे आवश्यक ठरते. त्याचबरोबर अफरातफर, लबाडीचे व्यवहार घडलेले नाहीत याची खात्री करून घ्यावी लागते.

१.३ पुस्तकपालन (Book-Keeping), जमाखर्च (Accountancy) आणि हिशेबतपासणी (Auditing)

हिशेबतपासणीच्या कार्याचे स्वरूप लक्षात येण्यासाठी पुस्तकपालन, जमाखर्च व हिशेबतपासणी या संज्ञांचा अर्थ व त्यातील फरक समजून घेणे इष्ट ठरते.

अ) पुस्तकपालन (Book-Keeping) : व्यावसायिक व आर्थिक स्वरूपाचे व्यवहार काही निश्चित तत्त्वांच्या आधारे निरनिराळ्या वहीखात्यात नोंदविण्याच्या कलेस पुस्तकपालन असे म्हणता येईल. (Book-Keeping is an art of recording business transactions in a set of books.) पुस्तकपालनाचे कार्य साधारणपणे यांत्रिक स्वरूपाचे असते. निरनिराळ्या व्यवहारांच्या नोंदी वहीखात्यात बिनचूक करण्यासाठी विशेष कौशल्याची आवश्यकता असतेच असे नाही. सध्याच्या काळात हे कार्य यंत्राद्वारे देखील

करवून घेता येते.कॉम्प्युटर्ससारख्या यंत्राचा उपयोग करून व्यवहारांच्या नोंदी करता येतात.निरनिराळ्या खात्यांची शिल्लक काढणे इ.कार्यांचा समावेश पुस्तकपालनात होतो.

ब) लेखाकार्य किंवा जमाखर्च (Accountancy) : निरनिराळ्या आर्थिक व्यवहारांच्या नोंदी जमाखर्चाच्या पुस्तकात करण्यात येतात. या जमाखर्चाच्या पुस्तकामधून उपलब्ध झालेल्या माहितींचा उपयोग करून निरनिराळे तक्ते व विवरणे तयार करण्याच्या कार्याला 'लेखाकार्य' म्हणता येईल. यामध्ये तेरीजपत्रके तयार करणे, वर्षभरामध्ये केलेल्या नोंदीच्या आधारे नफा-तोटापत्रक व ताळेबंद तयार करणे, समायोजन खाते तयार करणे इ.कामे समाविष्ट आहेत. यावरून जमा-खर्चाच्या पुस्तकांवरून विश्लेषण करून सारांश तयार करण्याची क्रिया यामध्ये अभिप्रेत आहे. यामुळे लेखाकर्माच्या तत्त्वांचे व सिद्धान्तांचे ज्ञान ज्या व्यक्तींना आहे याच व्यक्ती लेखाकर्माचे कार्य व्यवस्थितपणे करू शकतात. निरनिराळ्या व्यवहारांच्या नोंदी जमाखर्चाच्या पुस्तकात केल्यानंतर आर्थिक विवरणे तयार करता येतात. यावरून ज्या ठिकाणी पुस्तकपालनाच्या क्रियेचा अंत होतो त्या ठिकाणी लेखाकर्माची सुरुवात होते. (Accountancy begins where Book-Keeping ends) असे म्हणता येते.

क) हिशेबतपासणी (Auditing) : हिशेबतपासणी ही पुस्तकपालन आणि लेखाकर्म या दोन्हीपेक्षा वेगळ्या प्रकारची क्रिया आहे. जमाखर्चाच्या पुस्तकांमध्ये केलेल्या नोंदी व त्यावरुन तयार केलेली वार्षिक खाती यांची तपासणी करणे म्हणजे हिशेबतपासणी होय. व्यवहारांच्या पावत्या, दस्तऐवज, कागदपत्रे, हिशेबतपासनीसाला मिळालेली माहिती व स्पष्टीकरण यांच्या आधारे केलेली वहीखात्यांची तपासणी म्हणजे हिशेबतपासणी होय. लेखापालाने तयार केलेल्या निरनिराळ्या खात्यांचे बुद्धिमत्तापूर्ण व टीकात्मक स्वरूपाचे परीक्षण म्हणजे हिशेबतपासणी. जेथे लेखाकर्म संपते तेथूनच हिशेबतपासनीस सुरवात होते. (Auditing begins where Accountancy ends) हिशेबतपासणीमध्ये व्यवसायसंस्थांनी ठेवलेल्या खातेपुस्तकांचे शास्त्रीय पद्धतीने व नियमितपणे परीक्षण करण्यात येते. तसेच संस्थेने तयार केलेल्या नफा-तोट पत्रकात दाखविलेला नफा किंवा तोटा खरा व विश्वसनीय आहे आणि ताळेबंदावरून संस्थेच्या आर्थिक स्थितीची खरी माहिती मिळते याची हिशेबतपासणीमध्ये खात्री करून घेतली जाते. म्हणून हिशेबतपासणीचे कार्य कौशल्यपूर्ण व गुंतागुंतीचे आहे हिशेबतपासनीसाला लेखाकर्माची (Accountancy) सखोल ज्ञान असणे आवश्यक ठरते. हिशेबतपासनीस हा चार्टर्ड अकौंटंट असावा लागतो. हिशेबतपासनीस आपल्या लेखाकर्माच्या सखोल ज्ञानाचा विश्लेषणात्मक उपयोग हिशेबतपासणीमध्ये करीत असतो.

लेखाकर्म व हिशेबतपासनीसयामधील फरक

अ.क्र.	मुद्दा	लेखाकर्म(जमाखर्च ठेवणे)	हिशेब तपासणी
१)	कार्याचे स्वरूप	व्यवस्थापनाला उपयुक्त ठरतील असे वार्षिक खाते, ताळेबंद विवरणे, तेरीजपत्रके तयार करणे, लेखापालाचे कार्य रचनात्मक स्वरूपाचे असते.	जमाखर्चाच्या वहीखात्यांचे परीक्षण करणे, वार्षिक खाते व ताळेबंद नियमानुसार तयार केला आहे याची खात्री करून घेणे, दाखविलेला नफा खरा आहे हे पाहणे इ.कार्यांचा समावेश होतो. म्हणजे हिशेब तपासणीसाचे कार्य विश्लेषणात्मक स्वरुपाचे आहे.
२)	उद्देश	विशिष्ट काळामध्ये नफा किंवा तोटा झाला हे पाहणे तसेच संस्थेची आर्थिक स्थिती दर्शविणे. लेखाकर्माचे काम करणारा	विशिष्ट काळातील खाते, नफा−तोटा व आर्थिक परिस्थिती खरी व विश्वसनीय आहे किंवा नाही याची सत्यता तपासणे.
३)	योग्यता	लेखापाल हा चार्टर्ड अकौंटंट असला पाहिजे.	परंतु हिशेब तपासणीचे काम करणारी व्यक्ती चार्टर्ड अकौंटंट असणे आवश्यक आहे.
४)	संस्थेतील पद	लेखापाल हा संस्थेचा कायम नोकर असतो व संस्थेच्या व्यवस्थापनाच्या नियंत्रणाखाली तो काम करतो.	हिशेब तपासणीस हा संस्थेचा नोकर नसतो. तो स्वतंत्रपणे हिशेब तपासणीचे कार्य करीत असतो.
५)	नियम व तत्त्वे	जमाखर्चाचे स्वतंत्र नियम व तत्त्वे आहेत. या तत्त्वांचे व नियमांचे पालन करून जमाखर्चाच्या नोंदी करण्यात येतात.	हिशेब तपासणीचेही काही सिद्धान्त आहेत, परंतु त्यांचा उपयोग व्यवसायाचे स्वरूपानुसार करावा लागतो.
६)	समाप्ती	पुस्तकपालनाचे कार्य जेथे समाप्त होते तेथून लेखाकर्माच्या कार्याला सुरुवात होते.	जमाखर्चाचे किंवा लेखाकर्माचे कार्य जेथे संपते तेथूनच हिशेब तपासणीच्या कार्याला सुरुवात होते.

७)	कालावधी	जमाखर्चाचे कार्य वर्षभर सुरू असते.	हिशेबतपासणीचे कार्य साधारणपणे वर्षअखेर सुरू होते.
८)	अहवाल सादर करणे	लेखापालाला आपल्या कार्यासंबंधी वरिष्ठांना अहवाल सादर करावा लागत नाही.	हिशेब तपासणीसाला मात्र आपले काम संपल्यावर आपल्या कार्याचा अहवाल सादर करावा लागतो.
९)	नियंत्रण	लेखापालांच्या कार्यासंबंधी कोणतीही आचारसंहिता निर्माण केलेली नाही व त्यांच्या कार्यावर व्यावसायिक नियंत्रण नाही.	हिशेब तपासणीच्या कार्यावर त्या व्यवसायामार्फत तयार केलेल्या आचारसंहितमार्फत नियंत्रण ठेवण्यात येते.

१.४ हिशेबतपासनीसाचे स्वरूप व व्याप्ती (Nature and Scope of Auditing)

हिशेबतपासणीचे कामात हिशेबाची गणितीय शुद्धता पाहिली जावून हिशेबाची सत्यता पाहण्यासाठी हिशेबतपासनीसाठी लागणाऱ्या कागदपत्रांची तपासणी केली जाते. ही तपासणी शास्त्रीय पद्धतीने व पद्धतशीरपणे केली जाते. या तपासणीचा उद्देश हिशेबातील चुका वेळीच शोधून काढण्याचा असतो. हिशेबतपासनीसकेवळ मोठ्या उद्योगांनाच आवश्यक आहे, असे नाही. लहान व मध्यम स्वरूपाच्या उद्योगांनाही ती आवश्यक बाब समजली जाते. हिशेबतपासणीचा व्याप उद्योगाच्या आकारावर अवलंबून असतो. हिशेबतपासनीस प्रामुख्याने खालील बाबींचा समावेश होतो –

१) हिशेबतपासणी करताना संस्थेच्या हिशेबांची गणितीय शुद्धता तपासणी केली जाते.

२) संस्थेशी संबंधित प्रत्येक आर्थिक व्यवहार योग्य त्या किर्दीमध्ये (Journal) लिहीला आहे किंवा नाही हे पाहिले जाते.

३) किर्दीतील नोंदीवरून प्रत्येक व्यवहार खतावणीत विशिष्ट खात्यात हस्तांतरीत (Transfer) केला आहे किंवा नाही हे पाहणे.

४) किर्दी व खतावणी प्रत्येक खात्याची बेरीज, वजाबाकी खात्याची शिल्लक या बाबीकडे लक्ष दिले जावून त्या बरोबर असण्याची खात्री करून घेतली जाते.

५) हिशेबांची तपासणी ज्या दस्तऐवजावरून अगर पावत्यांवरुन केली जाते, त्या योग्य प्रकारे तयार केलेल्या असून वास्तविक आहेत याची खात्री करणे.

६) खतावणीच्या शिल्लक रकमांवरून तयार केलेले तेरीजपत्रक व्यवस्थितरीत्या तयार

हिशेब तपासणीची मूलतत्त्वे आणि प्रक्रिया / १३

केलेले आहे, ही खात्री करणे.

७) व्यवसायातील अंतिम खात्यांची (Final Accounts) तपासणी करणे. यात प्रामुख्याने व्यापारी खाते, नाफ-तोटा खाते व ताळेबंदाची तपासणी करण्यात करणे.

८) ताळेबंदात दर्शविण्यात आलेल्या मालमत्ता व देयतांचे मूल्यांकन व सत्यापन करणे.

९) हिशेबतपासणीचे काम पूर्ण झाल्यानंतर हिशेबतापसणीने आपला अहवाल तयार केला पाहिजे व त्याबद्दल प्रमाणपत्र संस्थेला दिले पाहिजे.

१०) हिशेबतपासणीला हिशेबाच्या तपासणीबाबत काही स्पष्टीकरण मागण्यात आल्यास ते त्याने दिले पाहिजे.

१.५ हिशेबतपासणीचे उद्देश (Objectives of Auditing)

पूर्वीच्या काळी हिशेबतपासणीचा उद्देश सर्व खर्चाच्या व उत्पन्नाच्या बाबी नोंदविलेल्या आहेत किंवा नाही हे पाहण्यापुरताच मर्यादित होता. म्हणजेच रोख व्यवहारांची छाननी करणे किंवा पैशांच्या देवघेवीची चौकसबुद्धीने तपासणी करणे एवढाच हिशेबतपासणीचा उद्देश होता. परंतु औद्योगिक क्रांतीनंतर उत्पादन मोठ्या प्रमाणावर वाढले. व्यवहाराचे स्वरूप बदलले व व्यवसाय संघटनेचे विविध प्रकार अस्तित्वात आलेत. त्याचबरोबर जमाखर्चाच्या पद्धतीमध्येही विकास घडून आला. व्यवसायाचा व्याप सांभाळून हिशेब लिहिणे मालकांना शक्य झाले नाही; म्हणूनच हिशेब लिहिण्याकरिता नोकरवर्गाची नेमणूक करण्यात आली. नोकरवर्गाने किंवा कर्मचाऱ्यांनी हिशेब बिनचूक व प्रामाणिकपणे लिहिले आहेत किंवा नाही हे पाहण्याकरिता हिशेब लिहिण्याच्या कामाशी ज्यांचा संबंध नाही अशा स्वतंत्र व पात्र व्यक्तीकडून हिशेबतपासनीस करून घेणे आवश्यक झाले. त्यामुळे हिशेबतपासणीचे उद्देश देखील विस्तृत झालेत. त्याचे वर्गीकरण पुढीलप्रमाणे आहे.

हिशेबतपासणीचे उद्देश (Objectives of Auditing)

अंकेक्षणाचा उद्देश

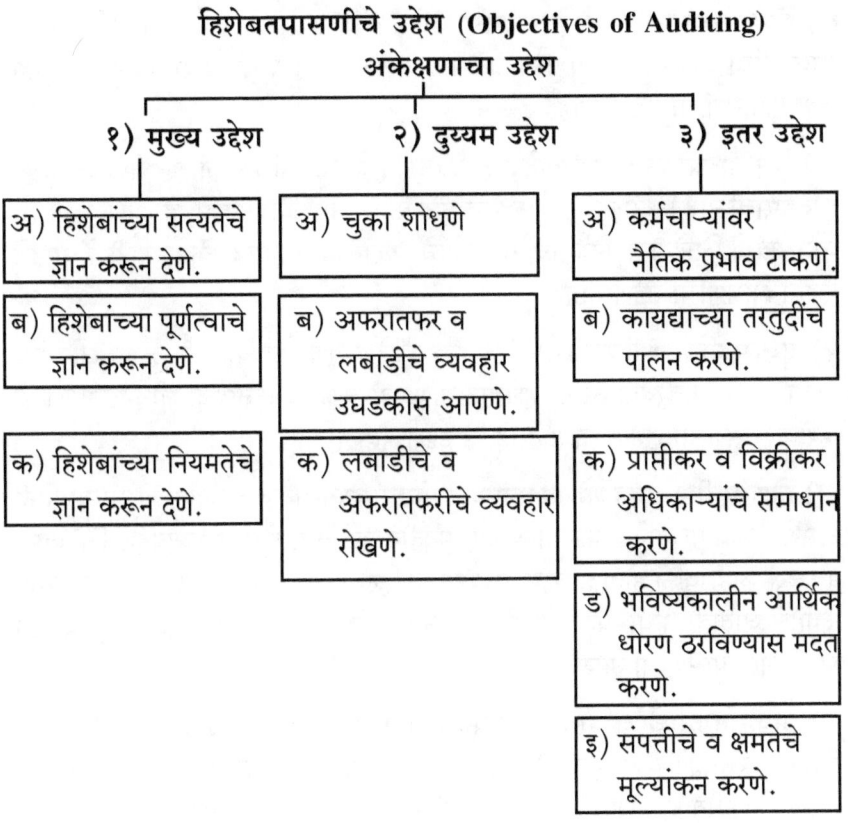

- **१) मुख्य उद्देश**
  - अ) हिशेबांच्या सत्यतेचे ज्ञान करून देणे.
  - ब) हिशेबांच्या पूर्णत्वाचे ज्ञान करून देणे.
  - क) हिशेबांच्या नियमतेचे ज्ञान करून देणे.
- **२) दुय्यम उद्देश**
  - अ) चुका शोधणे
  - ब) अफरातफर व लबाडीचे व्यवहार उघडकीस आणणे.
  - क) लबाडीचे व अफरातफरीचे व्यवहार रोखणे.
- **३) इतर उद्देश**
  - अ) कर्मचाऱ्यांवर नैतिक प्रभाव टाकणे.
  - ब) कायद्याच्या तरतुदींचे पालन करणे.
  - क) प्राप्तीकर व विक्रीकर अधिकाऱ्यांचे समाधान करणे.
  - ड) भविष्यकालीन आर्थिक धोरण ठरविण्यास मदत करणे.
  - इ) संपत्तीचे व क्षमतेचे मूल्यांकन करणे.

१) मुख्य उद्देश : हिशेबतपासणीचा मुख्य उद्देश जमाखर्च व निरनिराळी खाती बिनचूक लिहिली आहेत किंवा नाहीत. नफा-तोटापत्रक व ताळेबंदे नियमानुसार तयार केलेल आहेत किंवा नाहीत व ते व्यवसायाचे खरेखुरे चित्र दाखवते किंवा नाही हे पाहण्याचा आहे. Taylor and Perry यांच्या शब्दात हिशेबतपासणीचा मुख्य उद्देश आहे.

"Today the main objects is to ensure that the accounts reveal a true and fair view of the business and its transactions. This leads to greater emphasis being placed on ascertaining the reliability of records from which the accounts are drawn up and also on verifying the assets, liabilities and transactions within the accounts."

अ) हिशेबांच्या सत्यतेचे ज्ञान करून घेणे : व्यवसायाच्या मालकाने आणि त्याने नेमलेल्या कर्मचाऱ्यांनी लिहिलेली जमाखर्चाची पुस्तके व त्यावरून तयार केलेली विवरण पत्रके खरी किंवा विश्वसनीय आहेत तसेच नफा-तोटा पत्रकात दर्शविलेला हे पाहणे हिशेबतपासणीचा मुख्य उद्देश आहे.

हिशेब तपासणीची मूलतत्त्वे आणि प्रक्रिया / १५

ब) हिशेबांच्या पूर्णत्वाचे ज्ञान करून घेणे : व्यवसायामध्ये घडलेल्या सर्व आर्थिक व्यवहारांची जमा-खर्चाच्या पुस्तकात नोंद केलेली आहे याची खात्री करून घेणे हाही हिशेबतपासणीचा उद्देश आहे.

क) हिशेबांच्या नियमनशीलतेचे ज्ञान करून घेणे : विशिष्ट कालावधीत घडलेल्या व्यवहारांची नोंद नियमानुसार योग्य पुस्तकात केली आहे किंवा नाही, हे पाहणे म्हणजेच जमा-खर्च लिहिताना नियमांचे व तत्त्वाचे पालन केले आहे किंवा नाही हे पाहणे हिशेबतपासणीचा उद्देश आहे.

२) दुय्यम उद्देश : हिशेबतपासणीचे मुख्य उद्देश पूर्ण करण्यासाठी दुय्यम उद्देशांची पूर्तता करणे आवश्यक ठरते. हिशेबात होणाऱ्या चुका व लबाड्या शोधून काढणे हा हिशेबतपासणीचा दुय्यम उद्देश आहे. हे उद्देश पुढीलप्रमाणे आहेत.

अ) हिशेबातील चुका शोधून काढणे : मोठ्या व्यवसायात व्यवहारांची संख्या मोठी असणे; व्यवहार अनेक कर्मचाऱ्यांच्या मदतीने पूर्ण केले जातात. व्यवहार लिहिताना नकळत काही चुका होतात. काही व्यवहार लिहिलेच जात नाहीत; तर काही पुन्हा पुन्हा लिहिले जातात. कधी-कधी वेगळेच आकडे लिहिले जातात. या चुका शोधून काढणे हा हिशेबतपासणीचा उद्देश आहे.

ब) अफरातफरीचे व्यवहार उघडकीस आणणे : हिशेब लिहिताना जाणूनबुजून किंवा नजरचुकीने चुका होतात. परंतु अफरातफर ही हेतु पुरस्पर व जाणूनबुजून केलेली असते. अफरातफर पैशांची किंवा मालाची असू शकते. कधी-कधी हिशेब लिहितांना ते मुद्दामच खोटे लिहून ही अफरातफर केली जाते. वरील सर्व प्रकारच्या अफरातफरी हिशेबतपासणीमुळे उघडकीस येतात.

३) इतर उद्देश :

अ) कर्मचाऱ्यांवर नैतिक प्रभाव टाकणे : संस्थेत ठराविक काळानंतर किंवा वर्षाअखेर हिशेबांची तपासणी होत असल्यामुळे कर्मचाऱ्यांच्या मनावर नैतिक प्रभाव पडतो. ते चुका, अफरातफर व लबाड्या इत्यादींपासून परावृत्त होतात. आपल्या चुका उघडकीस आल्यानंतर आपल्यावर वरिष्ठ नाराज होतील किंवा प्रसंगी नोकरी जाईल ही भीती कर्मचाऱ्यांना असते. नैतिक प्रभावामुळे प्रत्येक कर्मचारी जागरूकपणे काम करतो.

ब) कायद्यातील तरतुदींचे पालन करणे : निरनिराळ्या व्यवसाय संस्थांना कायद्यातील तरतुदीप्रमाणे हिशेबांच्या वह्या व पुस्तके ठेवावी लागतात. हिशेबतपासणीमुळे सर्व वह्या व पुस्तके कायद्यातील तरतुदीनुसार ठेवलेल्या आहेत किंवा

नाही हे पाहिले जाते. त्यात चुका झाल्यास संबंधितांना कायद्यातील तरतुदींनुसार शिक्षा भोगावी लागते. त्यामुळे व्यवसायातील कर्मचारी लेखापाल व व्यवस्थापक कायद्यातील तरतुदीचे तंतोतंत पालन करण्याचा प्रयत्न करतात.

क) प्राप्तीकर व विक्रीकर अधिकाऱ्यांचे समाधान करणे : व्यक्तिगत व्यापारी व भागीदारी यांना जरी आपल्या हिशेबांची तपासणी करून घेणे सक्तीचे नसले तरी प्राप्तीकर व विक्रीकर भरताना संबंधित अधिकारी हिशेबतपासनीसकेलेल्या हिशेबावर अधिक विश्वास ठेवतात. त्यामुळे प्राप्तीकर व विक्रीकराच्या आकारणी पूर्वी हिशेबांची तपासणी करुन घेणे आवश्यक असते.

ड) व्यवसायाचे भविष्यकालीन धोरण ठरविणे : हिशेबांच्या पुस्तकावरून व्यवसायाचे आर्थिक धोरण ठरविण्यास मदत होते. जमाखर्चाची पुस्तके व विवरणे यात असणाऱ्या अनेक प्रकारच्या माहितीच्या आधारे व्यवसायाचे भविष्यकालीन धोरण ठरविणे सोपे जाते. संस्थेने तयार केलेली हिशेबांची पुस्तके, आर्थिक विवरणे बरोबर आहे त्याची खात्री करून घेण्यासाठी त्याची तपासणी करून घेणे जरुरीचे असते. कारण माहितीच्या आधारावरच व्यवस्थापक भविष्यकालीन योजनाबद्ध निर्णय घेतात.

इ) संपत्ती व देणी यांचे मूल्यांकन करणे : संस्थेच्या वार्षिक ताळेबंदात दर्शविलेली मालमत्ता व देणी खरी आहेत किंवा नाही एवढे पाहून चालत नाही. त्यांच्या किमती योग्य रितीने लावलेल्या आहेत किंवा नाही हे पाहावे लागते. कधी-कधी संपत्ती व देयतांचे मूल्यांकन मुद्दामच कमी किंवा जास्त किमतीने केलेले असते. म्हणूनच त्याचे मूल्यांकन व सत्यापन करणे आवश्यक असते.

१.६ हिशेबतपासणीचे फायदे व मर्यादा (Advantage & Limitations of Auditng)

अ) हिशेबतपासणीचे फायदे (Advantages of Auditng)

सध्याच्या काळात हिशेबतपासणीच्या कार्याला फार महत्त्वाचे स्थान आहे. व्यवसाय संस्थेच्या हिशेब पुस्तकांची तपासणी केल्यावर संस्थेच्या आर्थिक व्यवहारासंबंधी आपले मत व अहवाल हिशेबतपासनीस देत असतो. या अहवालावरून व्यवसाय संस्थेशी संबंध असणाऱ्या व्यक्तींना व संस्थांना आर्थिक परिस्थितीची माहिती मिळते. तपासणी केलेले हिशेब अधिक विश्वसनीय असतात. म्हणून स्वतंत्र, मान्यताप्राप्त व प्रामाणिक; हिशेबतपासनीसाकडून हिशेब तपासून घेणे फायद्याचे ठरते. हिशेबतपासणीचे फायदे खालीलप्रमाणे आहेत.

१) व्यवसायाची खरी आर्थिक स्थिती समजते : हिशेबांच्या तपासणीमुळे हिशोबांची पुस्तके बिनचूक लिहली जातात व ती अद्ययावत ठेवली जातात. अशा बिनचूक हिशेबावरून नफा-तोटा पत्रक व ताळेबंद तयार करण्यात येते. त्यामुळे व्यवसायाची खरी आर्थिक परिस्थिती समजून घेणे शक्य होते व याच आधारावर व्यावसायिकाला आपल्या भविष्यकालीन योजना आखता येतात.

२) चुका व लबाड्या उघडकीस येतात : हिशेबतपासणीमुळे चुका व अफरातफरीचे व्यवहार उघडकीस येतात. हिशेबतपासणीमुळे चुका व अफरातफरी करणारे कर्मचारी वेळीच लक्षात येतात. त्यामुळे त्याच्याविरुद्ध योग्य ती कारवाई करणेही शक्य होते. थोडक्यात हिशेबतपासणीमुळे चुका व लबाड्या वेळीच निदर्शनास येतात.

३) हिशेबातील चुका ताबडतोब लक्षात येतात : लेखापालांनी हिशेब लिहिताना चुका केलेल्या असल्या तर हिशेबतपासणीमुळे त्यावेळीच लक्षात येतात व त्या चुका दुरुस्त करून पुढील चुका टाळण्यासाठी योग्य उपाययोजना केली जाऊ शकते.

४) जमा-खर्चाची पुस्तके काळजीपूर्वक व सावधगिरीने लिहिली जातात: हिशेबतपासणीमध्ये जमा खर्चाची पुस्तके तज्ज्ञ व्यक्तीकडून तपासली जात असल्यामुळे लेखापाल ती काळजीपूर्वक लिहिण्याचा प्रयत्न करतो व योग्य ती सावधगिरी बाळगतो.

५) कर्ज किंवा नुकसानभरपाई मिळणे सुलभ जाते : बँका व कर्जपुरवठा करणाऱ्या संस्था कर्ज देताना व्यवसायसंस्थांच्या योग्य प्रकारे तपासणी केलेल्या हिशेबावर व विवरणावर अधिक विश्वास ठेवतात. हिशेबतपासनीस निःपक्षपातीपणे व प्रामाणिकपणे हिशेबांचे परीक्षण करीत असतो. त्याने प्रमाणित केलेले नफा-तोटा पत्रक व ताळेबंद संस्थेची खरी आर्थिक परिस्थिती दर्शवितात. त्यामुळे अशा प्रमाणित कागदपत्रांच्या आधारावर बँका किंवा कर्ज देणाऱ्या विविध संस्था कर्ज देण्याचे निर्णय घेत असतात. त्याचप्रमाणे विमा कंपन्यादेखील नुकसानभरपाई देते वेळी अशा प्रमाणित वार्षिक खात्यांवर विश्वास ठेवून नुकसानभरपाई देण्याचे निर्णय घेतात. म्हणून व्यवसायसंस्थांनी आपल्या जमाखर्चाच्या पुस्तकांची तपासणी करून घेणे आवश्यक ठरते.

६) व्यवसायाचा नावलौकिक वाढतो : ज्या व्यवसायातील खातेपुस्तकांची नियमितपणे तपासणी होते. त्यांचा नावलौकिक वाढतो; कारण हिशेबतपासणीचा अहवाल व त्याने दिलेले प्रमाणपत्र यावर त्या व्यवसायाशी संबंध असणाऱ्या सभासद, भांडवलदार, ग्राहक, भागीदार, कर्मचारी इ. चा विश्वास असतो. त्यामुळे व्यवसायाच्या नावलौकिकात वाढ होते.

७) करआकरणी सुलभ जाते : व्यवसायसंस्थांना आपल्या व्यवसायाच्या स्वरूपानुसार विक्रीकर, उत्पन्नकर, मालमत्ता कर इ. करांची आकारणी करून घ्यावी लागते. परंतु वरील करांची आकारणी करण्यासाठी संबंधित अधिकारी व्यवसाय संस्थेच्या तपासणी केलेल्या खात्यांवर विश्वास ठेवतात. जमाखर्च व खातेपुस्तकांची तपासणी केलेली नसेल तर विक्रीकर अधिकारी व इतर सरकारी अधिकाऱ्यांना अनेक स्पष्टीकरणे व पुरावे द्यावे लागतात. परंतु हिशेबतपासनीसझालेली खाती व लेखापुस्तके सादर केल्यावर अधिकारी वर्ग अडचणी उपस्थित करीत नाही व करांची आकरणी सुलभतेने होते.

८) भागीदारी संस्थेला फार मदत होते : भागीदारी संस्थेमध्ये तपासणी झालेल्या खात्यांना फार महत्त्व आहे. भागीदारीची वहीखताची व हिशेबाची पुस्तके यांची तपासणी करून घेतल्यास भागीदारीमधील तक्रारी वेळीच दूर केल्या जाऊ शकतात. भागीदारीच्या नावलौकिकाचे मूल्य ठरविणे, निवृत्त भागीदाराला किंवा मृत भागीदाराच्या वारसदाराला परत करावयाचे भांडवल, भागीदारीचे विसर्जन इ. वेळेस तपासणी केलेले हिशेब व खाती प्रमाणित मानली जातात.

९) कंपनीच्या कारभाराची भागधारकांना माहिती मिळते : कंपनीचे खरे मालक हे भागधारकच असतात. परंतु कंपनीच्या दैनंदिन कारभार मात्र त्यांनी निवडून दिलेल्या संचालक मंडळाकडे सोपविला जातो. कंपनीच्या दैनंदिन कारभारात हस्तक्षेप करण्याचा अधिकार भागधारकांना नसतो. संचालक भागधारकांतर्फे कंपनीचा कारभार पाहत असतात. भागधारकांना हिशेबाची पुस्तके पाहण्याचा अधिकार नसतो. कंपनीचे संचालक धूर्त व अप्रामाणिक असतील तर स्वतःच्या फायद्यासाठी वाटेल तसे आर्थिक व्यवहार करून लबाडी किंवा अफरातफर करू शकतात. परंतु त्याला आळा घालण्यासाठी भागधारकांच्या हितांचे रक्षण करण्यासाठी व कंपनीच्या हिशेबपुस्तकांची तपासणी करण्यासाठी हिशेबतपासनीसाची नेमणूक केली जाते. हिशेबतपासनीस भागधारकांचा प्रतिनिधी म्हणून काम करीत असतो. तो कंपनीच्या वहीखात्याची व आर्थिक विवरणांची तपासणी करून त्यातील चुका व लबाड्या उघडकीस आणतो. या चुकांचा व लबाड्यांचा आपल्या अहवालामध्ये उल्लेख करतो. त्यामुळे भागधारकांना व्यवसायाची खरी माहिती मिळते. अशा रीतीने हिशेबतपासनीस संचालकांवर व कर्मचाऱ्यांवर नियंत्रण ठेवतो व भागधारकांना कंपनीच्या वास्तविक स्थितीबद्दल माहिती देतो.

१०) भागधारक व इतर गुंतवणूक करणाऱ्यांच्या हिताचे रक्षण होते : अनेक व्यक्ती आपला पैसा अनेक कंपन्यांमध्ये व व्यापारी संस्थेमध्ये गुंतवितात. परंतु त्या संस्थांच्या व्यवस्थापनात ते भाग घेऊ शकत नाहीत. तसेच त्यांचे हिशेब ही पाहू शकत

नाहीत परंतु त्या कंपन्यांच्या व संस्थांच्या आर्थिक व्यवहारांची नियमितपणे हिशेबतपासनीसहोत असल्यास गुंतवणूक करणारे निर्धास्त राहू शकतात; कारण हिशेबतपासणीमुळे चुका व लबाड्या उघडकीस येतात. भागधारक व गुंतवणूक करणाऱ्यांच्या हिताच्या दृष्टीने हिशेबतपासनीसआवश्यक ठरते; म्हणून कंपनी कायद्यानुसार कंपन्यांच्या हिशेबांची तपासणी करून घेणे सक्तीचे केले आहे.

११) विश्वस्त व विश्वस्त संस्थांना उपयुक्त : इतर व्यक्तींच्या हितासाठी मालमत्तेची व संपत्तीची देखभाल करण्यांना विश्वस्त असे म्हणतात. अशा विश्वस्तांकडे मालमत्ता सोपविली जात असल्यामुळे साहजिकच लोकांच्या टीकेला त्यांना तोंड द्यावे लागते. विश्वस्तांनी ठेवलेल्या मालमत्तेच्या हिशेबावर जमा-खर्चावर लोक संशयाने बघतात. परंतु जर विश्वस्तांनी आपला जमाखर्च हिशेबतपासनीसांकडून दरवर्षी तपासून घेतला तर लोकांच्या टीकेपासून ते आपला बचाव करू शकतात.

१२) व्यावसायिकांना बहुमोल सल्ला मिळू शकतो : व्यवसायसंस्थांच्या हिशेबपुस्तकांची तपासणी करताना हिशेबतपासनीसाला अनेक दोष व उणिवा समजून येतात. हिशेबतपासनीस हा हिशेबतपासणीच्या कार्यामधील तज्ज्ञ असल्यामुळे संबंधित चुका व दोष कसे दूर करावेत यासंबंधी योग्य सल्ला व्यवसायसंस्थांना तो देऊ शकतो. जमा-खर्च लिहिण्यासंबंधी व वार्षिक खाती तयार करण्यासंबंधी योग्य सल्ला तो व्यावसायिकांना देऊ शकतो.

वरील फायद्यांचा विचार केल्यास हिशेबतपासणीमुळे व्यक्तिगत व्यापारी, भागीदारी संस्था, कंपन्या इ. सर्व व्यावसायिकांच्या हितसंबंधांचे रक्षण होते. कंपन्यांच्या बाबतीत लेखापुस्तकांची तपासणी करणे सक्तीचे आहेच. परंतु भागीदारी संस्था व इतर संस्थांना देखील आपल्या खातेपुस्तकांची तपासणी करून घेणे फायद्याचे ठरते; म्हणून हिशेबतपासनीस व्यापारी व व्यावसायिक संस्थांचा मित्र, हितचिंतक व मार्गदर्शक आहे असे म्हटले जाते.

ब) हिशेबतपासणीच्या मर्यादा (दोष) (Limitations of Audit)

वर वर्णन केल्याप्रमाणे हिशेबतपासणीचे अनेक फायदे होत असले तरी हिशेबतपासणीच्या कार्याच्या काही मर्यादा आहेत. प्रमुख मर्यादा खालीलप्रमाणे –

१) हिशेबतपासणीमुळे व्यवसायाच्या परिस्थितीचे पूर्ण दिग्दर्शन होत नाही : हिशेब खाती तपासत असताना हिशेबतपासनीसाला हिशेब पुस्तकांमध्ये लिहिलेल्या नोंदीवर विसंबून राहावे लागते. जर या नोंदी जाणूनबुजून चुकीच्या केलेल्या असतील तर

हिशेबतपासणीवरून योग्य परिस्थिती दर्शविली जाऊ शकणार नाही.

२) हिशेबतपासनीसाला पूर्ण माहिती व स्पष्टीकरण न मिळणे : हिशेबतपासनीस हिशेबांच्या पुस्तकांमध्ये केलेल्या नोंदीच्या आधारे तपासणी करीत असतो. परंतु काही नोंदीवरून योग्य अर्थ लागत नाही. अशा वेळी हिशेबतपासनीस अधिकाऱ्यांकडे किंवा कर्मचाऱ्यांकडे स्पष्टीकरण मागत असतो. परंतु त्याला संपूर्ण माहिती व स्पष्टीकरण मिळू शकत नाही. त्यामुळे आहे त्याच परिस्थितीत त्याला आपला अहवाला सादर करावा लागतो.

३) तज्ज्ञांकडून मिळालेल्या कागदपत्रांवर विसंबून राहावे लागते : हिशेबतपासणीचे काम करत असताना हिशेबतपासनीसाला अनेक तज्ज्ञांकडून प्राप्त झालेल्या कागदपत्रांवर विसंबून राहावे लागते; कारण व्यवसायातील सर्व बाबतीत तो तज्ज्ञ असतो असे नाही. उदा. इंजिनिअरिंग किंवा कायद्याचे संपूर्ण ज्ञान त्याला असणार नाही. परंतु काही परिस्थितीत, इंजिनिअर्स, वकील यांनी दिलेल्या प्रमाणपत्रांच्या आधारे त्याला तपासणी करावी लागते. जर मुळातच ही प्रमाणपत्रे खोटी असली तर हिशेबतपासनीसांचा अहवाल देखील खरा किंवा विश्वसनीय राहणार नाही.

४) जमा-खर्चाच्या बिनचूकतेची हमी हिशेबतपासणीमुळे मिळत नाही: आर्थिक लेखा पुस्तकांच्या बिनचूकपणाबद्दल हिशेबतपासणीमुळे पूर्ण हमी मिळू शकत नाही; कारण आर्थिक विवरणे तयार करण्यामध्ये अनेक गोष्टींचा विचार करण्यात आलेला असतो. सर्व बाबींची व घटकांची सखोल तपासणी करणे व्यवहारात शक्य होत नाही.

५) हिशेबतपासनीसम्हणजे मृत्यूनंतर वैद्यकीय तपासणीसारखे आहे : बऱ्याच वेळा हिशेबातील चुका व अफरातफर घडून गेल्यावर हिशेबतपासणीची काय आवश्यकता असते? असा प्रश्न निर्माण केला जातो; म्हणजेच घटना घडून गेल्यानंतर तपासणीचा उपयोग काय ? परंतु अशा हिशेबतपासणीचा भूतकाळातील बाबींसंबंधी फायदा होत नसला तरी भविष्यकाळातील सुधारणांसाठी उपयोग होऊ शकेल.

६) निःपक्षपातीपणे व प्रामाणिकपणे हिशेबतपासनीसहोणे कठीण : हिशेब-तपासणीसाने निःपक्षपातीपणे व प्रामाणिकपणे जमाखर्चाची तपासणी केली पाहिजे. परंतु व्यवहारात अनेक वेळा किंवा अगोदरच संशय घेऊन हिशेबतपासनीसहोते. बऱ्याच वेळा हिशेबतपासनीसाला स्वतंत्र,निःस्पृह व वस्तूनिष्ठ राहणे कठीण होऊन बसते.

७) व्यवसायाची धोरणे ठरविण्यामध्ये उपयोग होत नाही : व्यवसायाची धोरणे, कार्यक्षमता, कार्यक्षम व्यवस्थापन इ. बाबतीत हिशेबतपासणीचा काही उपयोग होत

नाही; कारण हिशेबतपासनीस व्यावसायिकांना कोणताच सल्ला देत नाही. भांडवलाचा जास्तीत जास्त चांगला उपयोग कसा करावा याबद्दल कोणतेच मार्गदर्शन हिशेबतपासनीस करू देत नाही.

हिशेबतपासनीसही केवळ विकास किंवा चैन आहे काय? (Is Auditing a Luxury?)

वरीलप्रमाणे हिशेबतपासणीचे उद्देश, फायदे व मर्यादा लक्षात घेतल्यावर हिशेबतपासणीची आवश्यकता का आहे, हे लक्षात येते. परंतु जमाखर्च ठेवणे आवश्यक असले तरी हिशेबतपासनीसहा एक विकास आहे असे काही जाणकारांचे म्हणणे आहे. हिशेबतपासणीच्या कार्याचे वाढते महत्व व व्याप्ती लक्षात घेतली तरीही हिशेबतपासनीसहा एक विकास ठरतो काय? असा प्रश्न अगदीच असंबद्ध ठरत नाही. या संदर्भात असे विधान करण्यात येते की, 'जमाखर्च लिहिणे आवश्यक आहे, पण हिशेबतपासनीसहा केवळ विकास आहे.' या विधानाचे विश्लेषण पुढीलप्रमाणे करता येईल, - जमाखर्च ठेवणे सर्व संस्थांना आवश्यक आहे. व्यापारी किंवा व्यावसायिक संस्था कितीही लहान असली किंवा कितीही मोठी असली आणि कोणत्याही स्वरूपाचा व्यवसाय करणारी असली तरी त्या संस्थेला आपले हिशेब ठेवणे व जमाखर्च लिहिणे आवश्यक आहे. औद्योगिक विकासाच्या सुरुवातीच्या काळात व्यवसायाचे प्रमाण लहान होते, भांडवल मर्यादित होते व व्यवसायसंस्थांचा आकारही लहान होता. या काळात इतर पद्धतीने हिशेब ठेवणे आवश्यक वाटले नाही. परंतु औद्योगिक क्रांतीनंतरच्या काळात मोठ्या संस्था अस्तित्वात आल्या व मोठ्या प्रमाणावरील व्यवसायांची स्थापना झाली. आर्थिक व्यवहारांची संख्या प्रचंड वाढली. त्यामुळे शास्त्रीय पद्धतीने व बिनचूक हिशेब ठेवण्याची व जमा-खर्च लिहिण्याची गरज भासू लागली. जमाखर्चाची पुस्तके पद्धतशीरपणे व शास्त्रीय पद्धतीने ठेवण्यात येऊ लागली. या योग्य व बिनचूक जमा-खर्च ठेवण्याच्या पद्धतीमुळेच व्यवसायातील नफा-तोटा, योग्य प्रमाणे निश्चित करणे व व्यवसायातील आर्थिक स्थिती कशी आहे हे समजवून घेणे शक्य झाले. व्यवसायसंस्थेमध्ये शास्त्रीय व पद्धतशीरपणे जमाखर्च लिहिण्याची आवश्यकता पुढील कारणांमुळे निर्माण झाली.

१) स्मरणशक्तीला मर्यादा असते : सध्याच्या काळात व्यवहारांची संख्या प्रचंड वाढली. त्यामुळे सर्वच व्यवहार स्मरणात राहू शकत नाही; म्हणून जमाखर्चात प्रत्येक व्यवहाराची नोंद ठेवण्याची व हिशेब लिहिण्याची आवश्यकता निर्माण झाली.

२) व्यवसायातील सावकार व कर्जदार निश्चित करणे : व्यवसायामध्ये अनेक व्यक्ती व संस्थांशी खरेदी-विक्री होतात. त्यामुळे संस्थेच्या सावकारांना किती रक्कम

द्यावयाची व कर्जदाराकडून किती रक्कम येणे आहे,हे बिनचूकपणे ठरविणे आवश्यक ठरते.

३) व्यवसायाची आर्थिक स्थिती लक्षात आणून देणे : ठराविक काळानंतर किंवा वर्षभरानंतर व्यवसायाची स्थिती जाणून घेणे व्यवसायाच्या दृष्टीने आवश्यक आहे. वर्षअखेरीस नफा-तोटा पत्रक व ताळेबंद तयार करून व्यवसायाची आर्थिक स्थिती समजून घेता येते.

४) कागदोपत्री अधिकृत पुरावे निर्माण करणे : व्यवसायातून निर्माण होणाऱ्या जबादाऱ्या पार पाडण्यासाठी न्यायालयीन कामकाजांसाठी जमा-खर्च ठेवल्यामुळे अधिकृत लेखी पुरावे निश्चित होतात. या कागदपत्रांचा उपयोग, प्राप्तिकर, विक्रीकर, भागीदारीतील जबाबदारी इ. निश्चित करण्यासाठी अधिकृतपणे होत असतो.

वरील बाबींचा विचार करता निरनिराळ्या संस्थांना आपले हिशेब ठेवणे आवश्यकच आहे. कंपन्या, सहकारी संस्था, सरकारी उपक्रम यांना कायद्यानुसार आपली वार्षिक खाती तयार करावीच लागतात. त्यामुळे सध्या मोठ्या संस्था शास्त्रीय पद्धतीने व बिनचूकपणे आपले हिशेब ठेवतात व जमाखर्च लिहितात. यावरून हिशेब ठेवणे व जमाखर्च लिहिणे सर्व संस्थांसाठी आवश्यक आहे.

हिशेबतपासनीस हा विकास ठरतो काय?

वर वर्णन केल्याप्रमाणे हिशेब ठेवणे व जमाखर्च लिहिणे सर्व व्यावसायिकांना आवश्यक ठरते. परंतु हिशेबतपासनीसकरणे सर्व व्यावसायिकांसाठी आवश्यक नाही.

लहान व्यापारी संस्थांसाठी हिशेबतपासनीसएक विकास (Luxury) ठरू शकतो. कारण लहान प्रमाणावरील व्यवसायात भांडवल, कर्मचाऱ्यांची संख्या, आर्थिक व्यवहार यांचे प्रमाण लहान असते. त्यामुळे पुढील कारणांमुळे लहान संस्थांसाठी हिशेबतपासनीसएक चैनीची बाब ठरूरु शकेल.

अ) हिशेबतपासणी ही खर्चिक बाब आहे : हिशेबतपासनीसाठी अनेक लहान संस्था खर्च करू शकत नाहीत.

ब) कमी प्रमाणात नफा मिळविणाऱ्या संस्थांना हिशेबतपासनीसकरून घेणे शक्य होत नाही; कारण त्यांचे उत्पन्न किंवा नफ्याचे प्रमाण लहान असते.

क) वेळेचा अपव्यय होतो : हिशेबतपासणीच्या कार्यासाठी बराच वेळ खर्च होतो. लहान संस्थांमध्ये कर्मचाऱ्यांची संख्या कमी असल्यामुळे हिशेबतपासणीच्या वेळी व्यवसाय बंद ठेवावा लागतो. त्यामुळे लहान संस्थेला ते परवडत नाही.

ड) हिशेबतपासनीस उपलब्ध होत नाही : व्यापारी व व्यावसायिक संस्थांची संख्या मोठ्या प्रमाणावर वाढलेली आहे. परंतु त्या मानाने हिशेबतपासनीसांची संख्या वाढलेली नाही. त्यामुळे लहान संस्थांना मान्यता प्राप्त हिशेबतपासनीस उपलब्ध होत नाहीत.

इ) मोठेपणा व पत निर्माण करण्यासाठी हिशेबतपासनीसः बऱ्याचशा लहान संस्था व्यावसायिक जगात आपल्या संस्थेला मोठेपणा व पत निर्माण होण्यासाठी खर्च झेपत नसताना देखील हिशेबांची व जमा-खर्चाची तपासणी करतात.

मोठ्या व्यवसाय संस्थांसाठी हिशेबतपासनीस जरुरीची बाब आहे : लहान व्यापारी संस्थासाठी हिशेबतपासनीसएक विकासाची बाब असली तरी मोठ्या संस्थांना ती आवश्यक बाब आहे. सद्यः परिस्थितीत बहुसंख्य व्यावसायिक संस्था आपल्या हिशेबांची तपासणी करून घेतात. कारण हिशेबतपासणीपासून त्यांना फायदे मिळतात. या संदर्भात पुढील मुद्द्यांवरून विविध संस्थांना हिशेबतपासनीसआवश्यक आहे हे लक्षात येईल.

१) व्यक्तिगत व्यापारी : व्यक्तिगत व्यापाराचा व्याप वाढत गेल्यावर त्यांच्या कर्मचाऱ्यांची संख्या वाढते व भांडवलाचे प्रमाणही वाढते. त्यामुळे जमा-खर्च व हिशेब लिहिण्याच्या कार्यावर तो आपले नियंत्रण ठेवू शकत नाही त्यामुळे तज्ज्ञांकडून हिशेब तपासून घेणे व त्याची सत्यता पाहणे हे आवश्यक ठरते. तसेच प्राप्तीकर, विक्रीकर इ. करांचा भरणा करणे, कर्ज मिळविणे इ. साठी देखील त्याला आपले हिशेब तपासून घेणे जरुरीचे ठरते.

२) भागीदारी संस्था : भागीदारी संस्थेमध्ये हिशेबतपासणीला विशेष महत्त्व आहे. व्यवसायाच्या वाढीबरोबर भांडवल गुंतविणे व नफ्याचा हिस्सा ठरविणे यासाठी हिशेबाची तपासणी करून घेणे आवश्यक आहेच. परंतु त्याचबरोबर भागीदारांमधील संबंध टिकविण्यासाठी भागीदारांमधील मतभेद व तक्रारी दूर करण्यासाठी हिशेबतपासणीची आवश्यकता आहे; त्याचबरोबर नावलौकिकाचे मूल्यांकन करणे, निवृत्त भागीदारीचा किंवा मृत भागीदाराच्या वारसाचा भांडवलाचा हिस्सा ठरविणे इ. प्रसंगी तज्ज्ञांकडून तपासून घेतलेले हिशेब व जमा-खर्च प्रमाण मानला जातो.

३) कंपनी : कंपनीच्या संदर्भात हिशेबतपासनीस विकासाची बाब ठरण्याचा प्रश्नच नाही; कारण सर्व कंपन्यांसाठी कंपनी कायद्यानुसार हिशेबतपासणी सक्तीची केलेली आहे. हिशेबतपासनीस हा हिशेबतपासणीच्याद्वारे भागधारकांचे व गुंतवणूकधारकांचे हितसंबंध सुरक्षित ठेवण्यास मदत करतो.

४) इतर संस्था : शैक्षणिक संस्था, धर्मादाय संस्था, सार्वजनिक विश्वस्त संस्था, सहकारी संस्था इ. संस्थांना आपले हिशेब व जमा-खर्च तपासून घ्यावेच लागतात. या संस्थांच्या कायद्यांमध्ये तशा प्रकारची तरतूद केलेली आहे. या संस्थांना सरकारी अनुदान व मदतीच्या रूपाने पैसा दिला जात असल्यामुळे पैशाचा गैरव्यवहार होऊ नये यासाठी, त्यांच्या खातेपुस्तकांची तपासणी करून घेणे आवश्यकच आहे.

''वरील विवेचनावरून असे म्हणता येईल की, सर्व प्रकारच्या संस्थांना जमा-खर्च लिहिणे व हिशेब ठेवणे आवश्यक आहे, तथापि लहान व्यापारी संस्थांच्या बाबतीत हिशेबतपासनीस विकास ठरतो परंतु मोठ्या व्यावसायिक संस्थांच्या बाबतीत हिशेबतपासनीस आवश्यकच नव्हे तर सक्तीची आहे.''

१.७ हिशेब किंवा जमा-खर्चातील चुका (Types of Errors)

व्यवसाय संस्थांमध्ये हिशेब लिहिण्यासाठी कर्मचाऱ्यांची नेमणूक केलेली असते. व्यवहारांची संख्या मर्यादित असल्यास चुका होण्याची शक्यता कमी असते; परंतु व्यवसाय मोठा असल्यास व व्यवहारांची संख्या मोठी असल्यास हिशेबाची नोंद करताना चुका होण्याचा संभव असतो. उदा. बीजके तयार करतानास विवरणपत्रके तयार करताना, खतावणी करताना अशा अनेक प्रसंगी चुका होऊ शकतात. या चुका शोधून काढणे हिशेबतपासणीचा उद्देश आहे. या हिशेबातील चुका पुढील पाच प्रकारच्या असू शकतात.

चुकांचे प्रकार

१) सैद्धांतिक किंवा तात्त्विक चुका
२) गळतीच्या चुका
३) दोनदा व्यवहार नोंदविण्याची चूक
४) व्यवहार नोंदी किंवा कारकुनी स्वरूपाच्या चुका
५) भरपाई चुका

१) सैद्धांतिक किंवा तात्त्विक चुका (Errors of Principle) : सध्याच्या काळात व्यवसायसंस्थेमध्ये जमा-खर्चाच्या नोंदी करण्यासाठी द्विनोंद पद्धतीचा (Double Entry Book-keeping) उपयोग करण्यात येतो. या द्विनोंद पद्धतीच्या मूलभूत तत्त्वाचे व नियमांचे पालन न झाल्यामुळे ज्या चुका होतात त्यांना सैद्धांतिक किंवा तात्त्विक चुका असे म्हणतात. उदा. खर्चाची भांडवली खर्च व महसुली खर्च (Capital and Revenue Expenditure) अशी बिनचूकपणे विभागणी न करणे, न दिलेली देणी, किंवा येणे उत्पन्न हिशेबात न येणे इ. या चुकांचे नफा-तोटा पत्रकावर व ताळेबंदावर दूरगामी परिणाम होतात. अशा चुका अज्ञानामुळे किंवा अजाणतेपणामुळे होऊ शकतात. परंतु

हिशेबतपासनीसाने आपले चातुर्य व शोधक बुद्धी, सूक्ष्म अवलोकन यांचा वापर करून अशा चुका शोधून काढणे आवश्यक असते.

२) गळतीच्या चुका (Errors of Omission) : जेव्हा एखाद्या व्यवहाराची कोणत्याही मूळ नोंद पुस्तकात नोंद करायचे राहून जाते किंवा ती नोंद कमी रकमेने केली जाते तेव्हा अशा चुकीला 'गळतीची चूक' असे म्हणतात. उदा. खरेदीची खरेदी पुस्तकात, विक्रीची विक्री पुस्तकात नोंद न होणे. जे व्यवहार जमा-खर्चाच्या पुस्तकांमध्ये अजिबात नोंदविले जात नाहीत त्यांचा तेरीज-पत्रकावर कोणताच परिणाम होत नाही; म्हणून तेरीजपत्रकावरून अशा चुका निदर्शनास येत नाही. अशा चुका शोधून काढणे कठीण असते. परंतु अशा चुकांचा नफा-तोट्यावर परिणाम होतो.

३) दोनदा व्यवहार नोंदविण्याची चूक (Errors of Duplication) : जेव्हा एखादा व्यवहार मूळ नोंद पुस्तकामध्येच दोनदा नोंदविला जातो आणि त्याची खतावणी करतानाही त्याची दोनदा खतावणी केली जाते, तेव्हा अशा होणाऱ्या चुकीला दोनदा व्यवहार नोंदविण्याची चूक असे म्हणतात. अशा चुका नफा-तोटा पत्रक व ताळेबंद तयार केल्यानंतरही उघडकीस येत नाहीत. परंतु हिशेबतपासनीसआपल्या कुशल व नैतिक परीक्षणाद्वारे अशा चुका शोधून काढू शकतो.

४) व्यवहार नोंदी किंवा कारकूनी स्वरूपाच्या चुका (Errors of Commission): ज्या वेळी एखाद्या व्यवहाराची पूर्णतः किंवा अंशतः चुकीची नोंद करण्यात येते. तेव्हा त्याला 'व्यवहार नोंदीतील चुका' असे म्हणतात. हिशेब खात्यांमध्ये बेरजा करताना, खतावणी व खतावणीचे संतुलन करताना, तेरीज-पत्रकात नोंद करताना किंवा नाफ-तोटा पत्रक तयार करताना अशा चुका होऊ शकतात. अशा चुका तेरीजपत्रक तयार केल्यावर उघडकीस येतात.

५) भरपाई चुका (Compensating Errors): जर एखाद्या खात्यावर काही चूक झाली आणि त्याच वेळेस तेवढ्याच रकमेची चूक दुसऱ्या खात्यावर विरुद्ध बाजूस झाली तर त्याला 'भरपाईची चूक' असे म्हणतात. अशा अनेक चुका एकमेकींचा प्रभाव नाहीसा करतात. उदा. मजुरी खात्यात बाजूला १२० रुपयांऐवजी १०० रुपयांची नोंद केली आणि त्याच वेळी भाडे खात्यावर जमा बाजूला १२० रुपयांऐवजी १००रु.ची नोंद केली तर ती भरपाईची चूक होते. अशा चुकांचा तेरीजपत्रकावर काहीच परिणाम होत नसल्यामुळे त्या शोधून काढणे कठीण जाते. अशा चुका शोधून काढल्यास हिशेबतपासनीसाला बरीच दक्षता घ्यावी लागते.

चुका शोधून काढण्याच्या संदर्भात हिशेबतपासनीसाची कर्तव्ये

हिशेबातील चुका शोधून काढणे हा हिशेबतपासनीसाच्या कार्याचा महत्त्वाचा भाग आहे. कारण हिशेबातील चुकांमुळे हिशेबावर व त्यावरून तयार केलेल्या विवरणपत्रकांच्या अचूकतेवर परिणाम होतो. त्यामुळे चुकांबद्दल त्याला फार काळजी घ्यावी लागते. विशेषतः ज्या चुका अधिकारी व कर्मचाऱ्यांनी जाणूनबुजून केलेल्या असतात. त्यांच्या बाबतीत विशेष जागरूक राहावे लागते. तथापि, त्याला ज्या खातेपुस्तकांची तपासणी करावयाची आहे त्यातील जाणूनबुजून केलेल्या चुका शोधून काढणे व त्यांचे स्थान निदर्शनास आणून देणे हे हिशेबतपासनीसाचे कर्तव्य ठरत नाही. तेरीजपत्रक जुळलेले नसतानाही ते हिशेब संमत करावे किंवा नाही ही बाब त्या वेळेच्या विशिष्ट परिस्थितीवर अवलंबून राहील. जर मोठ्या रकमांची चूक असेल व त्यामुळे नफा–तोटा पत्रकावर मोठ्या प्रमाणावर परिणाम दिसून येत असेल तर हिशेब पुस्तकांची तपासणी करण्यापूर्वी त्या पुस्तकांच्या चुकांचे योग्य निराकारण करण्याचा आग्रह हिशेबतपासनीस धरु शकतो. हिशेबाच्या पुस्तकांची बुद्धिमत्तापूर्ण आणि काळजीपूर्वक तपासणी करण्याचे कार्य हिशेबतपासनीसाचे असले तरी चुका शोधून काढण्याबाबत त्याने योग्य काळजी किंवा दक्षता घेतली पाहिजे. कारण तपासणी केलेली हिशेबाची पुस्तके बिनचूक आहेत, असे मानले जाते.

तथापि, कोणत्या मर्यादेपर्यंत त्याने चुकांची तपासणी करावी, ही बाब त्या ठिकाणच्या परिस्थितीवर आणि व्यवसायाच्या प्रचलित परिस्थितीवर अवलंबून राहील. जर हिशेबतपासनीसाने तपासणी करताना योग्य काळजी घेतली असेल आणि योग्य कौशल्याचा वापर केला असेल तर चुका न शोधून काढल्याबद्दल त्याला जबाबदार धरता येणार नाही. हिशेबाच्या वहीखात्यामधील सर्वच प्रकारच्या चुका त्याने शोधून काढल्याच पाहिजेत अशी त्याच्यावर जबाबदारी टाकता येत नाही. ही बाब दि किंगस्टन कॉटन मिल्स कंपनी (१८९३) या न्यायालयीन निवाड्यातून स्पष्ट झालेली आहे. या केसमध्ये हिशेबतपासनीसाची हिशेबातील चुका शोधून काढण्याची कर्तव्ये स्पष्टपणे दर्शविली आहेत आणि संस्थेच्या अधिकारी व कर्मचाऱ्यांनी हिशेबाच्या पुस्तकात केलेल्या गैरप्रकाराबद्दल हिशेबतपासनीस जबाबदार ठरत नाही. हिशेबतपासनीस हा फक्त रक्षणकर्त्यांची भूमिका बजावत असतो, तो शिकारी कुत्रा म्हणून कार्य करू शकत नाही. असे न्यायधीशांनी वरील खटल्याच्या संदर्भात स्पष्ट केलेले आहे. यावरुन चुका शोधून काढण्याच्या संदर्भात हिशेबतपासनीसाची हेरगिरी करण्याची भूमिका असत नाही. परंतु त्याने हिशेब लिहिणाऱ्या कर्मचाऱ्यांवर विश्वास ठेवून आपले कार्य प्रामाणिकपणे केले पाहिजे.

१.८ अफरातफर (Fraud)

व्यवसायामध्ये हिशेब लिहिताना चुका होऊ शकतात. चुका या जाणूनबुजून किंवा अनवधानानेही होऊ शकतात. चुका टाळता येतात. परंतु लबाडी किंवा अफरातफर जाणूनबुजून व हेतुपरस्पर केली जाते. पैशांच्या व्यवहारांमध्ये लबाडी करण्यास बराच वाव मिळतो. लबाड किंवा अफरातफर पुढील तीन प्रकारांनी केली जाते –

अफरातफरीचे प्रकार (Types of Fraud)

१) रोख पैशांचे अपहरण

२) मालाची अफरातफर किंवा अपहरण

३) हिशेबातील अफरातफर

१) रोख पैशांची अपहरण (Embezzlement of Cash) : व्यवसायाचा व्याप जसजसा वाढू लागतो तसतसे रोख व्यवहारांचे प्रमाणही वाढते आणि रोख रकमांचे अपहरण होण्याची शक्यता निर्माण होत जाते. पैशांची किंवा रोखीची अफरातफर करणे सोपे असते. रोखीच्या अफरातफरीची काही उदाहरणे खालीलप्रमाणे सांगता येतील –

अ) उधार विक्रीची नोंद न करणे व वसूल झालेली उधारीची रक्कम हडप करणे.

ब) रोख विक्रीची नोंद न करता मिळालेली रक्कम हडप करणे.

क) एखादे कर्ज वसूल झाले तरीही ते बुडीत कर्ज दाखवून रक्कम गडप करणे.

ड) खोटे व काल्पनिक पैसे दिल्याची नोंद करणे.

इ) खरेदी, मजुरी यांची काल्पनिक रक्कम दिली असे दाखविणे.

क) परतीच्या अटीवर विकलेल्या मालाची नोंद न करता मिळालेली हडप करणे.

ख) खर्चाच्या खोट्या पावत्या तयार करून रक्कम पळविणे.

ग) धनादेशांचे अपहरण करणे.

वरील प्रकारे युक्त्या योजून व्यवसायातील कर्मचारी पैशांचे अपहरण करीत असतात. म्हणून तपासणीसाने रोख पैशांच्या अपहरणाबाबत जागरूक राहून कार्य केले पाहिजे.

२) मालाचे किंवा वस्तूंचे अपहरण (Misappropriation of Goods): व्यवसायामध्ये मालकाचे लक्ष वस्तूंपेक्षा रोख रकमांकडे अधिक असते. त्यामुळे वस्तूंच्या किंवा मालाच्या अफरातफरीस संधी मिळते. ज्या व्यवसायामध्ये भारी किमतीचा व कमी वजनाचा माल अधिक असतो त्या व्यवसायामध्ये मालाच्या अफरातफरीची जास्त शक्यता असते. मालाचे अपहरण करण्याचे काही प्रकार पुढीलप्रमाणे –

अ) खरेदीची नोंद झाल्यावर खरेदी केलेला माल गोदामात पोहोचण्यापूर्वीच

हडप करणे.

ब) 'खरेदी परत' या नावाने काही माल उचलणे व त्यांची नोंद होऊ न देणे.

क) 'पसंत पडल्यास स्वीकारा' या पद्धतीने ग्राहकांना पाठविलेला माल परत आल्यास त्याची कोणतीही नोंद होऊ न देता त्याचे अपहरण करणे.

३. हिशेबातील अफरातफर (Manipulation of Accounts) :

रोख पैशांचे व वस्तूंचे अपहरण करून लबाडी केली जातेच. परंतु खोटे हिशेब तयार करूनही लबाडी केली जाते. यामध्ये चुकीचा जमाखर्च लिहून लबाडी केली जाते. अशा प्रकारच्या लबाडीमध्ये रोखपाल, लेखापालाबरोबरच संस्थेचे संचालक व व्यवस्थापकीय अधिकारीही सामील असतात. काही विशिष्ट उद्देशाने खोटे हिशेब तयार करून लबाडी केली जाते. अशा प्रकारची लबाडी शोधून काढणे कठीण काम असते. खोटे हिशेब तयार करण्याचे काही उद्देश पुढीलप्रमाणे सांगता येतील –

अ) वास्तविक नफ्यापेक्षा अधिक नफा दाखविणे :

जास्त नफा खालील कारणांसाठी दाखविला जातो –

१) नफ्यावर कमिशन मिळत असेल तर अधिक कमिशन मिळण्यासाठी.

२) लाभांशाचे दर वाढवून भागांच्या किंमती बाजारपेठेत वाढविण्यासाठी.

३) आपली पत निर्माण व्हावी व आपल्यावरील विश्वास वाढावा म्हणून.

४) कर्ज सुलभतेने मिळावे यासाठी.

५) भांडवल वाढविण्यासाठी.

ब) कमी नफा दाखविणे :

कमी नफा खालील कारणांसाठी दाखविला जातो.

१) प्राप्तिकर चुकविण्यासाठी.

२) आपल्या स्पर्धकांना खरी परिस्थिती कळू नये यासाठी.

३) गुप्त राखीव निधी निर्माण करण्यासाठी.

४) कमी किमतीने भागांची खरेदी करण्यासाठी.

५) राजकीय मदत मिळविण्यास सुलभ जावे यासाठी.

वरील प्रकारचे लबाडीचे व्यवहार उघडकीस आणण्यासाठी हिशेबतपासनीसाला अधिक कौशल्य वापरावे लागते; त्यासाठी त्याने सतर्क राहून कसून तपासणी करणे आवश्यक आहे.

लबाडीचे व अफरातफरीचे प्रकार रोखणे (Prevention of Fraud)

व्यवसायाच्या जमा-खर्चातील लबाडीचे व अफरातफरीचे व्यवहार व प्रकार उघडकीस आणणे हे हिशेबतपासनीसाचे कर्तव्य आहे. त्यासाठी तो जास्तीत जास्त प्रयत्नशील राहतो. परंतु लबाडीच्या व अफरातफरीच्या प्रकारांना पूर्णपणे आळा घालणे त्यास शक्य होणार नाही. मात्र असे लबाडीचे व्यवहार कमी करता येतील याबाबत योग्य ती उपाययोजना तो सुचवू शकतो. हिशेबाच्या कार्यातील अपूर्णता, त्रुटी, अनियमितपणा इ. दोष तो नजरेस आणून देऊ शकतो व त्यांना आळा घालण्यासाठी योग्य उपाययोजना सुचवू शकतो.

१.९ हिशेबतपासणीचे विविध प्रकार (Various class of Audit)

व्यापार किंवा व्यवसाय करण्यासाठी निरनिराळ्या संघटनांची स्थापना करण्यात येते. त्यामध्ये व्यक्तिगत व्यापारी, भागीदारी संस्था, कंपनी, सहकारी संस्था, सार्वजनिक महामंडळे इ. प्रमुख आहेत. व्यवसाय संघटना आपल्या व्यवसायानुरूप हिशेब ठेवण्याची व जमा-खर्चाची पद्धती स्वीकारते. जमा-खर्चाची पद्धती स्वीकारल्यानंतर त्यांच्याच अनुषंगाने हिशेबतपासणीची पद्धतीही निश्चित करावी लागते. याचाच अर्थ असा की, व्यवसायाच्या स्वरूपानुसार हिशेबतपासणीची पद्धत स्वीकारावी लागते. जमा-खर्चाची व हिशेबांची तपासणी करण्यासाठी हिशेबतपासनीस अनेक पद्धतीचा अवलंब करतो. त्यानुसार हिशेबतपासणीचे खालील प्रकार पडतात –

अ) व्यापारी संस्थेच्या संघटन पद्धतीनुसार हिशेबतपासणीचे प्रकार

ब) व्यावहारिक दृष्टिकोनातून हिशेबतपासणीचे प्रकार.

व्यापारी संस्थेच्या संघटन पद्धतीनुसार हिशेबतपासणीचे वर्गीकरण पुढील तक्त्यावरून स्पष्ट होईल.

१.९.१.संघटन पद्धतीनुसार हिशेबतपासणीचे प्रकार

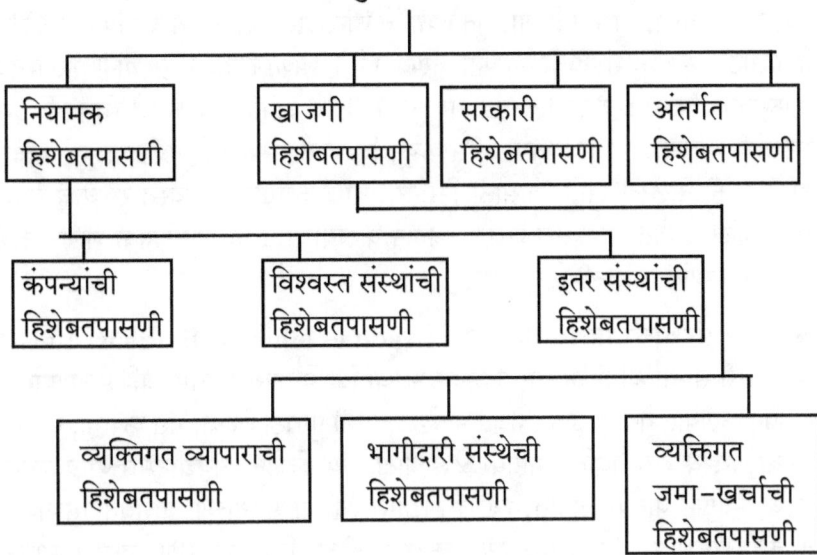

१) नियामक हिशेबतपासनीस (Statutory Audit) : कायद्यानुसार जी हिशेबतपासनीसकरणे आवश्यक ठरते तिला 'नियामक हिशेबतपासणी' असे म्हणतात. वेगवेगळ्या कायद्यानुसार अनेक संस्था स्थापन होतात. ज्या कायद्यानुसार ती संस्था स्थापन होते त्या कायद्यामध्ये त्या संस्थेच्या हिशेबतपासणीची पद्धत, स्वरूप, व्याप्ती, हिशेबतपासणीचे अधिकार, कर्तव्ये, योग्यता व जबाबदाऱ्या इ. संबंधी तरतुदी करणे आवश्यक असते; म्हणजेच अशा प्रकारची हिशेबतपासनीसमालकाच्या किंवा संस्थेच्या इच्छेवर अवलंबून नसते. परंतु अशी हिशेबतपासनीसकरणे कायद्यानुसार सक्तीचे असते; म्हणून हिशेबतपासणीला 'अनिवार्य किंवा सक्तीची हिशेबतपासनीस(Compulsory Audit)' असेही म्हणतात. या हिशेबतपासणीमध्ये पुढील तीन प्रकार आहेत –

अ) कंपन्यांची हिशेबतपासनीस (Company Audit) : भारतीय कंपनी कायदा १९५६ नुसार ज्या कंपन्या स्थापना झाल्या आहेत त्या कंपन्यांनी आपल्या हिशेबांची तपासणी पात्रता असणाऱ्या हिशेबतपासनीसाकडून करून घेणे सक्तीचे आहे. कंपनी कायद्यामध्ये कंपन्यांच्या हिशेबतपासनीसांची नियुक्ती, कर्तव्ये, अधिकार याबाबत तरतुदी केलेल्या आहेत. कंपनीमध्ये पैसा गुंतविणारे भागधारक व इतर गुंतवणूक करणाऱ्या व्यक्ती यांच्या आर्थिक हितसंबंधांचे रक्षण करण्याच्या हेतूने हे बंधन घातलेले आहे.

ब) विश्वस्त संस्थांची हिशेबतपासनीस (Audit of Trusts) : साधारणपणे अज्ञान व्यक्ती (Minor), विधवा स्त्रिया, मृत व्यक्तींचे वारसदार, असाहाय्य व अपंग व्यक्तींच्या हितासाठी विश्वस्त संस्थांची स्थापना करण्यात येते. अशा विश्वस्त संस्थांनी मालमत्तेची अफरातफर किंवा हिशेबातील गैरप्रकार करून पैशांचे अपहरण करू नये म्हणून विश्वस्त संस्थांनी योग्यताप्राप्त हिशेबतपासनीसाकडून विश्वस्त संस्थेचे हिशेब तपासून घ्यावेत, अशी सक्ती केलेली आहे. यासाठी निरनिराळ्या राज्यांमध्ये विश्वस्त संस्थांचे कायदे संमत केले आहेत. विश्वस्त संस्था स्थापन करण्याचा उद्देश पूर्ण व्हावा म्हणून अशी तरतूद करण्यात आलेली दिसून येते.

क) इतर संस्थांची हिशेबतपासनीस (Audit of other Institutions) : कंपन्या व विश्वस्त संस्थांव्यतिरिक्त इतरही अनेक संस्था विशेष कायद्यानुसार विशिष्ट उद्दिष्टांसाठी स्थापन करण्यात येतात. उदा. वीज महामंडळ, पाणी पुरवठा संस्था, गॅस कंपन्या, सहकारी संस्था, रिझर्व बँक, विविध महामंडळे इत्यादी. ज्या विशेष कायद्यानुसार या प्रकारच्या संस्था स्थापन केल्या जातात, त्या कायद्यामध्येच ह्या संस्थांच्या हिशेबतपासणीबद्दल तरतुदी करण्यात येतात. त्या कायद्यातील नियमांप्रमाणे ह्या संस्थांची हिशेबतपासनीसकरून घेणे आवश्यक ठरते.

२) खाजगी हिशेबतपासनीस (Private Audit) : ज्या खाजगी संस्थांनी आपल्या हिशेबांची तपासणी करून घेणे सक्तीचे नाही परंतु अशा संस्था आपल्या इच्छेप्रमाणे आपल्या हिशेबांची तपासणी मान्यताप्राप्त व्यक्तींकडून करून घेतात, अशा हिशेबतपासणीला 'खाजगी हिशेबतपासणी' असे म्हणतात. अशा हिशेबतपासनीसाठी त्या संस्थांचे मालक आपल्या इच्छेनुसार हिशेबतपासनीसाची नेमणूक करतात व त्याचा मोबदला, अधिकार व जबाबदाऱ्या ठरवितात. अशी खाजगी हिशेबतपासनीसमालकांच्या इच्छेवर अवलंबून असल्यामुळे तिला 'ऐच्छिक हिशेबतपासणी' (Voluntary Audit) असे ही म्हणतात. या हिशेबतपासणीमध्ये पुढील प्रकारांचा समावेश आहे.

अ) व्यक्तिगत व्यापाराची हिशेबतपासनीस (Audit of the Accounts of sole Trader) : व्यक्तिगत व्यापाऱ्यांना आपले हिशेब व जमाखर्च तपासून घेणे सक्तीचे नाही परंतु व्यक्तिगत व्यापाराचा व्याप मोठा असेल, व्यवहारांची संख्या जास्त असेल, तर त्यांनी आपल्या हिशेबाची तपासणी करून घेणे फायद्याचे ठरते. हिशेबाची पुस्तके बिनचूक लिहिली जावी, कर्मचाऱ्यांच्या कार्यावर नियंत्रण राहावे व कर भरणे सुलभ जावे या दृष्टिकोनातून व्यक्तिगत व्यापाऱ्यांनी आपले हिशेब तपासून घेणे हितावह ठरते.

ब) भागीदारी संस्थेची हिशेबतपासनीस (Audit of the Accounts of Partnership firm) : भागीदारी संस्थेच्या हिशेबांची तपासणी करून घेणे सक्तीचे नाही परंतु नियमितपणे हिशेबतपासनीसकरून घेतल्यामुळे भागीदारी संस्थेला फार महत्त्वपूर्ण फायदे मिळतात. उदा. भागीदारांमधील मतभेद दूर होतात, भागीदारी संस्थेला कर्ज मिळणे सुलभ जाते. भागीदारांमधील चांगले संबंध टिकून राहतात. भागीदारी संस्था आपल्या इच्छेप्रमाणे हिशेबतपासनीसाची नेमणूक करतात व आपले हिशेब तपासून घेतात. अलीकडील काळामध्ये म्हणजे कंपनी कायदा २०१३च्या तरतुदीनुसार आता ज्या संस्थांच्या व्यवसायातील वार्षिक उलाढाल २० लाख रुपयांपेक्षा जास्त आहे किंवा ज्या संस्थांची ढोबळ मिळकत १० लाख रुपयांपेक्षा जास्त आहे, अशा सर्व भागीदारी संस्थांनी आपल्या हिशेबाची तपासणी मान्यताप्राप्त हिशेबतपासनीसांकडून करून घेणे आवश्यक आहे; या नियमामुळे बऱ्याचशा भागीदारी संस्था देखील अनिवार्य हिशेबतपासणीच्या नियमाखाली आलेल्या आहेत.

क) व्यक्तिगत जमा-खर्चाची हिशेबतपासनीस (Audit of the Accounts of Private Individual) : समाजामधील विशिष्ट व्यवसाय किंवा पेशा करणाऱ्या व्यक्तींचे आर्थिक व्यवहारांचे प्रमाण मोठे असेल तर त्यांना आपल्या हिशेबांची तपासणी करुन घेणे फायद्याचे ठरते. उदा. वकील, डॉक्टर्स, इंजिनिअर्स इ. या व्यक्तींचा खाजगी व्यवसाय मोठ्या प्रमाणावर वाढू शकतो व त्यांना प्राप्तिकर, संपत्तिकर, व्यवसायकर इ. कर भरावे लागतात. त्यामुळे आपल्या कर्मचाऱ्यांवर नियंत्रण ठेवणे व कर भरणे सोपे जावे म्हणून हिशेबांची तपासणी करून घेणे हितावह ठरते.

३) सरकारी हिशेबतपासनीस (Government Audit) : केंद्र सरकार, राज्य सरकार व स्थानिक स्वराज्य संस्था यांच्या जमा-खर्चाची हिशेबतपासनीसकरून घेण्यासाठी सरकारने एक लेखाकर्म व हिशेबतपासनीसविभाग (Accounts and Audit Department) स्थापन केलेला आहे. या विभागाच्या मुख्य अधिकाऱ्याला कॉम्प्ट्रोलर ॲण्ड ऑडिटर जनरल (Comptroller and Auditor General) असे म्हणतात. ह्या निरनिराळी सरकारी खाती व सरकारी संस्थांची हिशेबतपासनीसया विभागामार्फत केली जाते. सरकारी संस्थांमध्ये गुंतलेल्या सार्वजनिक मालमत्तेचा गैरवापर होऊ नये हा या सरकारी हिशेबतपासणीचा उद्देश आहे.

४) अंतर्गत हिशेबतपासनीस (Internal Audit) : ज्या व्यवसायाचे विशिष्ट प्रकारचे संघटन असते परंतु कामाचा व्याप खूप मोठा असतो, अशा व्यवसायसंस्था कायमस्वरूपाच्या हिशेबतपासनीसाची नेमणूक करतात. या हिशेबतपासनीसाने वेळोवेळी

केलेल्या त्या संस्थेच्या हिशेबतपासणीला 'अंतर्गत हिशेबतपासणी' असे म्हणतात व अशा वर्षभर वेळोवेळी व्यवसायाच्या हिशेबांचे परीक्षण करण्याकरीता नेमलेल्या हिशेबतपासनीसांना अंतर्गत हिशेबतपासनीस (Internal Audit) असे म्हणतात. मोठ्या प्रमाणावरील व्यवसायामध्ये जमा-खर्च लिहिताना चुका, लबाड्या, आफरातफर होऊ नये आणि जरी झाली तरी ती ताबडतोब उघडकीस यावी, यासाठी अंतर्गत हिशेबतपासनीसकेली जाते. अंतर्गत हिशेबतपासनीस संस्थेचे नोकर म्हणून काम करतात. त्यांना सार्वजानिक व स्वतंत्र हिशेबतपासनीस म्हणून काम स्वीकारता येत नाही.

व्यावहारिक दृष्टिकोनातून हिशेबतपासणीचे खालील प्रकार पडतात.

१.९.२ व्यावहारिक दृष्टिकोनातून हिशेबतपासणीचे प्रकार :

१) सतत किंवा अखंड हिशेबतपासनीस(Continuous Audit)
२) वार्षिक किंवा अंतिम हिशेबतपासनीस(Annual Audit)
३) रोखीच्या व्यवहारांची हिशेबतपासनीस(Cash Audit)
४) मध्यावधी हिशेबतपासनीस(Interim Audit)
५) ताळेबंदाची हिशेबतपासनीस(Balance Sheet Audit)
६) अंशतः हिशेबतपासनीस(Partial Audit)
७) संपूर्ण हिशेबतपासनीस(Complete Audit)
८) विस्तृत हिशेबतपासनीस(Detailed Audit)
९) उत्पादनखर्च हिशेबतपासनीस(Cost Audit)
१०) संयुक्त हिशेबतपासनीस(Joint Audit)
११) शिष्टाचार किंवा योग्यता हिशेबतपासनीस(Propriety Audit)

१) सतत किंवा अखंड तपासणी : (Continuous Audit) : जेव्हा हिशेबतपासनीस आणि त्याचे कर्मचारी वर्षभर काही विशिष्ट कालांतराने किंवा अचानकपणे व्यवसायसंस्थेच्या कार्यालयात येऊन हिशेबतपासणीचे कार्य करतात, तेव्हा त्या हिशेबतपासणीला 'सतत हिशेबतपासणी' म्हणतात. **स्पाईसर आणि पेगलर** यांनी सतत हिशेबतपासणीची खालीलप्रमाणे व्याख्या केलेली आहे -

"A continuous audit is one where the auditor's staff is occupied continously on the accounts the whole year round, or where the auditor attends at intervals fixed or otherwise during the currency of the financial year and performs interim audit."

''सतत हिशेबतपासनीसपद्धतीमध्ये हिशेबतपासणीचे कार्य संपूर्ण वर्षभर सुरू असते. व्यवसायसंस्थेच्या कर्मचाऱ्यांनी हिशेब लिहिण्याचे आपले काम तत्परतेने करावे

व कर्मचाऱ्यांवर नियंत्रण राहावे यासाठी हिशेबतपासनीस अचानकपणे कार्यालयात येतो व जमा-खर्चाची पुस्तके तपासतो. या पद्धतीत हिशेबतपासणीचे कार्य वर्षभर चालत असले तरी हिशेबतपासनीस आपला अहवाल वर्षाच्या अखेरीस सादर करतो.'' ज्या संस्थांच्या व्यवसायाच्या व्याप फार मोठा असतो व व्यवहारांची संख्या खूपच मोठी असते, अशा संस्था सतत हिशेबतपासनीसपद्धती उपयोगात आणतात.

सतत हिशेबतपासनीसकोणत्या व्यवसायासाठी उपयुक्त ठरते?

सतत हिशेबतपासनीसवर्षभर चालत असते. यामध्ये हिशेबांची काटेकोर तपासणी करण्यात येते. साहजिकच त्यामुळे हिशेबतपासणीच्या कार्यावर अधिक खर्च करावा लागतो. सर्व प्रकारच्या संस्थांना ही पद्धती सोयीची ठरणार नाही. परंतु खालील वैशिष्ट्ये असणाऱ्या संस्थेसाठी ही पद्धती विशेष उपयुक्त ठरू शकते.

१) व्यापारी व्यवहारांची मोठी संख्या : व्यवसायात व्यवहारांची संख्या खूप मोठी आहे व जमा-खर्च लिहिण्याचे कामही जास्त असते. त्यामुळे जमा-खर्च तपासण्यासाठी खूप वेळ खर्च करावा लागतो. अशा व्यवसायात हिशेबतपासणीचे कार्य व्यवस्थित व पद्धतशीर होण्यासाठी सतत हिशेबतपासनीसउपयुक्त ठरू शकते.

२) वार्षिक खाते वेळेत प्रकाशित करण्याची निकड : ज्या व्यवसायांमध्ये आर्थिक वर्ष संपल्याबरोबर वार्षिक खाती (नफा-तोटा पत्रक व ताळेबंद) तयार करून प्रकाशित करण्याची निकड असते. अशा व्यवसायामध्ये ही पद्धती उपयुक्त आहे; कारण या पद्धतीत वर्षभर हिशेबतपासणीचे काम सुरू राहत असल्यामुळे वर्षाअखेरीस वार्षिक खाती लवचीक तयार करणे सुलभ जाते. उदा. बँका, वीज कंपन्या इ.

३) असमाधानकारक अंतर्गत नियंत्रण : जमा-खर्च लिहिण्याच्या कार्यावर नियंत्रण ठेवण्यासाठी व जमा-खर्च लिहिण्यामध्ये नियमितपणा आणण्यासाठी साधारणपणे संस्थेमध्ये अंतर्गत नियंत्रण (Internal check) पद्धतीचा उपयोग करतात. परंतु सर्वच व्यवसायांमध्ये अंतर्गत नियंत्रण दोषपूर्ण असते तेथे हिशेबतपासनीसाला आपले कर्तव्य योग्य प्रकारे पूर्ण करण्यासाठी सतत हिशेबतपासनीसपद्धतीचा उपयोग करावा लागतो.

४) जमा-खर्चाच्या सखोल तपासणीची आवश्यकता : व्यवसायांमध्ये जमा-खर्च लिहिण्यात अनियमितपणा आहे असे मागील अहवालावरून लक्षात आल्यास त्या संस्थेमध्ये पुढील वर्षाच्या हिशेबतपासनीसाठी सतत हिशेबतपासनीसपद्धतीचा उपयोग करणे योग्य ठरते; कारण मागील अनियमितता विचारात घेता जमा खर्चाची सखोल तपासणी आवश्यक ठरते.

५) आंतरराष्ट्रीय व्यापारी संस्था : आंतरराष्ट्रीय व्यापार करणाऱ्या संस्थांच्या अनेक देशांत शाखा असतात. अशा कंपन्यांना हिशेबाची तपासणी करून घेण्यासाठी सतत हिशेबतपासनीस सोयीची ठरते.

सतत हिशेबतपासणी पद्धतीचे फायदे (Advantages)

१) प्रत्येक व्यवहाराची बारकाईने तपासणी होते : सतत हिशेबतपासनीसपद्धतीत हिशेबतपासणीला भरपूर वेळ मिळत असल्यामुळे प्रत्येक व्यवहाराची सूक्ष्म व कुशलतापूर्वक तपासणी होते.

२) जमाखर्चातील चुका व लबाडी उघडकीस येतात : सतत हिशेबतपासणीमध्ये जमा खर्चाची विस्तृत व सखोल तपासणी होते. तसेच तपासणीचे काम ताबडतोब केले जाते त्यामुळे जमा खर्चातील झालेल्या चुका व जाणूनबुजून केलेले लबाडीचे व्यवहार ताबडतोब उघडकीस येतात. त्यामुळे व्यवसाय संस्थेचे पुढील नुकसान टळते.

३) कर्मचाऱ्यांवर नैतिक प्रभाव राहतो : या पद्धतीत हिशेबतपासनीस अचानक कार्यालयात येऊन जमाखर्च तपासत असतो. त्यामुळे कर्मचाऱ्यांवर वचक राहतो व ते आपले काम नियमितपणे व अचूकपणे करीत राहतात. आपण केलेल्या चुका लगेच उघडकीस येऊ शकतील अशी भीती कर्मचाऱ्यांच्या मनात राहते.

४) व्यवसायसंस्थांना योग्य सल्ला : हिशेबतपासनीस व्यवसायसंस्थांच्या कार्यालयात सतत वर्षभर येत राहतो. त्यामुळे व्यवसायातील कार्यपद्धती, जमा-खर्चाची पद्धती इ. बद्दल त्याला सखोल ज्ञान होते. या संदर्भात व्यवसायासंस्थांना अनेक बाबींवर तो योग्य सल्ला देऊ शकतो. त्याचा फायदा व्यवसायसंस्थांना घेता येतो.

५) जमाखर्चाची पुस्तके अद्ययावत ठेवली जातात : या पद्धतीमुळे जमा-खर्चाची तपासणी केव्हाही पूर्वसूचना न देता होत असल्यामुळे कर्मचारी वेळच्या वेळी नियमितपणे जमा-खर्च लिहित असतात. अर्थातच त्यामुळे जमाखर्च अद्ययावत ठेवला जातो.

६) वार्षिक खाती तयार करणे सोपे : वर्षभर हिशेबतपासणीचे कार्य चालत असल्यामुळे सर्व व्यवहारांची तपासणी वेळेत होते व वार्षिक खाती तयार करणे सुलभ जाते.

७) कर्मचाऱ्यांना मार्गदर्शन : हिशेबतपासनीस व्यवसायसंस्थेच्या कार्यालय वेळोवेळी येत असल्यामुळे जमा-खर्च ठेवण्यामधील दोष त्याच्या लक्षात येतात. ते दोष दूर करण्यासाठी कर्मचाऱ्यांना मार्गदर्शन मिळते.

८) हिशेब तपासनीसाला देखील सोईचे : सतत हिशेबतपासणी हिशेबतपासनीसाच्या दृष्टीने देखील सोयीची ठरते. कारण वर्षभरातील आपल्या कामाची योजना तो निश्चित करू शकतो व आपल्या सोयीनुसार हिशेबतपासणीचे काम करू शकतो. त्यामुळे वेळेचा योग्य उपयोग करून घेता येतो.

९) भागधारकांना अप्रत्यक्ष फायदा होतो : सतत हिशेबतपासणीमध्ये वर्षभर हिशेबतपासणी होते. ती सखोल व विस्तृत होते. त्यामुळे लबाडी व अफरातफर करण्यास वाव मिळत नाही. पर्यायाने भागधारकांच्या हिताचे रक्षण होते.

सतत हिशेबतपासणीचे तोटे (Disadvantages)

१) ही पद्धती खर्चिक आहे : या पद्धतीमध्ये हिशेबतपासणीचे कार्य सतत वर्षभर चालत असल्यामुळे हिशेबतपासनीसाठी अधिक खर्च करावा लागतो. हिशेब तपासणीसाची फी व इतर खर्च करणे लहान संस्थांना शक्य होत नाही; म्हणून ही पद्धती मोठ्या प्रमाणावरील व्यवसाय करणाऱ्या संस्थांनाच उपयुक्त ठरते.

२) दैनंदिन कामकाजात अडथळे येतात : हिशेबतपासनीसाठी हिशेबतपासनीस व त्याचे कर्मचारी वारंवार व कोणतीही पूर्वसूचना न देता कार्यालयात येत असतात. त्यामुळे जमा-खर्च लिहिण्याच्या कामकाजात अडथळे निर्माण होतात; वा कामाचा खोळंबा होतो.

३) तपासणी झालेल्या जमा-खर्चातील आकड्यांमध्ये बदल : हिशेबतपासनीसाने हिशेब तपासल्यानंतर ती जमा-खर्चाची पुस्तके कार्यालयामध्येच ठेवलेली असतात. या संधीचा फायदा घेऊन कर्मचारी वर्ग तपासणी झालेल्या पुस्तकांमधील आकड्यांमध्ये बदल करून लबाडी करू शकतो.

४) काही व्यवहार तपासणीतून सुटण्याची शक्यता : या पद्धतीत हिशेबतपासणीचे काम एका बैठकीत न होता मधून मधून करण्यात येते. त्यामुळे काही व्यवहारांची तपासणी राहून जाण्याची शक्यता असते.

५) हिशेबतपासनीसाचा धाक राहात नाही : हिशेबतपासनीसाठी हिशेबतपासनीस कार्यालयास वारंवार भेटी देत असल्यामुळे कर्मचाऱ्यांचा व त्याचा घनिष्ठ संबंध प्रस्थापित होतो. त्यांच्यामध्ये मित्रत्व निर्माण होऊ शकते. त्यामुळे हिशेबतपासनीसाचा कर्मचाऱ्यांना धाक किंवा वचक राहात नाही.

६) हिशेबतपासणी कंटाळवाणी होते : हिशेबतपासणीचे काम वर्षभर होत असल्यामुळे ते कंटाळवाणे होऊन बसते.

७) संगनमताची शक्यता : हिशेबतपासनीसाचे कर्मचारी व व्यवसाय संस्थेचे कर्मचारी यांचा घनिष्ठ परिचय होऊ शकतो; त्यामुळे त्यांच्यामध्ये संगनमत होऊन अफरातफर व लबाडी होण्याची शक्यता नाकारता येत नाही.

सतत हिशेबतपासणी प्रभावी कशी करता येईल?

वर वर्णन केल्याप्रमाणे सतत हिशेबतपासणी पद्धती फायद्याची व मोठ्या संस्थांना उपयुक्तही आहे. परंतु ही पद्धती राबविताना काही दोष व अडथळे निर्माण होतात. हे अडथळे दूर करून ही पद्धती अधिक परिणामकारक व प्रभावी करता येते. त्यासाठी पुढील काळजी घ्यावी लागते –

१) कर्मचाऱ्यांना ताकीद देणे : या पद्धतीमध्ये हिशेबतपासनीसाचे काम झाल्यावर जमाखर्चाची पुस्तके कर्मचाऱ्यांच्या ताब्यात द्यावी लागतात. या संदर्भात तपासणी झालेल्या कोणत्याही आकड्यामध्ये हिशेबतपासनीसाच्या परवानगीशिवाय बदल करू नये, अशी स्पष्ट सूचना कर्मचाऱ्यांना देण्यात यावी. यामुळे आकड्यात बदल करुन लबाडी करण्यास संधी मिळणार नाही.

२) स्मरणपुस्तिकेचा उपयोग : तपासणी झालेल्या जमाखर्चातील महत्त्वाची आकडेवारी हिशेबतपासनीसाने आपल्या स्मरणपुस्तिकेत टिपून घ्यावी व काही काळानंतर ती मूळ आकड्याशी जुळवून पाहावी.

३) हिशेबतपासणीचा कार्यक्रम ठरविलेला असावा : म्हणजे हिशेबतपासनीसाने हिशेबतपासणीचे काम अर्धवट ठेवू नये. विशिष्ट व्यवहारांची तपासणी झाल्याशिवाय काम थांबवू नये. त्यामुळे तपासणी व्यवस्थित होईल व काही व्यवहार तपासणीतून सुटून जाणार नाहीत.

४) अवैयक्तिक खात्याची तपासणी वर्ष अखेर करावी : अवैयक्तिक व सामान्य खात्यांची तपासणी साधारणपणे वर्षाच्या शेवटी करावी; कारण ह्याच खात्यांमध्ये अफरातफरीचे जास्त प्रकार घडतात.

५) बेरजा शाईनेच लिहाव्यात : सर्व साहाय्यक पुस्तके, खाते इत्यादींच्या बेरजा शाईनेच लिहाव्यात असा नियम हिशेबतपासनीसाने घालून द्यावा.

६) हिशेबतपासनीसाने कर्मचाऱ्यांमध्ये बदल करावा : हिशेबतपासनीसाने विशिष्ट व्यवसायसंस्थेच्या कार्यालयांमध्ये तेच ते कर्मचारी न पाठवता त्यांच्यामध्ये बदल करावा म्हणजे संगनमत होण्याची शक्यता निर्माण होत नाही.

७) नवीन कामास सुरुवात करण्यापूर्वी मागील कामावर नजर फिरवून काही बदल झाला असल्यास पाहावे.

२) वार्षिक हिशेबतपासणी (Annual Audit) : वार्षिक हिशेबतपासणी म्हणजे वर्षाच्या शेवटी करण्यात येणारी हिशेबतपासणी होय. व्यवसायाचे आर्थिक वर्ष संपल्यानंतर हिशेबतपासनीस जमा-खर्चाची पुस्तके, पावतीपुस्तके, दस्तऐवज व इतर कागदपत्रांचे पुरावे आपल्या ताब्यात घेऊन त्यांच्या आधारावर हिशेबतपासणी करतो. संपूर्ण हिशेबतपासणी झाल्यावर त्या बाबतीत आपले प्रमाणपत्र देतो. त्या पद्धतीला 'वार्षिक हिशेबतपासणी' असे म्हणतात. वार्षिक हिशेबतपासणी एकदा सुरू झाल्यावर तो संपेपर्यंत तपासणी सुरू असते. ह्या पद्धतीत वर्षाअखेरीस हिशेबतपासणी होत असल्यामुळे सर्व व्यवहारांची सखोल तपासणी करणे शक्य होत नाही. परंतु ज्या व्यवहरांबाबत हिशेबतपासनीसाला शंका येईल त्यांची त्याला सखोल तपासणी करावी लागते. त्याचे पूर्ण समाधान होईपर्यंत तो तपासणी करीत राहतो. अशा प्रकारची हिशेबतपासणीची पद्धती लहान प्रमाणावरील व्यवसायसंस्थांना सोयीची ठरते; या पद्धतीमध्ये वर्षाच्या शेवटी एकदाच हिशेबतपासणी केली जाते. खर्चाचा विचार केला तर त्या दृष्टीनेही ही पद्धती सोयीची आहे.

वार्षिक हिशेबतपासणी अनेक दृष्टीने फायद्याची असल्यामुळे बहुसंख्य व्यवसायसंस्था या पद्धतीचा अवलंब करताना दिसून येतात. श्री.एफ.आर.एम.डी.पौला यांनी, ''ज्या हिशेबतपासणीच्या पद्धतीत जमा-खर्चाचा लिहिण्याचा अवधी संपेपर्यंत हिशेबतपासनीस कार्य सुरू करीत नाही परंतु त्यानंतर (जमाखर्च लिहिण्याचा काळ संपल्यावर) संपूर्ण तपासणी एकदमच पूर्ण करतो, त्याला 'वार्षिक हिशेबतपासणी' म्हणावे'', असे वर्णन केलेले आहे.

१) वार्षिक हिशेबतपासणीचे फायदे (Advantages of Annual Audit)

१. वेळेची बचत होते : ही तपासणी वर्षाच्या शेवटी व वर्षातून एकदाच संपूर्णपणे केली जाते. त्यामुळे वेळेची बचत होते. या पद्धतीत हिशेबतपासनीसाला हवे असलेले जमाखर्च माहिती पुरावे एकदमच उपलब्ध करून दिले जातात. त्यामुळे हिशेबतपासणीचे काम तत्परतेने करता येते.

२) खर्च कमी : हिशेबतपासनीस वर्षाअखेर एकदाच ठराविक मुदतीत हिशेबतपासणीचे काम पूर्ण करतो. त्यामुळे तो हिशेबतपासणीची फी देखील कमी आकारतो. म्हणून खर्चाच्या दृष्टीने ही पद्धती सोयीची आहे.

३) दैनंदिन कामकाजात अडथळे येत नाहीत : वर्षभराचा जमाखर्च लिहून झाल्यानंतर वर्षाच्या शेवटी हिशेबतपासणी होत असते. त्यासाठी त्याला संस्थेच्या कार्यालयात वारंवार जावे लागत नाही. त्यामुळे संस्थेच्या दैनंदिन कामकाजात अडथळे येत नाहीत.

४) आकड्यात बदल होण्याची शक्यता नाही : वार्षिक हिशेबतपासणी एकदा सुरू झाल्यावर ती संपेपर्यंत सर्व जमाखर्चाची पुस्तके हिशेबतपासनीसाच्या ताब्यात असतात. त्यामुळे तपासणी केलेल्या जमाखर्चातील आकड्यात बदल करण्याची संधी मिळत नाही.

५) सर्व व्यवहारांची सलगपणे तपासणी होते : या पद्धतीत सर्व व्यवहारांची तपासणी सलगपणे ती संपेपर्यंत करण्यात येते त्यामुळे कोणताही व्यवहार तपासणीतून सुटत नाही.

६) हिशेबतपासणीचे काम कंटाळवाणे होत नाही : वर्षअखेर ठराविक मुदतीत हिशेबतपासणी पूर्ण होत असल्यामुळे हिशेबतपासणीचे काम कंटाळवाणे होत नाही.

७) व्यवसायसंस्था व हिशेबतपासनीस दोघांसाठीही सोयीची : या पद्धतीत सर्व व्यवहारांची तपासणी एकदमच होते. त्यामुळे जमाखर्चाची पुस्तके वेळोवेळी हिशेबतपासनीसला द्यावी लागत नाहीत. हिशेबतपासनीसालाही ठराविक वेळेत तपासणी पूर्ण करता येते; त्यामुळे दोघांच्या दृष्टीने ही पद्धती सोयीची ठरते.

८) कर्मचाऱ्यांवर वचक राहतो : सतत हिशेबतपासणीमध्ये हिशेबतपासनीसाचे कर्मचारी व संस्थेचे कर्मचारी यांच्यामध्ये संगनमत होण्याची शक्यता असते. परंतु या पद्धतीत हिशेबतपासनीस व त्याचे कर्मचारी आणि संस्थेचे कर्मचारी यांमध्ये फार कमी वेळा संबंध येतो. म्हणून संस्थेच्या कर्मचाऱ्यांनंतर हिशेबतपासनीसाचे नियंत्रण राहते.

२) वार्षिक हिशेबतपासणीचे तोटे (Disadvantages)

१) सखोल तपासणी नाही : आर्थिक वर्ष संपल्यानंतर मर्यादित काळामध्ये हिशेबतपासणीचे कार्य करावे लागत असल्यामुळे प्रत्येक व्यवहाराची सखोल तपासणी होत नाही.

२) वार्षिक खाती तयार करण्यास विलंब : हिशेबतपासणी आर्थिक वर्ष संपल्यावर सुरू होते त्यानंतर बराच काळ तपासणी सुरू राहते. त्यामुळे वार्षिक खाती तयार करण्यास विलंब होतो.

३) चुका दुरुस्त करणे कठीण होऊन बसते : वार्षिक हिशेबतपासणी सुरू झाल्यानंतर जमाखर्चातील चुका निदर्शनास आणल्या जातात पण त्या चुका फार पूर्वी झालेल्या

असतात. त्यांचा परिणाम अनेक खात्यांवर झालेला असतो अशा वेळी चुका जरी निदर्शनास आलेल्या असल्या तरी त्या दुरुस्त करणे कठीण होऊन बसते.

४) लबाडी व अफरातफरीस वाव : या पद्धतीत हिशेबतपासणी एकदाच वर्षाच्या शेवटी होणार असल्यामुळे, कर्मचाऱ्यांना लबाडी व अफरातफरीचे व्यवहार करण्यास वाव मिळतो. तसेच हे व्यवहार उघडकीस येऊ नयेत म्हणून उपाययोजना करण्यासही भरपूर वेळ मिळतो.

५) हिशेबतपासनीसाकडून विशेष मार्गदर्शन मिळत नाही : वर्षभरामध्ये ठेवण्यात आलेल्या जमाखर्चाशी हिशेबतपासनीसाचा फारसा संबंध येत नाही. त्या संस्थेच्या जमाखर्चासंबंधी सखोल माहिती हिशेबतपासनीसास नसते. त्यामुळे त्याबद्दल योग्य सल्ला किंवा मार्गदर्शन हिशेबतपासनीस देऊ शकत नाही.

६) मोठ्या व्यवसायसंस्थांसाठी अयोग्य : या व्यवसायांमध्ये मोठी आर्थिक उलाढाल होते व व्यवहार मोठ्या प्रमाणावर होतात. अशा संस्थेची हिशेबतपासनीस या पद्धतीने काटेकोर व विस्तृत होऊ शकत नाही त्यामुळे अफरातफर व लबाडीचे व्यवहार उघडकीस आणणे शक्य होत नाही.

सतत हिशेबतपासणी व वार्षिक हिशेबतपासणी यातील फरक
(Difference between Continuous Audit and Annual Audit)

अ.क्र.	मुद्दा	सतत हिशेब तपासणी	वार्षिक हिशेबतपासणी
१)	तपासणीचा काळ	सतत हिशेब तपासणी वर्षभर सुरु असते.	वार्षिक हिशेबतपासणी आर्थिक वर्ष पूर्ण झाल्यावर मर्यादित काळातच पूर्ण केली जाते.
२)	तपासणीचे स्वरूप	हिशेब तपासणी विस्तृत व सखोल होत असते.	या पद्धतीत विस्तृत व सखोल हिशेब तपासणी शक्य होत नाही.
३)	नियंत्रण	हिशेब तपासणीसाचा पक्षकाराच्या कर्मचाऱ्यांवर चांगला नैतिक प्रभाव राहतो. त्यामुळे जमाखर्च ठेवण्यात नियमितपणा असतो.	हिशेब तपासणीचा कर्मचाऱ्यांवर नैतिक प्रभाव नसल्यामुळे जमाखर्चाच्या कामात दिरंगाई होऊ शकते.

अ.क्र.	मुद्दा	सतत हिशेब तपासणी	वार्षिक हिशेबतपासणी
४)	उपयुक्तता	मोठ्या प्रमाणावर आर्थिक उलाढाल करणाऱ्या संस्थांसाठी उपयुक्त.	लहान, मर्यादित आर्थिक व्यवहार करणाऱ्या संस्थांना उपयुक्त.
५)	खर्च	ही पद्धती जास्त खर्चाची आहे.	कमी खर्चाची आहे.

३) रोखीच्या व्यवहारांची हिशेबतपासणी (Cash Audit) : प्रत्येक संस्थेत रोखीचे व्यवहार होत असतातच. जेव्हा एखादी संस्था विशिष्ट काळातील रोखीच्या व्यवहारांची तपासणी करण्यासाठी हिशेबतपासनीसाची नियुक्ती करते त्या वेळी त्या हिशेबतपासणीला 'रोखीच्या व्यवहारांची हिशेबतपासणी' असे म्हणतात. योग्य पावत्या व इतर अधिकृत कागदपत्रांवरून सर्व रोखीच्या व्यवहारांची तपासणी करण्यात येते. रोख व्यवहारांची हिशेबतपासनीसझाल्यावर त्याबद्दल आपला अहवाल हिशेबतपासनीस देतो. रोखीच्या व्यवहारांमध्ये अफरातफरीची शक्यता अधिक असते. त्यामुळे काही संस्था आवश्यकतेनुसार रोखीच्या व्यवहारांची तपासणी करून घेतात. अफरातफर व लबाडीच्या व्यवहारांवर नियंत्रण राहावे हा या तपासणीचा उद्देश आहे.

४) मध्यावधी हिशेबतपासणी (Interim Audit) : ज्या पद्धतीमध्ये हिशेबतपासणी वर्षाच्या मध्येच किंवा दोन ताळेबंदांच्या मधल्या काळात केली जाते. तिला मध्यावधी हिशेबतपासनीसअसे म्हणतात. एखाद्या कंपनीला जेव्हा मध्यावधी लाभांश (Interim Dividend) जाहीर करावयाचा असतो तेव्हा मध्यावधी हिशेबतपासनीसकरण्यात येते. कंपन्यांना अशा हिशेबतपासणीची आवश्यकता असते; पण कधी कधी भागीदारी संस्थांना देखील भागीदाराचा मृत्यू, निवृत्ती, नवीन भागीदाराचा प्रवेश, अशा प्रसंगी मध्यावधी हिशेबतपासनीसकरून घ्यावी लागते. अशा हिशेबतपासणीमुळे कर्मचाऱ्यांमुळे कर्मचाऱ्यांवर नियंत्रण राहाते व आर्थिक हिशेबतपासनीसकरणे सुलभ जाते.

५) ताळेबंदाची हिशेबतपासणी (Balance Sheet Audit): ताळेबंदाची हिशेबतपासनीसही हिशेबतपासणीच्या शास्त्रातील अलीकडील प्रगती आहे. ही कल्पना अमेरिकामध्ये प्रथम मान्यता पावली आहे. अमेरिकेसारख्या प्रगत राष्ट्रांमध्ये जमाखर्च ठेवण्याचे कार्य यंत्राद्वारा करून घेतले जाते. त्यामुळे ताळेबंदात असणाऱ्या विविध पदांच्या सत्यतेसाठी योग्य कायदे व माहितीची तपासणी करणे जरुरीचे ठरते; म्हणून ताळेबंदाची हिशेबतपासनीसम्हणजे विविध मालमत्ता, देणी व संचित रकमा यांच्या सत्यापनाचे व

मूल्यमापनाचे कार्य होय. भारतामध्ये वार्षिक हिशेबतपासनीसव ताळेबंद तपासणी यात फरक केला जात नाही.

६) अंशतः हिशेबतपासणी (Partial Audit) : जेव्हा जमाखर्चाच्या विशिष्ट भागाची किंवा एखाद्या विशिष्ट काळातील व्यवहारांची तपासणी करण्यासाठी हिशेबतपासनीसाची नेमणूक केली जाते तेव्हा त्याला अंशतः 'हिशेबतपासणी' असे म्हणतात. उदा. शिल्लक मालाची हिशेबतपासनीसकोणत्या भागाची किंवा व्यवहारांची तपासणी करावी हे व्यवसायसंस्था ठरविते व त्यानुसार हिशेबतपासनीस तपासणी करून आपला अहवाल देतात.

७) संपूर्ण हिशेबतपासणी (Complete Audit): जेव्हा व्यवसायसंस्थेतील प्रत्येक व्यवहाराची, नोंदीची, बेरजांची व जमाखर्चाच्या प्रत्येक पुस्तकांची तपासणी करण्यात येते, तेव्हा तिला 'संपूर्ण हिशेबतपासणी' असे म्हणतात. या तपासणीमधून कोणताही जमाखर्चाचा भाग सुटत नाही. अशी हिशेबतपासनीसलहान संस्थांमध्ये किंवा ज्या संस्थेची पूर्वी कधीही हिशेब तपासणी झाली नाही अशा संस्थेमध्ये करणे हितावह ठरते. मोठ्या संस्थांमध्ये अशी तपासणी करणे सोयीचे नसते.

८) विस्तृत हिशेबतपासणी (Detail Audit) : जेव्हा एखाद्या व्यवसायातील निवडक किंवा विशिष्ट जमाखर्चाचे सखोल व पूर्ण परीक्षण केले जाते त्याला 'विस्तृत हिशेबतपासणी' असे म्हणतात. संपूर्ण हिशेबतपासनीसव विस्तृत हिशेबतपासणीमध्ये फरक आहे. संपूर्ण हिशेबतपासणीमध्ये सर्व जमाखर्चाचे, व्यवहारांचे व कागदपत्रांचे परीक्षण केले जाते, परंतु विस्तृत हिशेबतपासणीमध्ये निवडक जमाखर्चाची सखोल तपासणी करण्यात येते. विस्तृत हिशेबतपासणीमध्ये सखोल तपासणीवर भर दिलेला असतो. संपूर्ण हिशेबतपासनीससर्व प्रकारांनी परिपूर्ण असते. परंतु विस्तृत हिशेबतपासनीसमर्यादित जमाखर्चाची पण सखोल स्वरूपाची असते.

९) परिव्यय हिशेबतपासणी (Cost Audit) : काही मोठ्या व्यवसायसंस्था उत्पादन खर्चाचा हिशेब ठेवण्याची पद्धती स्वीकारतात व त्यानुसार खर्चाचे वर्गीकरण करुन जमाखर्च लिहितात. उत्पादन खर्च हिशेब पद्धतीनुसार जमाखर्च बरोबर लिहिला आहे किंवा नाही हे पाहण्यासाठी ही हिशेबतपासनीसकरून घेण्यात येते. कंपनी कायद्यातील कलम २०९ आणि २०३ यामध्ये १९६५ मध्ये दुरुस्ती करण्यात आली. काही विशिष्ट उद्योगांतील कंपन्यांना उत्पादनखर्चाची हिशेबतपासनीसकरून घेणे जरुरीचे आहे, अशा त्या कलमामध्ये तरतुदी करण्यात आल्या आहेत. उत्पादन खर्चाचे हिशेब व खाती वस्तुस्थितीनुसार आहेत, याची तपासणी करणे म्हणजे उत्पादन खर्चाची

हिशेबतपासनीसहोय. उत्पादन खर्च हिशेबतपासनीसपुढील हेतूने करण्यात येते –

१) हिशेब पुस्तकातील उत्पादनखर्चाच्या जमाखर्चाच्या नोंदी गणितीय दृष्टीने अचूक आहेत किंवा नाहीत हे पाहणे.

२) उद्योगधंद्यात उपयोगात आणल्या जाणाऱ्या उत्पादन खर्चाच्या तत्त्वानुसार उत्पादनखर्चाचा जमाखर्च ठेवला आहे किंवा नाही हे पाहणे.

३) वस्तूंच्या उत्पादनासाठी आवश्यक असणाऱ्या विविध घटकांसाठी करण्यात आलेला खर्च योग्य आहे किंवा नाही हे पाहणे.

४) उत्पादन खर्चाच्या जमाखर्चातील लबाड्या व गैरप्रकार शोधून काढणे. यावरून उत्पादन खर्च हिशेबतपासनीसम्हणजे उत्पादन खर्चाचा जमाखर्च खाती यांची तपासणी करुन उत्पादन खर्च ठेवण्याच्या जमाखर्चाचे उद्देश पूर्ण करतात किंवा नाही याची खात्री करुन घेणे होय. भारतात उत्पादन किंवा निर्मिती करण्यासाठी काही विशिष्ट कंपन्यांना कंपनी कायद्याच्या कलम २०९ (ड) व २३३ (ब) नुसार आपला उत्पादन खर्चाचा जमाखर्च तपासून घेणे सक्तीचे आहे.

१०) संयुक्त हिशेबतपासणी (Joint Audit) : मोठ्या व्यवसायसंस्थांमध्ये (उदा. बँका, विमा कंपन्या) दोन किंवा त्यापेक्षा जास्त हिशेबतपासनीसाची नेमणूक करून हिशेबतपासणी करून घेण्यात येते. तिला 'संयुक्त हिशेबतपासणी' असे म्हणतात. अशा हिशेबतपासणीमध्ये हिशेबतपासनीसांची जबाबदारी वैयक्तिक व संयुक्त असते. कधी कधी दोन किंवा अधिक हिशेबतपासनीसांची नेमणूक केल्यानंतर हे हिशेबतपासनीस आपसात करार करून आपल्या कामाची वाटणी करून घेतात. या करारानुसार त्यांची जबाबदारी त्यांच्या विभागलेल्या कार्यानुसार राहाते. संयुक्त हिशेबतपासनीस आपल्या हिशेबतपासणीचा अहवाल संयुक्तपणे किंवा स्वतंत्रपणेही देऊ शकतात.

११) शिष्टाचार किंवा योग्यता हिशेबतपासणी (Propriety Audit) : शिष्टाचार किंवा योग्यता हिशेबतपासनीसही कल्पना अगदी नवीन आहे. ही कल्पना सरकारी संस्था किंवा उपक्रमांच्या संदर्भात उपयोगात आणली जाते. १९३७ मध्ये प्रो.डब्ल्यू.ए.रॉबसन यांनी सरकारी उपक्रमांबाबत शिष्टाचार किंवा योग्यता हिशेबतपासणी उपयोगात आणावी असे मत मांडले. शिष्टाचार किंवा योग्यता हिशेबतपासणीची योग्य व्याख्या अजून केलेली आढळत नाही. परंतु हिशेबतपासणीमध्ये सर्वसामान्य चांगली वागणूक ठेवून व सार्वजनिक हिताच्या दृष्टीने निर्णय घेऊन जमाखर्चाचे हिशेब ठेवण्यात आलेले आहेत. याची तपासणी अंतर्भूत आहे. करण्यात आलेल्या कृती व घेतलेले निर्णय हे चांगला शिष्टाचार व सार्वजनिक हिताच्या दृष्टीने योग्य आहेत, याची तपासणी करणे म्हणजेच योग्यता व शिष्टाचार हिशेबतपासणी होय.

कमल गुप्ता यांनी या बाबतीत असे म्हटले आहे की –

Propriety audit refers to an audit in which the various actions and decisions are examined to findout whether they are in public interest and wherether they meet the standard of condut.

या प्रकारच्या हिशेबतपासणीमध्ये कोणत्याही प्रकारे महसुली उत्पन्नात गैरप्रकार झालेले नाही किंवा मालमत्तेच्या संदर्भात किंवा पैशांचा दुरुपयोग झालेला नाही, हे पाहण्यात येते. व्यवस्थापनाने कोणत्याही प्रकारे पैशांचा दुरुपयोग केलेला नाही; किंवा अपव्यय केलेला नाही हे पाहण्यासाठी शिष्टाचार हिशेबतपासणीची आवश्यकता आहे असे अनेक तज्ज्ञांचे मत आहे. विशेषतः सरकारी उद्योगधंद्यामध्ये मोठ्या प्रमाणावर सार्वजनिक पैशांची गुंतवणूक केलेली असते. या गुंतवणूकीमध्ये कोणत्याही प्रकारे पैशांचा अपव्यय होवू नये व सार्वजनिक हिताच्या दृष्टीनेच निर्णय घेण्यात यावेत यासाठी शिष्टाचार हिशेबतपासणीची गरज असते. कंपनी कायद्यातसुद्धा काही कलमाअंतर्गत हिशेबतपासनीसाला काही व्यवहारांची सार्वजनिक हिताच्या दृष्टीने तपासणी करण्यास सांगितले जाते. उदा. कलम २२७ (१अ) नुसार कंपनीने दिलेले कर्ज व आगावू रकमा ह्या कंपनीच्या सभासदांच्या हितसंबंधाच्या विरोधी आहेत काय, याची तपासणी करण्यात येते. अशा प्रकारे शिष्टाचार किंवा योग्यता हिशेबतपासणीची कल्पना नव्याने हिशेबतपासणीच्या क्षेत्रामध्ये उपयोगात आणण्यात आलेली आहे.

१.१० हिशेबतपासणीची पूर्वतयारी व हिशेबतपासणीचा कार्यक्रम (Planning the Audit and Audit Programme)

कोणत्याही संस्थेच्या जमाखर्चाच्या पुस्तकांची तपासणी करण्यासाठी काही पूर्व तयारीची आवश्यकता असते. हिशेबतपासणीच्या कार्यामध्ये नियोजन, कृती व निर्णय शक्ती यांचा समावेश असतो. हिशेबतपासनीसाला आपला वेळ व विचारशक्ती खर्च करावी लागते; म्हणून हिशेबतपासणीच्या कार्याला सुरुवात करण्यापूर्वी त्याला अनेक गोष्टीची पूर्वतयारी करावी लागते.

सर्वप्रथम हिशेबतपासनीसाने आपल्या नेमणुकीचे पत्र तयार करून प्राप्त करून घ्यावे. या नेमणूक–पत्रामध्ये त्याला करावयाच्या कार्याचे स्पष्ट स्वरूप, हिशेबतपासणीचा कालावधी, हिशेबतपासणीची फी इ. बाबतीत स्पष्ट उल्लेख करून घ्यावा. कार्याच्या स्वरूपामध्ये त्याला नेमके कोणत्या विशिष्ट स्वरूपाचे कार्य करावयाचे आहे, हे स्पष्ट करण्यात यावे. उदा. अंशतः हिशेबतपासनीसकरावयाची आहे किंवा वार्षिक खाती तयार करावयाची आहे किंवा पूर्ण हिशेबतपासनीसकरावयाची आहे. इ. हिशेबतपासनीसाने आपले कर्तव्य व जबाबदारी पूर्ण करण्यासाठी कार्याचे स्वरूप स्पष्ट करून घ्यावे लागते.

हिशेबतपासणीचे काम करण्यापूर्वी व्यवसायसंस्थेकडून काही बाबतीत माहिती व स्पष्टीकरण मागवावे लागते, ही माहिती घेणे म्हणजेचे हिशेबतपासणीची पूर्वतयारी होय. यामध्ये पुढील माहितीची समावेश होतो –

१) कार्यक्षेत्र निश्चित करून घेणे : हिशेबतपासनीसाने हिशेबतपासणीचे कार्यक्षेत्र, आपले कर्तव्य व जबाबदारी यासंबंधी माहिती लेखी स्वरूपात व्यवसाय संस्थेकडून घ्यावी. त्याचबरोबर हिशेबतपासणीची मुदत, तपासणी फी इ. बाबी स्पष्ट करण्यात याव्यात. नियामक हिशेबतपासनीसाच्या बाबतीत संबंधित कायद्यानुसारच हिशेबतपासनीसाची कर्तव्ये व जबाबदाऱ्या निश्चित झालेल्या असतात. परंतु खाजगी हिशेबतपासणीच्या बाबतीत या संदर्भात लेखी करारनामा करून घेणे योग्य ठरते.

२) हिशेबतपासणीचा उद्देश विचारात घेणे : व्यवसायसंस्था कोणत्या उद्देशाने हिशेबतपासनीसकरू इच्छिते याची माहिती हिशेबतपासनीसाला घ्यावी लागते. या उद्दिष्टाच्या पूर्ततेच्या दृष्टिकोनातून हिशेबतपासणीचा कार्यक्रम राबविणे आवश्यक ठरते.

३) व्यवसायाचे स्वरुप समजून घेणे : ज्या व्यवसायसंस्थेच्या हिशेबांची तपासणी करावयाची असेल त्या संस्थेच्या व्यवसायाचे स्वरूप नीट लक्षात घ्यावे लागते. कारण प्रत्येक व्यवसायाची वेगवेगळी वैशिष्ट्ये असतात व त्याला अनुसरून जमाखर्च ठेवण्यात येतो. त्या संस्थेतील आर्थिक व्यवहार कशा स्वरूपाचे आहेत? त्याचे प्रमाण किती आहे? त्यातील तांत्रिक बाबी कोणत्या? यासंबंधी सविस्तर माहिती त्याने मिळविली पाहिजे. हिशेबतपासणीला सुरुवात करण्यापूर्वी शक्यतोवर त्याने संस्थेतील जबाबदार अधिकाऱ्यांशी आर्थिक व्यवहारांच्या संदर्भात विचारविनियम करावा.

४) संस्थेने स्वीकारलेली जमाखर्चाची पद्धती व अंतर्गत नियंत्रण पद्धती समजून घेणे : ज्या व्यवसायाची हिशेबतपासनीसकरावयाची आहे त्या व्यवसायात जमाखर्चाची कोणती पद्धती आहे, आर्थिक व्यवहार कसे नोंदले जातात याबद्दल अवलोकन करावे; कारण बँका, विमा कंपन्या, वीजमंडळे, शैक्षणिक संस्था, सहकारी संस्था इ. मध्ये वेगवेगळ्या पद्धतीने जमाखर्च लिहिण्यात येतो. त्याचबरोबर आपल्या कर्मचाऱ्यांच्या दैनंदिन कार्यावर नियंत्रण ठेवण्यासाठी व्यवसाय-संस्था अंतर्गत नियंत्रण पद्धतीचा अवलंब करीत असते. अशा अंतर्गत नियंत्रण पद्धतीची माहिती व तिची अंमलबजावणी या बाबतीत हिशेबतपासनीसाने माहिती मिळविली पाहिजे कारण अंतर्गत नियंत्रण पद्धती कार्यक्षम असेल तर हिशेबतपासणीचे कार्य सुलभ होते.

५) जमाखर्चाची पुस्तके व ती लिहिणाऱ्या कर्मचाऱ्यांची यादी मिळविणे : व्यवसाय संस्थेमध्ये कोणकोणती जमाखर्चाची पुस्तके लिहिली जातात व ती कोणकोणते कर्मचारी लिहितात याची यादी हिशेबतपासनीसाने मागवून घ्यावी. यावरून आपणाला कोणती पुस्तके तपासावी लागणार याची कल्पना त्याला येईल. त्याचबरोबर जमाखर्चाची पुस्तके तपासणी लिहिणाऱ्या कर्मचाऱ्यांची यादी त्याने मिळवावी. यामधील कोणकोणत्या अधिकाऱ्यांना व कर्मचाऱ्यांना विशेष अधिकार दिलेले आहेत. याची त्याने नोंद घ्यावी. या माहितीचा हिशेबतपासणीचे वेळी उपयोग होत असतो.

६) व्यवसायाचे धोरण व विशेष नियमांची माहिती मिळविणे : व्यवसाय संस्थेचे व्यावसायिक धोरण व संघटना पद्धती यांचा अभ्यास हिशेबतपासनीसाने करावा. वरिष्ठ व्यवस्थापनाचे व्यवसायाच्या संदर्भात व अधिकारी व कर्मचाऱ्यांच्या संदर्भात कोणते खास धोरण आहे त्याचे अवलोकन करावे. त्याचबरोबर व्यवसाय कोणत्या विशेष नियमानुसार चालविला जातो. त्याची माहिती घ्यावी. या संदर्भात त्या संस्थांच्या स्थापनेबाबतची मूळ कागदपत्रे पहावीत. उदा. भागीदारीचा करार, कंपनीचे घटनापत्रक, नियमावली इ.

७) मागील वर्षाचा हिशेबतपासनीसाचा अहवाल पाहणे : संबंधित व्यवसायाचे मागील वर्षाचे नफा-तोटापत्रक, ताळेबंद व हिशेबतपासनीसाचा अहवाल मागून घ्यावा. त्यावरून मागील वर्षाची आर्थिक परिस्थिती, निरनिराळ्या खात्यांवरील बाकी, मालमत्ता इ. संबंधी माहिती मिळेल. तसेच मागील वर्षाच्या हिशेबतपासनीसाच्या अहवालावरून काही माहिती प्राप्त होऊ शकेल.

८) व्यवसायसंस्थेला काही महत्त्वाच्या सूचना देणे : साधारणपणे हिशेबतपासणीचे कार्य सुरू करण्यापूर्वी व्यवसायसंस्थेला काही सूचना द्याव्या लागतात. सर्वसामान्य अशा सूचना खालीलप्रमाणे सांगता येतील –

   अ) सर्व जमाखर्चाच्या पुस्तकांतील जमाखर्चाच्या नोंदी पूर्ण करून ती संतुलित करून त्यांच्यावरील बाकी (आधिक्य) काढावी.
   ब) तेरीजपत्रक तयार करून ठेवणे.
   क) व्यापारपत्रक, नफा-तोटा पत्रक, ताळेबंद यांची प्रत तयार करून ठेवणे.
   ड) सर्व पावत्या योग्य क्रमाने फाईल्समध्ये लावून ठेवणे.
   ई) महत्त्वाची कागदपत्रे, करारनामे, कायदेशीर कागदपत्रे इ. योग्य प्रकारे फाईलला लावून ठेवणे.
   फ) सावकार व कर्जदार यांची सूचीपत्रके किंवा याद्या योग्य वर्गीकरणासह तयार ठेवणे.

ग) खरेदी–विक्रीच्या व्यवहारांची बीजके योग्य त्या क्रमाने लावून ठेवणे.

य) अप्राप्त उत्पन्न, न दिलेली देणी व खर्च यांच्या याद्या तयार करणे.

र) गुंतवणुकीची यादी (तारणांचा उल्लेख करून) तयार करून ठेवणे.

ल) बँक मिळवणीपत्रक (Bank Reconciliation Statement) तयार करून ठेवणे.

व) खरेदी–विक्री व्यवहारातील नावेबंद चिठ्ठ्या व जमाबंद चिठ्ठ्या फाईलमध्ये लावून ठेवणे.

श) सर्व देणे व येणे हुंड्यांची यादी तयार करणे इ.

१.११. हिशेबतपासनीसकार्यक्रम (Audit Programme) :

कोणतेही कार्य यशस्वीपणे व व्यवस्थितपणे पार पाडण्यासाठी त्याचे अगोदर नियोजन करावे लागते. हिशेबतपासणीचे कार्य देखील शास्त्रीय पद्धतीने व पद्धतशीर पार पाडण्यासाठी त्याचे नियोजन करावे लागते. हिशेबतपासणीचा कार्यक्रम हे हिशेबतपासणीच्या कार्याचे एक प्रकारे नियोजनच असते. हिशेबतपासणीचा कार्यक्रम ही हिशेबतपासणीच्या कार्याची पूर्वतयारी असते. एखादे विशिष्ट हिशेबतपासणीचे कार्य पूर्ण करण्यासाठी हिशेबतपासनीस व त्याचे सहकारी यांनी करावयाच्या कार्याचा लेखी आराखडा किंवा वेळापत्रक म्हणजेच 'हिशेबतपासणीचा कार्यक्रम' होय. या कार्यक्रमामध्ये कर्मचाऱ्यांची संख्या, त्यांच्यामध्ये केले जाणारे श्रमांचे वाटप, कार्याला लागणारा वेळ व त्यावर केली जाणारी देखरेख, यासंबंधी नियोजन केलेले असते. या हिशेबतपासणीच्या कार्यक्रमाच्या नियोजनामुळे हिशेबतपासणीच्या कार्याला मार्गदर्शन मिळते. यामधील महत्त्वाची गोष्ट म्हणजे हिशेबतपासनीसाने आपल्या ज्येष्ठ व कनिष्ठ सहकाऱ्यांमध्ये कामाचे योग्य वाटप करणे होय. ज्येष्ठ व कनिष्ठ कर्मचाऱ्यांची निवड करताना अनुभव, कौशल्य व व्यवहारज्ञान इ. घटक विचारात घेतले जातात. ज्येष्ठ व कनिष्ठ कर्मचाऱ्यांची निवड केल्यानंतर या कर्मचाऱ्यांच्या साहाय्याने हिशेबतपासणीचा कार्यक्रम आखला जातो. प्रत्येक ज्येष्ठ व कनिष्ठ कर्मचाऱ्याचे काम कोणी व ते किती वेळात पूर्ण झाले पाहिजे या बाबी कार्यक्रमात निश्चित करण्यात येतात.

१) प्रो. मेइग्ज यांच्या मते –

"An Audit programme is a detailed plan of the auditing work to be performed, specify the procedure to be followed in verification of each item in the financial statements and giving the estimated time required."

''हिशेबतपासनीसकार्यक्रम म्हणजे करावयाच्या हिशेबतपासणीच्या कामाचे संपूर्ण नियोजन होय. यामध्ये आर्थिक विवरणांमधील प्रत्येक बाबीचे सत्यापन करताना उपयोगात

आणावयाची विशिष्ट पद्धती व त्यासाठी लागणारा वेळ नमूद करण्यात येतो.''

२) होवार्ड स्टेटलर यांच्या मते –

"The Programme is an outline of all procedures to be followed in order to arrive at an opinion concerning a client's financial statement."

वरील व्याख्यांवरून हिशेबतपासनीसकरताना जी विविध कार्ये करावी लागतात त्यांची यादी करून त्या विविध कार्यांचा परस्परसंबंध स्पष्टपणे निश्चित करणे व ती कार्ये ठराविक वेळेत पूर्ण करणे म्हणजेच हिशेबतपासणीचा कार्यक्रम होय.

हिशेबतपासनीसकार्यक्रमाची वैशिष्ट्ये : वरील विवेचनावरून हिशेबतपासणी कार्यक्रमाची वैशिष्ट्ये पुढीलप्रमाणे सांगता येतील –

१) लेखी असणे : हिशेबतपासणीच्या कार्याची योजना म्हणजे हिशेबतपासणी कार्यक्रम होय. ही योजना लेखी स्वरूपात तयार केली जाते. योजना लेखी असल्यामुळे कर्मचाऱ्यांमध्ये मतभेद व शंका निर्माण होत नाहीत.

२) हा कार्यक्रम स्पष्ट स्वरूपात असतो : हिशेबतपासणीच्या कार्यामध्ये समाविष्ट असणाऱ्या सर्व कर्मचाऱ्यांना स्पष्टपणे समजेल असा हा कार्यक्रम असतो. हिशेबतपासणीचे काम करताना कोणतीही अडचण येणार नाही इतपत तो स्पष्ट असावा लागतो.

३) कामाचे वाटप : हिशेबतपासणीच्या कार्यक्रमात कर्मचाऱ्यांमध्ये कामाचे वाटप केल्यामुळे हिशेबतपासणीचे कार्य सुरळीतपणे चालते.

४) कर्मचाऱ्यांची जबाबदारी स्पष्ट असते : हिशेबतपासणीच्या कार्यक्रमात हिशेबतपासनीसाच्या कर्मचाऱ्यांची, तपासणीसंबंधीच्या कामाची जबाबदारी स्पष्ट केलेली असते.

५) लवचीकता : हिशेबतपासणीचा कार्यक्रम लवचीक असतो. परिस्थितीप्रमाणे कार्यातील अडचणीच्या स्वरूपाप्रमाणे त्यात बदल केले जाऊ शकतात.

६) स्पष्ट उद्देश : कोणत्याही हिशेबतपासणीच्या कार्याचा उद्देश स्पष्ट असतो; हिशेबतपासणीचे कार्य योग्य पद्धतीने पूर्ण करणे, ठराविक वेळेत पूर्ण करणे, हा कार्यक्रमाचा उद्देश असतो.

७) नेमून दिलेल्या कार्यक्षेत्रातच काम करणे : हिशेबतपासणी कार्यक्रमानुसार कर्मचाऱ्यांना ठरवून दिलेल्या कार्यक्षेत्रातच प्रत्येकाने काम करावयाचे असते.

१.११.१. हिशेबतपासणीचा कार्यक्रम तयार करणे

हिशेबतपासणीच्या कार्यक्रम तयार करणे ही चांगल्या हिशेबतपासणीच्या कार्यासाठी आवश्यक बाब ठरते; म्हणून हिशेबतपासणीचा कार्यक्रम योग्य प्रकारे तयार

करण्यात आला पाहिजे. त्यासाठी पुढील बाबी विचारात घ्याव्या लागतात -

१) हिशेबतपासनीसाच्या नियुक्तीच्या करारामध्ये वर्णन केलेल्या कार्याच्या स्वरूपानुसार हिशेबतपासणी कार्यक्रम निश्चित करावा.

२) व्यवसायसंस्था कोणत्या उद्देशाने तपासणी करीत आहे, ते उद्देश विचारात घ्यावेत.

३) व्यवसायसंस्थेमध्ये आर्थिक व्यवहारांच्या नोंदी करण्याची पद्धती व जमाखर्च लिहिण्याची पद्धती यांच्यामधील गुण-दोष विचारात घ्यावेत.

४) व्यवसायसंस्थेमधील अंतर्गत नियंत्रण पद्धतीचे अवलोकन करावे.

५) व्यवसायाचे स्वरूप, आर्थिक व्यवहारांची संख्या व प्रकार, जमाखर्च नोंदविण्यासाठी नेमलेले अधिकारी व कर्मचारी, त्यांचे विशिष्ट अधिकार, यांचा विचार करावा.

६) मागील वर्षाचे नफा-तोटापत्रक, ताळेबंद व हिशेबतपासनीसाचा अहवाल विचारात घ्यावा.

७) व्यवसायसंस्थेच्या कार्यावर परिणाम करणारे नियम व कागदपत्रे यांची माहिती घ्यावी. उदा. भागीदारीचा करार, कंपनीचे घटनापत्रक व नियमावली इ.

१.११.२. हिशेबतपासणीच्या कार्यक्रमाचे उद्देश

हिशेबतपासणीचा कार्यक्रम विशिष्ट उद्दिष्ट लक्षात घेऊन तयार केला जातो. ती उद्दिष्टे पुढीलप्रमाणे -

१) हिशेबतपासणीच्या कार्याची लेखी योजना तयार करणे : हिशेबतपासणीचे कार्य व्यवस्थिततपणे पूर्ण करणे व त्याची रूपरेषा तयार करणे, हा हिशेबतपासणी कार्यक्रमाचा मुख्य उद्देश आहे. यामध्ये कर्मचाऱ्यांना त्यांच्या योग्यतेनुसार कामाचे वाटप करून देण्यात येते. त्यामुळे कार्यामध्ये शिस्त व निश्चितपणा येतो.

२) समन्वय प्रस्थापित करणे : हिशेबतपासणीच्या एकूण कार्यामध्ये अनेक कर्मचारी गुंतलेले असतात. शिवाय त्यांना विशिष्ट परंतु वेगवेगळी कामे दिलेली असतात. या कामांना विशिष्ट क्रम असतो; म्हणून सर्वांच्या कार्यामध्ये समन्वय प्रस्थापित करणे व संपूर्ण हिशेबतपासणी व्यवस्थित होणे हा उद्देश आहे.

३) कार्यावर नियंत्रण ठेवणे : हिशेबतपासनीसाने आपल्या कर्मचाऱ्यांकडे जी कामे सोपविली आहेत ती वेळेवर होतात किंवा नाही, कार्यामध्ये काही अडचणी येतात काय, हे पाहणे म्हणजे नियंत्रण ठेवणे होय. हिशेबतपासणीच्या कार्यक्रमामुळे योग्य नियंत्रण ठेवता येते.

४) हिशेबतपासणीच्या कार्याचा पुरावा निर्माण करणे : हिशेबतपासनीसाने हिशेबतपासणीचे कार्य केले आहे, याचा लेखी पुरावा म्हणजे हा कार्यक्रम होय; कारण या कार्यक्रमाच्या आधारेच संपूर्ण हिशेबतपासणी करण्यात आलेली असते. हिशेबतपासनीसाने आपले काम व्यवस्थित केले किंवा नाही हे पाहण्यासाठी हा पुरावा महत्त्वाचा ठरतो.

१.११.३. हिशेबतपासणी कार्यक्रमांचे प्रकार (Types of Audit Programme)

हिशेबतपासणी कार्यक्रमांचे दोन प्रकार आहेत.

अ) प्रमाण हिशेबतपासणी कार्यक्रम (Standard Audit Programme)

ब) विशिष्ट हिशेबतपासणी कार्यक्रम (Specific Audit Programme)

अ) प्रमाण हिशेबतपासणी कार्यक्रम (Standard Audit Programme): निरनिराळ्या व्यवसायाचे स्वरूप व हिशेबतपासणीच्या निरनिराळ्या पद्धती लक्षात घेऊन व्यवसायाला अनुरूप असा कार्यक्रम जेव्हा तयार केला जातो, तेव्हा त्याला प्रमाण हिशेबतपासणी कार्यक्रम असे म्हणतात. वेगवेगळ्या प्रकारच्या व्यवसायातील जमाखर्चाची तपासणी करताना ज्या क्रिया कराव्या लागतात. त्या सर्व क्रियांचा समावेश करून एकच प्रमाणित कार्यक्रम तयार करण्यात येतो. ज्या व्यवसायाची हिशेबतपासणी करावयाची आहे त्या व्यवसायाशी संबंधित नसलेल्या क्रियांवर फुल्या मारून त्या हिशेबतपासणीच्या कार्यातून वगळण्यात येतात. हा हिशेबतपासणीचा कार्यक्रम उपयुक्त ठरत नाही. प्रमाण हिशेबतपासणी कार्यक्रमात पुढील दोष आहेत –

१) प्रत्येक व्यवसायाचे स्वरूप व वैशिष्ट्ये भिन्न असतात. हिशेबतपासणीतील कोणत्या क्रियांवर किती भर द्यावा हे हिशेबतपासनीसाला ठरवावे लागते. परंतु प्रमाण हिशेबतपासणी कार्यक्रमात अशी सोय नाही.

२) प्रमाण हिशेबतपासणी कार्यक्रम निश्चित असल्यामुळे त्यात बदल करणे कठीण असते.

३) हिशेबतपासनीसाला आपल्या सोयीप्रमाणे हिशेबतपासणी करता येत नसल्यामुळे त्याचा कामाचा हुरूप नाहीसा होतो.

ब) विशिष्ट हिशेबतपासणी कार्यक्रम (Specific Audit Programme): हिशेबतपासनीस आपल्या अनुभवाच्या आधारे निरनिराळ्या व्यवसायांसाठी आवश्यक असलेल्या क्रियांचा विचार करून स्वतंत्र असा हिशेबतपासणीचा कार्यक्रम तयार करतात. अशा स्वतंत्र हिशेबतपासणीच्या कार्यक्रमाला विशिष्ट हिशेबतपासणी कार्यक्रम असे म्हणतात. विशिष्ट व्यवसायाचे स्वरुप लक्षात घेऊन, त्याला अनुरूप व उपयुक्त असा

स्वतंत्र हिशेबतपासणीचा कार्यक्रम या प्रकारे तयार करण्यात येतो. या पद्धतीच्या कार्यक्रमात आवश्यकतेनुसार बदल करता येतो. त्यामुळे हिशेबतपासणीचे कार्य कंटाळवाणे होत नाही.

वरील दोन्ही प्रकारांपैकी विशिष्ट हिशेबतपासनीसकार्यक्रमाचा उपयोग करून हिशेबतपासणी करणे अधिक सोयीचे ठरू शकेल. कारण या पद्धतीत हिशेबतपासणीचे कार्य करताना वेळोवेळी येणाऱ्या अडचणी लक्षात घेऊन कार्यक्रमात बदल करता येतो.

१.११.४. हिशेबतपासणी कार्यक्रमाचे फायदे (Advantages of Audit Programme)

१) कार्यक्षमतेने कार्य होते : हिशेबतपासणीच्या कार्यक्रमामुळे हिशेबतपासणीचे कार्य कार्यक्षमतेने होते कारण हिशेबतपासनीस आपल्या योग्यतेप्रमाणे काम मिळते त्यामुळे कर्मचारी मन लावून काम करतात.

२) हिशेबतपासणीच्या कामात एकसूत्रीपणा येतो : हिशेबतपासणीच्या कार्यक्रमामध्ये कामाचे वाटप झालेले असते. त्यानुसार कर्मचारी आपापले कार्य करीत राहतात. कोणत्याही कामाकडे दुर्लक्ष होत नाही. त्यामुळे सर्वांच्या कामामध्ये एकसूत्रीपणा साधल्यामुळे वेळेचा अपव्यय होत नाही.

३) कामाची प्रगती समजते: प्रत्येक कर्मचाऱ्याचे काम व त्याचा वेळ कार्यक्रमानुसार निश्चित केलेला असतो; म्हणून कोणत्या कर्मचाऱ्याने किती काम केले व एकूण कामाची प्रगती कशी आहे हे हिशेबतपासनीसाला समजते.

४) जबाबदारीचे वाटप केलेले असते : हिशेबतपासणीच्या कार्यक्रमामध्ये प्रत्येक कर्मचाऱ्याचे काम निश्चित केल्यामुळे त्याची जबाबदारीही निश्चित होते. जबाबदारीची जाणीव निर्माण झाल्यामुळे कार्य काळजीपूर्वक केले जाते.

५) कार्य वेळेत पूर्ण होते : हिशेबतपासणीच्या कार्यक्रमात प्रत्येक कामाच्या पूर्ततेची वेळ ठरवून दिल्यामुळे वेळेत हिशेबतपासणीचे काम पूर्ण होते.

६) सत्यापन व मूल्यांकन सोयीचे : हिशेबतपासणीच्या कार्यक्रमात मालमत्ता व देणी यांच्या सत्यापनाचे कार्य कसे करावे याबद्दल योग्य पद्धती ठरवून दिलेली असते. त्यामुळे कर्मचाऱ्यांना काम करणे सोपे होते.

७) हिशेबतपासणीवर नियंत्रण राहते : साधारणपणे प्रत्येक व्यवसायासाठी स्वतंत्र हिशेबतपासणीचा कार्यक्रम तयार करून राबविण्यात येतो. त्यामुळे कोणत्या व्यवसायाची हिशेबतपासणी किती प्रमाण झाली हे हिशेबतपासनीसाला कळते. यावरून एकंदर

हिशेबतपासणीच्या कार्यावर नियंत्रण राहते.

८) कार्याचा पुरावा राहतो : हिशेबतपासणीचा कार्यक्रम हा हिशेबतपासणीच्या कामाचा पुरावा होय. व्यवसायसंस्था व हिशेबतपासनीस यांच्यामधील मतभेद या पुराव्यावरून दूर करता येतो.

९) कर्मचारी बदलले तरी कार्य सुरू राहते : हिशेबतपासणीच्या कार्यक्रमामध्ये हिशेबतपासणीच्या सर्व क्रिया निश्‍चित केल्या जातात. एखादा कर्मचारी मध्येच काम सोडून गेला किंवा सतत गैरहजर राहिला, तरी त्याने आत्तापर्यंत केलेले कार्य लगेच समजते व त्यावरून पुढील कार्य सुरू ठेवता येते. त्यामुळे कर्मचारी बदलले तरी हिशेबतपासणीचे कार्य सुरू ठेवता येते.

१०) कर्मचाऱ्याची चूक किंवा निष्काळजीपणा लगेच समजतो : प्रत्येक कर्मचाऱ्याने करावयाच्या कामाची हिशेबतपासणीचा कार्यक्रमामध्ये नोंद किंवा माहिती असल्यामुळे एखाद्याने निष्काळजीपणा दाखविला तर तो लगेच समजू शकतो.

११) शास्त्रीय पद्धतीने व पद्धतशीरपणे हिशेबतपासणी होते : हिशेबतपासणीचा कार्यक्रम हिशेबतपासणीचा शास्त्रातील तत्त्वांचा विचार करून तयार करण्यात येतो. त्यामुळे हिशेबतपासणीचे कार्य शास्त्रीय पद्धतीने पूर्ण होते.

१.११.५. हिशेबतपासनीसकार्यक्रमाचे तोटे/दोष (Defects of Audit Programme)

१) हिशेबतपासणीचे कार्य कंटाळवाणे व रुक्ष बनते : निश्‍चित केलेल्या कार्यक्रमानुसार प्रत्येक कर्मचाऱ्याला काम करावे लागते. विशिष्ट पद्धती व वेळेचे बंधन असल्यामुळे यांत्रिक पद्धतीने काम होते. कर्मचाऱ्यांना आपली बुद्धिमत्ता दाखविण्यास वाव नसतो. त्यामुळे कामात उत्साह येत नाही.

२) कामाचा खोळंबा होतो : हिशेबतपासणीचे कार्य सुरू झाल्यावर येणाऱ्या अडचणींबाबत सर्वच मुद्यांचा समावेश हिशेबतपासणी कार्यक्रमात करणे शक्य नसते. अनपेक्षितपणे एखादी अडचण निर्माण झाल्यास हिशेबतपासनीसाकडून पुढील सूचना येईपर्यंत कामाचा खोळंबा होतो.

३) कर्मचाऱ्यांना स्वतःच्या बुद्धीचा व कौशल्याचा उपयोग करता येत नाही : हिशेबतपासणी कार्यक्रमामध्ये नमूद केल्याप्रमाणे व ठरवून दिलेल्या पद्धतीनेच काम करावे लागते. त्यामुळे आपल्या बुद्धीचा उपयोग करण्यास वाव मिळत नाही.

४) लहान व्यवसायाच्या दृष्टीने अनुपयुक्त : हिशेबतपासणी कार्यक्रमाची आखणी करणे व त्यानुसार हिशेबतपासणी करणे लहान व्यवसायाच्या दृष्टीने उपयुक्त ठरत नाही.

५) लबाडीचे व्यवहार लक्षात येत नाहीत : हिशेबतपासणीचा कार्यक्रम हा जास्तीत जास्त प्रमाणित करण्याचा प्रयत्न केला जातो. अशा प्रमाणीकरणामुळे (Standardise) हिशेबतपासणी यांत्रिक स्वरूपाची होते. त्यामुळे कर्मचाऱ्यांना स्वतंत्र बुद्धिमत्ता व कौशल्य वापरून लबाडी उघडकीस आणता येत नाही.

६) हिशेबतपासणीच्या सर्वच मुद्यांचा समावेश नसतो : हिशेबतपासणीचा कार्यक्रम कितीही चांगल्या तऱ्हेने आखला तरी त्यात हिशेबतपासणीत येणारे सर्व मुद्दे असतातच असे नाही.

वर वर्णन केल्याप्रमाणे हिशेबतपासणी कार्यक्रमामध्ये दोष आढळून येत असले तरी हिशेबतपासणी कार्यक्रमाचे महत्त्व व उपयुक्तता कमी होत नाही; कारण संपूर्ण हिशेबतपासणीच्या कार्याचा पाया म्हणजेच हिशेबतपासणी कार्यक्रम असतो, या कार्यक्रमामुळे हिशेबतपासणीच्या कार्याला मार्गदर्शन मिळते.

१.१२ हिशेबतपासनीसटिपण–वही (Audit Note-Book)

"हिशेबतपासनीसाने हिशेबतपासणी करीत असताना स्वतःजवळ स्वतःच्या उपयोगाकरिता जी टिपण–वही ठेवलेली असते, तिला हिशेबतपासनीस टिपण–वही (Audit Note Book) असे म्हणतात."

हिशेबतपासणीचे कार्य सुरू असताना हिशेबतपासनीसाला अनेक शंका किंवा मुद्यांना तोंड द्यावे लागते. त्यासंबंधी महत्त्वाची माहिती व सूचना इ. ची नोंद हिशेबतपासनीसाला ठेवणे आवश्यक असते. ही नोंद किंवा टिपण ठेवण्यासाठी तो हिशेबतपासनीस टिपणवही ठेवतो. प्रत्येक हिशेबतपासनीसाकडे अशी हिशेबतपासणी टिपण वही असते. यामध्ये निरनिराळ्या प्रश्नांचा तपशील, महत्त्वाचे व्यवहार, चौकशी करावयाच्या बाबी, पत्रव्यवहार इ. ची नोंद केलेली असते. या सर्व माहितीचा त्याला अहवाल तयार करण्यासाठी उपयोग होतो. हिशेबतपासनीस एकाच वेळी अनेक व्यवसायांची हिशेबतपासणी करीत असतो; म्हणून प्रत्येक व्यवसायासाठी त्याला स्वतंत्र हिशेबतपासणी टिपण–वही ठेवावी लागते.

साधारणपणे हिशेबतपासणी टिपण–वहीत खालील गोष्टींची नोंद केलेली असते–

१) व्यवसाय संस्थेने ठेवलेल्या वहीखात्यांची व पुस्तकांची यादी.

२) प्रमुख अधिकाऱ्यांची नावे, त्यांचे अधिकार, कर्तव्ये व जबाबदाऱ्या.

३) व्यवसायात वापरल्या जाणाऱ्या तांत्रिक संज्ञा किंवा शब्द किंवा नोंदी.

४) ज्या मुद्यांचे स्पष्टीकरण करावयाचे आहे ते मुद्दे.
५) हरवलेल्या पावत्या, बीजके इ. चा तपशील.
६) हिशेबतपासणीचेवेळी लक्षात आलेल्या चुका, लबाड्या, अफरातफर व निर्माण झालेल्या शंका.
७) महत्त्वाच्या खात्यांच्या बेरजा व शिलका.
८) स्पष्टीकरण न मिळालेल्या सर्व संशयास्पद व्यवहारांची नोंद.
९) हिशेबतपासणीवर परिणाम करणाऱ्या घटनापत्रक व नियमावलीतील तरतुदी.
१०) तात्त्विक अडचणींची माहिती.
११) हिशेबतपासनीससुरू केल्याची व संपल्याची तारीख.
१२) कर्मचाऱ्यांना द्यावयाच्या महत्त्वाच्या सूचना व चर्चेचे मुद्दे.
१३) वसूल व्हावयाचे कर्ज, घसारा इ. संबंधी प्रमाणपत्र देणाऱ्या व्यक्तींची यादी.
१४) हिशेबतपासनीसाला महत्त्वाची वाटणारी इतर माहिती.
१५) पुढील हिशेबतपासनीसाठी आवश्यक ती टिपणे व चौकशी.

हिशेबतपासणी टिपण-वहीचे फायदे

हिशेबतपासणीच्या दृष्टिकोनातून हिशेबतपासणी टिपण वही ठेवणे अत्यंत महत्त्वाचे आहे. वक्तशीरपणा व कार्यक्षमतेने काम होण्याच्या दृष्टीने ते उपयुक्त ठरते. हिशेबतपासणी टिपण वही ठेवल्यामुळे पुढील फायदे मिळतात –

१) हिशेबतपासणीत सुलभता : हिशेबतपासणी करीत असताना उपयुक्त ठरणारे मुद्दे टिपण वहीत असतात. महत्त्वाच्या बाबींची नोंद त्यात असते, त्यामुळे हिशेबतपासणीचे कार्य सुलभ होते.

२) कार्याच्या प्रगतीचे ज्ञान होते : झालेल्या कामाची नोंद या पुस्तिकेत किंवा टिपण-वहीत असल्यामुळे हिशेबतपासणीचे किती काम झाले आहे व किती काम व्हावयाचे आहे याचा आढावा घेता येतो.

३) अहवाल तयार करण्यास उपयोगी : हिशेबतपासणीचे काम संपल्यावर हिशेबतपासनीसाला आपला अहवाल द्यावा लागतो. हिशेबतपासणी टिपण-वहीत नोंदवलेल्या चुका, स्पष्टीकरणे व सूचना इ. चा उपयोग त्याला अहवाल तयार करण्यासाठी होतो.

४) पुरावा म्हणून उपयुक्त : हिशेबतपासणीच्या विरुद्ध कामचुकारपणा किंवा निष्काळजीपणाचा आरोप ठेवण्यात आला तर टिपण-वहीच्या साहाय्याने तो आपल्या कामाचा पुरावा सादर करू शकतो.

५) वक्तशीर व जलद कार्य होण्यासाठी : दक्षतापूर्वक व जलदगतीने हिशेबतपासणीचे कार्य होण्यासाठी या टिपण-वहीचा उपयोग होतो.

६) पुढील वर्षासाठी मार्गदर्शन : त्याच व्यवसायसंस्थेची पुढील वर्षी हिशेबतपासणी करताना या टिपण-वहीमुळे मार्गदर्शन मिळते. त्याचप्रमाणे नवीन हिशेबतपासनीसाला या टिपण-वहीचा मार्गदर्शक म्हणून उपयोग होतो.

वरील फायदे लक्षात घेता हिशेबतपासणी टिपण-वही किती महत्त्वाची आहे हे लक्षात येईल. हिशेबतपासनीसाने टिपण-वहीत योग्य प्रकारे नोंदी करून ठेवल्यास टिपण-वही भविष्यकाळात अत्यंत महत्त्वाचा पुरावा ठरू शकतो. भविष्यकाळात हिशेबतपासनीस व व्यवसायसंस्था (पक्षकार) यांचेमध्ये काही मतभेद झाला किंवा हिशेबतपासनीसावर निष्काळजीपणाचा आरोप ठेवण्यात आला तर तो या टिपण वहीच्या मदतीने आपली बाजू न्यायालयात मांडू शकतो व पुराव्यादाखल टिपण वहीचा उपयोग करु शकतो.

१.१३ हिशेबतपासणीतील कागदपत्रे (Audit Working Papers)

हिशेबतपासणीचे कार्य करीत असताना साधारणपणे हिशेबतपासनीसाला निरनिराळी कागदपत्रे व दस्तऐवज मिळवावे लागतात. कागदपत्रांना व दस्तऐवजांना 'हिशेबतपासणीतील कागदपत्रे' असे म्हणतात. यामध्ये हिशेबतपासणीचे कार्य सुरू असताना केलेला पत्रव्यवहार, त्याला मिळालेली स्पष्टीकरणे, सारांशाची कागदपत्रे (Summaries), विश्लेषणाची टिपणे (Analysis) इ. चा समावेश होतो. हिशेबतपासनीस करताना वापरण्यात आलेले कागद, काही अहवाल, तात्पुरती तयार केलेली हिशेबपत्रके, झालेला पत्रव्यवहार, काही महत्त्वाचे दस्तऐवज इ. सर्वांना हिशेबतपासणीतील कागदपत्रे असे म्हणतात. यामध्ये प्रामुख्याने पुढील कागदपत्रांचा समावेश होतो -

१) व्यापारी, कर्जदारा व सावकार यांची यादी.
२) बँकांनी कर्जासंबंधी दिलेली प्रमाणपत्रे.
३) संबंधित महत्त्वाच्या व्यक्तींशी व संस्थांशी झालेला पत्रव्यावहार उदा. बँक, विमा कंपन्या, कर्जदार इ.
४) जबाबदार अधिकाऱ्याकडून शिल्लक मालाबद्दल मिळालेले प्रमाणपत्र
५) गुंतवणुकीसंबंधी मिळालेली माहिती व कागदपत्रे.
६) बुडीत कर्जे, येणे उत्पन्न या बाबतीत जबाबदार अधिकाऱ्यांनी दिलेली प्रमाणपत्रे.

७) संचालक मंडळाने केलेल्या ठरावाची नक्कल.

८) जबाबदार अधिकाऱ्यांनी दिलेली विशिष्ट मुद्द्यासंबंधीची लेखी स्पष्टीकरणे इ.

वरील हिशेबतपासणीतील कागदपत्रांचा हिशेबतपासनीसाला भविष्यात उपयोग होतो. प्रामुख्याने हिशेबतपासणीचा अहवाल तयार करताना या कागदपत्रांचा उपयोग होतो. हिशेबतपासणीचे कार्य किती प्रामाणिकपणे व काळजीपूर्वक केले आहे, याची कल्पना हिशेबतपासणीतील कागदपत्राच्या अस्तित्वावरून येत असते. ही कागदपत्रे हिशेबतपासनीसाच्या मालकीची असतात व त्याच्याकडेच राहतात. आपल्या पक्षकारांना तो ही कागदपत्रे देत नाही; कारण ती भविष्यात पुरावा म्हणून वापरता येतात. त्यामुळे हिशेबतपासनीस ती काळजीपूर्वक सांभाळून ठेवतो.

१.१४ अंतर्गत नियंत्रण (Internal Control)

व्यावसायिक संस्थेमध्ये खरेदी-विक्री, वितरण तसेच उत्पादन या क्रियांचा समावेश होतो. उत्पादन करीत असताना ते कमीत कमी खर्चात परंतु चांगल्या दर्जाचे व्हावे, असे प्रयत्न केले जातात. खर्च कमी होण्यासाठी अनेक घटकावर नियंत्रण ठेवण्यात येते. हे नियंत्रण म्हणजेच अंतर्गत नियंत्रण होय. नियंत्रणात व्यवसायातील आर्थिक बाबींबरोबरच प्रशासकीय, खरेदी, सामग्री व संघटनात्मक बाबींवर नियंत्रण ठेवून जास्तीत जास्त कार्यक्षमता साध्य करण्याचा प्रयत्न केला जातो.

अंतर्गत नियंत्रणाची व्याख्या पुढील प्रमाणे आहे.

Internal Control is best regarded as indicating the whole system of control financial and otherwise established by management in a conduct of a business including internal check, internal audit and other forms of control

                                                    - W.W.Bigg

''व्यवसाय चालविण्यासाठी व्यवस्थापनाने घालून दिलेल्या आर्थिक व इतर प्रकारच्या नियंत्रणाची पद्धती म्हणजे अंतर्गत नियंत्रण होय. यामध्ये अंतर्गत तपासणी, अंतर्गत हिशेबतपासनीसव इतर प्रकारच्या नियंत्रणाचा समावेश होतो.''

                                                    – डब्ल्यू.डब्ल्यू. बीग.

अंतर्गत नियंत्रणाच्या वरील व्याख्येवरून स्पष्ट होते की, ती संज्ञा व्यापक स्वरूपाची आहे. अंतर्गत नियंत्रणात अंतर्गत हिशेबतपासणीचाही समावेश होतो व त्याचबरोबर व्यवसायाची कार्यक्षमता वाढविण्यासाठी इतर प्रकारच्या नियंत्रणाचाही वापर करण्यात येतो. ते नियंत्रण प्रशासकीय स्वरूपाचे किंवा अन्य स्वरूपांचे असू शकते. खरेदी व सामग्री विभागातही खरेदी किंवा गोदामातील वस्तूंवर नियंत्रण ठेवून अपव्ययाचे प्रमाण

कमी केले जाते. हे नियंत्रण सर्वसाधारण हिशेबतपासणीपेक्षा वेगळ्या स्वरूपाचे असून, ते व्यापक असते.

या नियंत्रणाचे उद्देश पुढील प्रकारचे असतात –

१) व्यवसायातील आर्थिक बाबींवर नियंत्रण ठेवून पैशांची अफरातफर, अपव्यय व लबाड्या टाळणे.

२) व्यवसायाचे हिशेब लिहिताना ते अचूकपणे लिहिले जातील व विश्वसनीय असतील अशी काळजी घेणे.

३) व्यवसायातील नियोजनाप्रमाणे सर्व कार्य होत आहे ही पाहणी करणे व नियोजनाची अंमलबजावणी काटेकोर पद्धतीने करणे.

४) व्यवसायाच्या कार्यक्षमतेचे मोजमाप शास्त्रीय पद्धतीने करणे.

अंतर्गत नियंत्रणाची क्षेत्रे (Areas of Internal Control)

अंतर्गत नियंत्रण ही संज्ञा अत्यंत व्यापक स्वरूपाची आहे. त्यामध्ये आर्थिक व्यवहाराच्या नियंत्रणाशिवाय इतर अनेक बाबींवर नियंत्रण ठेवून व्यवसायाची अंतर्गत कार्यक्षमता वाढविण्याचा प्रयत्न केला जातो.

ही क्षेत्रे खालीलप्रमाणे आहेत –

१) संघटनात्मक नियंत्रण (Organizational Control) : प्रत्येक उद्योगात उद्योगाच्या आकारानुसार संघटन रचना केलेली असते. उद्योग लहान किंवा मोठा असला, तरी या रचनेची आवश्यकता असते. संघटन रचनेत संघटनेचा आकार, संघटनेतील कर्मचारी, संघटनेने करावयाचे कार्य व संघटनेची तांत्रिक क्षमता या घटकांत प्रभावी समन्वय साधून अपेक्षित उद्दिष्टे पूर्ण करण्याचा प्रयत्न केला जातो.

व्यवसायाची संघटन रचना व्यवसायाच्या आकारावर अवलंबून असते. या संघटन रचनेत व्यवस्थापनाचे उच्च, मध्यम व कनिष्ठ असे स्तर निर्माण केले जातात. उच्च व्यवस्थापनात संचालक मंडळ, संचालक, कार्यकारी संचालक, व्यवस्थापक यांचा समावेश होतो. मध्यम व्यवस्थापनात सर्व जबाबदारी अधिकारी व विभाग प्रमुखांचा समावेश होतो तर कनिष्ठ व्यवस्थापनात प्रमुख निरीक्षक, फोरमन कामगार व लिपिक यांचा समावेश होतो. वरील तीनही स्तरावर हिशेब विभाग किंवा अर्थ विभागाची निर्मिती केलेली असते व तो विभाग व्यवसायाच्या आर्थिक बाबीवर नियंत्रण ठेवण्याचा प्रयत्न करीत असतो.

२) खाते किंवा लेखावरील नियंत्रण (Accounting Control) : व्यवसायात विविध प्रकारचे लेखे किंवा खाते उघडण्यात येतात. या सर्व लेख्यावर नियंत्रण ठेवणे

आवश्यक असते. या नियंत्रणामुळे अफरातफर किंवा चुकांचे प्रमाणे कमी होते. व्यवसायात जे लेखे किंवा खाते उघडण्यात येतात त्या प्रत्येकाला विशिष्ट आधार असतो. म्हणजेच ते विशिष्ट दस्तऐवजे किंवा पावत्यांच्या आधारे उघडण्यात येतात. त्यावर नियंत्रण ठेवण्यास लेख्यांची हिशेबतपासनीसाकडून तपासणी करवून घेतली जाते.

व्यवसायातील विविध व्यवहारांची शास्त्रीय पद्धतीने हिशेबांच्या पुस्तकात नोंदी करण्याची प्रक्रिया म्हणजेच 'लेखा नियंत्रण प्रक्रिया' होय.

या प्रक्रियेत खालील बाबी महत्त्वाच्या समजण्यात येतात.

१) हिशेब द्विनोंद पद्धतीने लिहिण्यात आल्यास आपोआपच तपासणीची व्यवस्था होते; कारण प्रत्येक व्यवहाराला दोन बाजू असतात.

२) प्रत्येक व्यवहाराची अधिकृत पुराव्यांच्या आधारेच नोंद होते.

३) विविध लेखावरून व्यवसायातील संपत्ती व देयतेची नोंद करण्यात येते. ही नोंद करतानाही द्विनोंद पद्धतीचा वापर होतो, त्यामुळे आपोआप नियंत्रण प्रस्थापित होते.

४) लेखे लिहिण्याची पद्धती योग्य असेल तर हिशेबतपासनीसाला हिशेबांची तपासणी करण्याचे काम अधिक सोपे जाते व त्यामुळे विविध खात्यांवर नियंत्रण ठेवता येते.

३) प्रशासकीय नियंत्रण (Administrative Control) : संघटनेची उद्दिष्टे पूर्ण करण्यासाठी व्यवसायातील अधिकाऱ्यांच्या अधिकार, जबाबदाऱ्या व उत्तरदायित्व निश्चित करणे आवश्यक असते. व्यवसायात अधिकाऱ्यांना अधिकार त्याला शास्त्रीय आधार असावा तसेच जबाबदाऱ्या ठराविक असताना अधिकाऱ्यांवरील कामाचा व्याप लक्षात घेतला पाहिजे. प्रत्येक अधिकाऱ्याची जबाबदारी किती, तिच्या मर्यादा व ती केव्हा सुरू होते, ती केव्हा संपते या बाबी स्पष्ट असाव्यात; व्यवसायातील जबाबदाऱ्या सामूहिक स्वरूपाच्या असतील तर प्रत्येक व्यक्तीच्या कामात समन्वय प्रस्थापित केला पाहिजे. यासाठी व्यवसायात प्रशासकीय स्वरूपात तक्ता तयार करण्यात येऊन, व्यवसायातील विविध प्रक्रियावर प्रशासकीय नियंत्रण ठेवले जाते.

४) खरेदीवरील नियंत्रण (Purchase Control) : मोठमोठ्या व्यवसाय खरेदी विभागाचे कार्य स्वतंत्रपणे केले जाते. हा विभाग मालाची खरेदी करताना, ती शास्त्रीय पद्धतीने करीत असतो. त्यामुळे अनेक अपव्ययाचे प्रमाण कमी होते व खरेदी विभागात आलेल्या मालावर नियंत्रण ठेवण्यात येते. त्यामुळे मालाची अफरातफर व लबाड्यांना आळा बसतो.

५) मालसाठा नियंत्रण (Inventory Control) : व्यवसायाच्या गोदाम किंवा भांडारात कच्चा माल, अर्धनिर्मित माल व पक्का माल साठविण्यात येतो. याशिवाय उद्योगांना लागणारे सुटेभागही साठविण्यात येतात. या माल साठ्यावर बिनकार्ड स्टोअर लेजरच्या साहाय्याने मालावर नियंत्रण ठेवले जाते. त्यामुळे मालसाठा विभागातही मालावर नियंत्रण ठेवण्याची प्रभावी पद्धती वापरण्यात येते.

६) श्रम नियंत्रण (Labour Control) : व्यवसायात उत्पादन करण्यात येत असेल तर श्रमिक किंवा कामगार हा घटक अत्यंत महत्त्वाचा समजला जातो. श्रमिकाच्या कार्यक्षमतेवर उत्पादन खर्च अवलंबून असतो. त्यासाठी कामगारांना योग्य वेतन पद्धती उपलब्ध करून देऊन त्याची कार्यक्षमता वाढविण्याचा प्रयत्न केला पाहिजे. त्यामुळे श्रमिकांवर विशेष नियंत्रण ठेवण्याची गरज भासत नाही. तरीपण अंतर्गत नियंत्रणात श्रम नियंत्रण हाही एक महत्त्वाचा घटक आहे.

७) अप्रत्यक्ष खर्चावरील नियंत्रण (Control of Indirect Expenses) : कारखान्यातील अनेक खर्च अप्रत्यक्ष स्वरूपाचे असतात. ते प्रत्यक्ष खर्चाइतके महत्त्वाचे नसले, तरी उत्पादनासाठी आवश्यक समजले जातात. अशा अप्रत्यक्ष खर्चावर प्रमाण परिव्यय पद्धती व अंदाजपत्रकीय नियंत्रणाच्याद्वारे नियंत्रण ठेवता येते.

थोडक्यात, अंतर्गत नियंत्रण ही संज्ञा व्यापक अर्थाने वापरली जाते. तिच्यामध्ये अंतर्गत तपासणी शिवाय व्यवसायातील वित्तीय व प्रशासकीय बाबींवर नियंत्रण ठेवण्यात येते.

१.१५ अंतर्गत तपासणी पद्धती (Internal Check System)

औद्योगिक विकासामुळे असंख्य लहान-मोठ्या व्यवसाय-संस्था अस्तित्वात आलेल्या आहेत. लहान व्यापारी संस्थेमध्ये कर्मचाऱ्यांची संख्या कमी असल्यामुळे कर्मचाऱ्यांच्या कामावर मालकाचे बारकाईने लक्ष राहाते. संस्थेच्या व्यवहारांसंबंधी, मालमत्तेसंबंधी येणी व देणी यासंबंधीची माहिती मालकाला काटेकोरपणे असते. परंतु मोठ्या संस्थांमध्ये कर्मचाऱ्यांची संख्या मोठी असल्यामुळे सर्वांच्या कामकाजावर मालकाला योग्य नियंत्रण ठेवता येत नाही. यासाठी कामाचे काटेकोरपणे विभाजन करून विशिष्ट कार्ये विशिष्ट कर्मचाऱ्यांकडे सोपविली जातात. त्यांच्या जबाबदाऱ्या निश्चित करण्यात येतात. संस्थेमध्ये जमाखर्च ठेवण्यासाठी अनेक कर्मचाऱ्यांची नेमणूक केलेली असते. आर्थिक व्यवहारांची संख्या व प्रकार वाढल्यामुळे कर्मचाऱ्यांकडे विविध कार्ये सोपविणे आवश्यक ठरते. परंतु सर्वच कर्मचारी हे प्रामाणिक असतातच असे नाही. काही कर्मचारी आपल्या कार्यामध्ये निष्काळजीपणा व चुका करतात. मालकाच्या

विश्वासाचा गैरफायदा घेताना दिसतात. जमाखर्च हिशेब लिहिण्याचे कार्य महत्त्वाचे असते. परंतु त्यात लबाडी, पैशांची अफरातफर व फसवेगिरीचे प्रकार होण्याची शक्यता असते; म्हणून कर्मचाऱ्यांच्या कामावर योग्य नियंत्रण ठेवणे आवश्यक आहे. यासाठी कर्मचारी वर्गावर सतत नियंत्रण राहून त्यांच्याकडून नियमित व योग्य असे काम करून घेतले जाईल, अशी व्यवस्था करावी लागते. फसवेगिरी व गैरप्रकारांना आळा घालण्यासाठी विविध कर्मचाऱ्यांच्या कामावर परस्परांच्या कामाचे नियंत्रण राहील अशा नियंत्रणाच्या योजनेला 'अंतर्गत तपासणी पद्धती' असे म्हणतात. या पद्धतीमध्ये कामाची विभागणी अशा पद्धतीने केली जाते की, ज्यामध्ये एका कर्मचाऱ्याने केलेले काम त्याच विभागातील दुसऱ्या कर्मचाऱ्याकडून तपासले जाईल. यामुळे एका कर्मचाऱ्याने केलेली चूक दुसऱ्या कर्मचाऱ्याच्या निदर्शनास येईल.

अंतर्गत तपासणी पद्धतीचे स्वरूप : अंतर्गत तपासणी पद्धतीत कर्मचाऱ्यांमध्ये कामाचे योग्य प्रकारे वाटप करण्यात येते. परंतु कामाचे वाटप अशा प्रकारे करण्यात येते की, एका कर्मचाऱ्याने केलेल्या कामाची तपासणी आपोआपच दुसऱ्या कर्मचाऱ्याने केलेल्या कामामुळे होते. म्हणजेच एकच व्यवहार सुरुवातीपासून शेवटपर्यंत एकाच कर्मचाऱ्याला नोंदविता येणार नाही. एकाने केलेल्या नोंदी दुसऱ्याने केलेल्या नोंदीच्या आधारे तपासून पाहता येतील. त्यामुळे दोन किंवा अधिक कर्मचाऱ्यांचे संगनतम असल्याशिवाय लबाडी किंवा गैरप्रकार करता येणार नाही. कर्मचाऱ्यांच्या दैनंदिन कामकाजावर नियंत्रण ठेवून चुका, लबाड्या, अनियमितपणा इ. बाबींना आळा घालण्यासाठी या पद्धीचा उपयोग करण्यात येतो. अंतर्गत तपासणी पद्धतीमध्ये श्रमविभागणीचे तत्त्व उपभोगात आणले जाते. परंतु एका कर्मचाऱ्याचे काम दुसऱ्याकडून त्याच्या कामामुळे तपासले जाते. उदा. एक कर्मचारी व्यवहारांची नोंद करतो, दुसरा कर्मचारी रोख पैशांचे व्यवहार सांभाळतो, तिसरा कर्मचारी खतावणी तयार करतो. एकाच कर्मचाऱ्याकडे सर्व व्यवहार सोपविले तर चुका व अफरातफर होण्याची शक्यता असते.

१.१५.१.अंतर्गत तपासणी पद्धतीच्या व्याख्या (Definitions of Internal Check System)

१) एफ. आर. एम. डी. पौला (F.R.M.De Paula) यांचे मते

"An Internal check means practically a continuous internal audit carried on by the staff itself by means of which the work of each individual in independently checked by other members of the staff."

"प्रत्येक कर्मचाऱ्याचे काम इतर कर्मचाऱ्यांद्वारे स्वतंत्रपणे तपासले जाईल यासाठी प्रत्यक्ष व्यवहारात आणलेली सतत हिशेबतपासनीसपद्धती म्हणजेच अंतर्गत तपासणी पद्धती होय."

२) स्पायसर व पेगलर (Spicer and Pegler) **यांच्या मते**

"A system of internal check is an arrangement of staff duties whereby no one person is allowed to carry through and to record every aspect of a transaction so that without collusion between two or more persons fraud is prevented and at the same time the possibilites of error are reduced to a minimum."

"अंतर्गत तपासणी पद्धती म्हणजे कर्मचाऱ्यांच्या कामाची अशी व्यवस्था आहे, की, जिच्यामध्ये एकच कर्मचारी कोणत्याही व्यवहारासंबंधी सर्व नोंदी करू शकणार नाही. आणि त्यामुळे दोन किंवा अधिक कर्मचाऱ्यांचे संगनमत असल्याशिवाय लबाडी होऊ शकणार नाही व त्याचबरोबर चुका होण्याची शक्यताही कमीत कमी राहील."

वरील व्याख्यांचा विचार केल्यावर अंतर्गत तपासणी पद्धतीची खालील वैशिष्ट्ये सांगता येतील –

१) व्यवसायसंस्थांच्या दैनंदिन कामकाजावर नियंत्रण ठेवण्याची ही एक वैशिष्ट्यपूर्ण पद्धती आहे. या पद्धतीचा उपयोग व्यवसाय संस्थेमधील कार्यालये, उत्पादन विभाग व मालसाठा विभाग यामध्ये केला जातो.

२) या पद्धतीनुसार व्यवहारांच्या नोंदी ठेवण्याचे काम अनेक कर्मचाऱ्यांमध्ये वाटून देण्यात येते आणि एकाच व्यक्तीला एका व्यवहाराच्या सर्व नोंदी करता येत नाही.

३) या पद्धतीत प्रत्येक कर्मचाऱ्याचे कार्य व जबाबदारी काटेकोरपणे निश्चित करण्यात येते.

४) एका कर्मचाऱ्याने केलेल्या कामाची तपासणी आपोआपच दुसऱ्या कर्मचाऱ्याच्या कामामुळे होत असते.

५) चूक किंवा लबाडी झाल्यास ती ताबडतोब उघडकीस येते.

६) दोन किंवा अधिक कर्मचाऱ्यांचे संगनमत असल्याशिवाय लबाडी करता येत नाही.

१.१५.२. अंतर्गत तपासणी पद्धतीचे उद्देश (Objectives of Internal Check)

१) कर्मचाऱ्यांच्या जबाबदारीचे योग्य वाटप करणे : प्रत्येक कर्मचाऱ्याची जबाबादारी व काम अशा रीतीने निश्चित करणे की, एखाद्या चुकीबद्दल व लबाडीबद्दल

ते विशिष्ट काम करणाऱ्या कर्मचाऱ्याला जबाबदार धरता येईल.

२) लबाडी व अफरातफरीस आळा घालणे : या पद्धतीमध्ये एका व्यक्तीची चूक दुसऱ्या व्यक्तीच्या कामामुळे उघडकीस येते; त्यामुळे चुका व गैरप्रकारांना आळा घातला जातो. दोन किंवा अधिक कर्मचाऱ्यांचे संगनमत झाल्याशिवाय लबाडी होऊ शकणार नाही.

३) जमाखर्च लिहिण्याचे काम नियमितपणे सुरू ठेवणे : सर्व व्यवहारांच्या नोंदी वेळच्या वेळी लेखापुस्तकांमध्ये नोंदल्या जाव्यात व श्रमविभागणीच्या तत्त्वामुळे नियमितपणे सर्व कामे सुरु राहावीत असा या पद्धतीचा उद्देश आहे.

४) हिशेबतपासणीचे काम सुलभ करणे : या पद्धतीमुळे बिनचूकपणे सर्व व्यवहारांच्या नोंदी होतात. चुका व लबाड्या करण्यास संधी मिळत नाही. त्यामुळे हिशेबतपासणीचे काम सुलभ होते.

५) वार्षिक खाती वेळेत व सुलभतेने तयार करणे : व्यवसायसंस्थेची वार्षिक खाती (व्यापारपत्रक, नफा-तोटापत्रक व ताळेबंद) वेळेत व सुलभतेने तयार करणे, हा या पद्धतीचा उद्देश ठरतो.

६) कर्मचाऱ्यांची कार्यक्षमता वाढविणे : श्रमविभागणी व जबाबदारीचे योग्य वाटप या तत्त्वामुळे कर्मचाऱ्यांची कार्यक्षमता वाढविणे हा या पद्धतीचा उद्देश आहे.

१.१५.३.चांगल्या किंवा आदर्श अंतर्गत तपासणी पद्धतीची मूलतत्त्वे (Objectives of Internal Check)

कोणत्याही व्यवसायसंस्थेमध्ये अंतर्गत तपासणी पद्धती यशस्वीपणे व कार्यक्षमतेने राबविण्यासाठी काही मूलभूत नियम पाळावे लागतात. चांगल्या किंवा आदर्श अंतर्गत तपासणी पद्धतीमध्ये पुढील तत्त्वांचा समावेश होतो -

१) जबाबदारी व कार्याचे योग्य वाटप : संस्थेत काम करणाऱ्या सर्व कर्मचाऱ्यांची कर्तव्ये व जबाबदाऱ्या यांचे योग्य वाटप करण्यात यावे. प्रत्येक विशिष्ट कार्याबद्दल विशिष्ट कर्मचाऱ्याला प्रसंगी जबाबदार धरता आले पाहिजे. तसेच एकाचे कार्य दुसऱ्याच्या कार्यावर अवलंबून ठेवण्यात यावे.

२) कार्यपद्धतीमध्ये स्पष्टपणा व निश्चितता असावी : व्यवसायसंस्थेमधील सर्व कार्य करण्याच्या पद्धती व त्या संदर्भातील कार्ये ही लेखी स्वरूपात स्पष्टपणे सर्व कर्मचाऱ्यांना समजावून दिली पाहिजेत. यामुळे प्रत्येक कर्मचाऱ्याला आपल्या कामाची व त्यातून उद्‌भवणाऱ्या जबाबदारीची स्पष्ट कल्पना येऊ शकेल.

३) जबाबदार अधिकाऱ्याचे नियंत्रण : जर संस्थेमध्ये कर्मचाऱ्यांची संख्या मोठी असेल तर या कर्मचाऱ्यांना एका मोठ्या जबाबदार अधिकाऱ्याच्या नियंत्रणाखाली ठेवण्यात यावे.

४) विभागांतर्गत बदलीची सोय : कर्मचाऱ्यांची त्याच संस्थेतील इतर विभागांमध्ये बदली करण्याची तरतुद असावी. त्यामुळे कर्मचाऱ्यांच्या कामात बदल होऊन लबाडी होण्यास आळा बसेल. साधारणपणे एकच विशिष्ट कार्य प्रदीर्घ काळासाठी एखाद्या कर्मचाऱ्याला देऊ नये. उदा. खतावणी करणाऱ्या कर्मचाऱ्याकडे दीर्घ काळासाठी तेच काम देऊ नये. कर्मचाऱ्यांच्या कामात बदल केल्यामुळे त्यांच्यात संगनमत होत नाही.

५) रोखीच्या व्यवहारांवर कडक नियंत्रण : रोख पैशांच्या देण्या-घेण्याची व्यवस्था काळजीपूर्वक व कडक नियंत्रणाखाली करण्यात आली पाहिजे. सद्यः परिस्थितीत जास्तीत जास्त व्यवहार बँकांमार्फत करण्याची व्यवस्था केली जाते; तरी देखील व्यवसायातील रोख रक्कम दररोज बँकेत जमा करण्याची पद्धती असावी.

६) उधार खरेदीसाठी योग्य पद्धतीचा वापर : उधारीवर माल खरेदी करताना मालाचा आदेश देणे व माल स्वीकारणे, या बाबतीत योग्य पद्धतीचा वापर करावा. संस्थेत मालाची देव-घेव होत असताना योग्य नोंदी करण्याची पद्धत घालून द्यावी, त्याचबरोबर सावकार व कर्जदार यांच्या खात्यांची जबाबदार अधिकाऱ्याकडून वेळोवेळी तपासणी करून घ्यावी.

७) स्वयंसंतुलित खाते पद्धतीचा उपयोग (Self Balancing Ledger): खाते विभागामध्ये स्वयंसंतुलित खाते पद्धतीचा उपयोग करावा व सर्व खाते-पुस्तके (Ledgers) जबाबदार अधिकाऱ्याच्या नियंत्रणाखाली असावीत.

८) वरिष्ठ व्यवस्थापनला वेळोवेळी अहवाल देणे : मोठ्या संस्थांमध्ये वरिष्ठ व्यवस्थापक व कर्मचारी यांचा प्रत्यक्ष संबंध क्वचितच येतो. त्यामुळे कर्मचाऱ्यांच्या कार्याबद्दलचा, एकूण कामकाजासंबंधीचा अहवाल वरिष्ठ व्यवस्थापनाला देण्यात यावा. हे अंतर्गत तपासणी पद्धतीचे महत्त्वाचे तत्त्व आहे. वरिष्ठ व्यवस्थापनाला जमाखर्च व हिशेबासंबंधीचे योग्य ज्ञान वेळोवेळी करून देण्यात यावे.

९) यांत्रिक उपकरणांचा जास्तीत – जास्त उपयोग करावा : चुका व लबाड्या कमी करण्यासाठी यंत्रांचा अधिकाधिक उपयोग करण्यात यावा (उदा. Cash Registers, Time Recording Clocks, Calculating Machines इ.) या यंत्रांमुळे कर्मचाऱ्यांची कार्यक्षमतादेखील वाढते.

१०) कर्मचाऱ्यांना योग्य तेव्हा रजेवर पाठविण्याची सोय असावी : कर्मचाऱ्याला योग्य तेव्हा सुट्टीवर पाठविता आले पाहिजे. सुट्टीच्या काळात त्याचे काम दुसऱ्याकडे सोपवून, त्याच्या कामाची तपासणी करून देण्याची सोय असावी. यामुळे त्या विशिष्ट कर्मचाऱ्याने केलेल्या चुका व लबाड्या उघडकीस येऊ शकतील.

११) संपूर्ण पद्धतीमध्येच कार्यक्षमता व लवचिकता असावी : अंतर्गत तपासणी पद्धती अशा प्रकारे निश्चित करण्यात यावी की, कार्यामध्ये जास्तीत जास्त कार्यक्षमता व काटकसर निर्माण होईल.

वर वर्णन केलेली अंतर्गत तपासणी पद्धतीची वैशिष्ट्ये विचारात घेऊन व्यवसायसंस्थेने आपल्या व्यवसायाला अनुरूप व सोयीची अंतर्गत नियंत्रण पद्धती निवडावी व तिची अंमलबजावणी करावी.

१.१५.४. अंतर्गत तपासणी पद्धतीचे फायदे (Advantages of Internal Check)

अंतर्गत तपासणीची चांगली पद्धती उपयोगात आणल्यास खालील फायदे मिळू शकतात –

१) लबाडी व गैरप्रकार होण्याची शक्यता कमी : अंतर्गत तपासणी पद्धती कार्यक्षमतेने राबविल्यास कर्मचाऱ्यांना गैरप्रकार करण्यास वाव मिळत नाही; कारण या पद्धतीमुळे एकतर जबाबदारी निश्चित असते व दुसरे म्हणजे दुसऱ्या कर्मचाऱ्याकडून कामाची तपासणी होते.

२) चुका व गैरप्रकार उघडकीस आणले जातात : या पद्धतीमुळे कर्मचाऱ्यांकडून जमाखर्च लिहिताना होणाऱ्या चुका वेळेच्यावेळी उघडकीस आणल्या जातात. त्या चुकांचे भविष्यकाळात होणारे गंभीर परिणाम टाळता येतात.

३) जबाबदारी निश्चित होते : विशिष्ट कार्य व चुका याबाबत विशिष्ट कर्मचाऱ्याला स्पष्टपणे जबाबदार धरता येते. त्यामुळे प्रत्येक कर्मचारी जबाबदारीने व जागरूकपणे काम करतो.

४) चुका होण्याचे प्रमाण कमीत कमी ठेवता येते : या पद्धतीमुळे हिशेबाच्या नोंदी व जमाखर्च लिहिण्याच्या कामात नियमितपणा व शिस्त येते. त्यामुळे जमाखर्च लिहिण्यामधील चुकांचे प्रमाण कमीत कमी राहते.

५) नैतिक नियंत्रण राहते : या पद्धतीमुळे कर्मचाऱ्यांमुळे नैतिक प्रभाव निर्माण होतो. प्रत्येक कर्मचाऱ्याने आपल्या कामामध्ये प्रामाणिकपणा व सुरळीतपणा ठेवावा अशी

त्यांना शिकवण देता येते.

६) कार्यक्षमतेत वाढ होते : विशिष्ट प्रकारचे काम ठराविक व्यक्तीकडे सोपविण्यात येते व त्याची जबाबदारीही निश्चित केलेली असल्यामुळे त्याची कार्यक्षमता वाढते; त्यामुळे संस्थेतील कामे जलदगतीने व सुरळीतपणे होतात.

७) बिनचूक व पूर्ण जमाखर्च ठेवण्यास मदत : अंतर्गत तपासणी पद्धतीमुळे जमाखर्चाच्या नोंदी ठेवताना व हिशेबाची खाती लिहिताना चुकांचे प्रमाण कमी होते. तसेच सर्व व्यवहारांची नोंद करण्यात येते. त्यामुळे संपूर्ण व बिनचूक जमाखर्च व हिशेब ठेवता येतो.

८) हिशेबतपासणीचे कार्य सोपे होते : अंतर्गत तपासणी पद्धतीमुळे बिनचूक व संपूर्ण जमाखर्च ठेवण्यात येतो. त्यामुळे हिशेबतपासणीचे काम सुलभ होते.

१.१५.५.अंतर्गत तपासणी पद्धतीचे दोष/तोटे (Disadvantages of Internal Check)

अंतर्गत तपासणी पद्धीत राबविल्यामुळे अनेक फायदे होत असले तरी या पद्धतीच्या खालील मर्यादा किंवा दोष आहेत –

१) मोठ्या व्यवसायसंस्थांमध्येच राबविता येते : अंतर्गत तपासणी पद्धतीत मोठ्या व्यवसायसंस्थांमध्ये राबविता येते. लहान संस्थांना ही पद्धती सोयीची नाही; कारण श्रमविभागणीचे तत्त्व लहान संस्थांमध्ये उपयोगात आणणे कठीण असते.

२) खर्चाचे प्रमाण जास्त : ही पद्धती राबविण्यासाठी अनेक प्रकारच्या व दर्जाच्या कर्मचाऱ्यांची नियुक्ती करावी लागते. तसेच बराचसा वेळ व पैसा खर्च होतो. म्हणून ही पद्धती खर्चाची ठरते; म्हणून लहान संस्थांना सोयीची ठरत नाही.

३) हिशेबतपासणीच्या कामात दुर्लक्ष होऊ शकते : व्यवसायसंस्थेने अंतर्गत तपासणी पद्धती उपयोगात आणलेली आहे; त्यामुळे त्या संस्थेचा जमाखर्च व हिशेब बिनचूक आहे असे हिशेबतपासनीस गृहीत धरतो. त्यामुळे हिशेबतपासनीसाच्या कामात पुरेशी दक्षता न घेतली जाण्याची शक्यता असते.

४) संगनमताने लबाडी होण्याची शक्यता असते : अंतर्गत तपासणी पद्धतीमुळे एकटा कर्मचारी लबाडी किंवा गैरप्रकार करू शकत नाही; परंतु दोन किंवा अधिक कर्मचारी संगनमताने गैरप्रकार करू शकतात. एकत्रितपणे व गटबाजी करून लबाडी करण्याचे प्रकार व्यवसायसंस्थेच्या दृष्टीने फार गंभीर स्वरूपाचे ठरतात.

५) अधिकार निष्काळजी राहण्याची शक्यता : या पद्धतीनुसार कामाची तपासणी आपोआप होत असल्यामुळे काही जबाबदार व वरच्या दर्जाचे अधिकारी निष्काळजी बनण्याची शक्यता असते.

अंतर्गत तपासणी पद्धतीमध्ये वरील दोष असले तरी तिची उपयुक्तता कमी होत नाही. मोठ्या व्यापारी संस्थांना ती पद्धती निश्चितच उपयुक्त आहे. पुरेशी दक्षता घेऊन ही पद्धती राबविल्यास जमाखर्च व हिशेब लिहिण्याच्या कामावर योग्य नियंत्रण राहू शकते. ही पद्धती राबविताना ज्येष्ठ अधिकाऱ्यांनी योग्य नियंत्रण ठेवणे मात्र जरुरीचे आहे.

१.१५.६.अंतर्गत तपासणी पद्धती (Internal Check System) व हिशेबतपासनीस (Auditor)

अनेक व्यावसायिक संस्था अंतर्गत तपासणी पद्धती राबवितात. हिशेबतपासनीसाच्या दृष्टीने अंतर्गत तपासणी पद्धतीला विशेष महत्त्व आहे; कारण अंतर्गत तपासणी पद्धतीवर हिशेबतपासनीसाने कितपत विसंबून राहावे? असा प्रश्न उपस्थित होतो. अर्थात, कार्यक्रम अंतर्गत तपासणी पद्धतीमुळे त्याचे काम सुलभतेने होऊ शकते, हे स्पष्ट आहे. परंतु या पद्धतीवर त्याने किती अवलंबून राहावे हे व्यवसायाचा आकार व व्याप्ती यावर अवलंबून आहे. हिशेबतपासनीसाला या पद्धतीवर पूर्णपणे विसंबून राहून आपले कार्य करता येणार नाही.

हिशेबतपासनीसाने त्या व्यवसायात असलेल्या अंतर्गत तपासणी पद्धतीची माहिती करुन घ्यावी, ती कितपत प्रभावी आहे व तिच्यात कोणते दोष आहेत हे पहावे व त्यानंतर आपल्या हिशेबतपासणीच्या कामाला सुरुवात करावी. या संदर्भात त्या संस्थेत वापरण्यात येत असलेल्या अंतर्गत तपासणी पद्धतीचे स्पष्टीकरण हिशेबतपासनीसाने मागवून घ्यावे. या पद्धतीत चुका व अफरातफर होण्याची किती शक्यता आहे, याची दखल घ्यावी.

जर अंतर्गत तपासणी पद्धती दोषपूर्ण असेल किंवा तिला काही मर्यादा असतील तर नोंदलेला प्रत्येक जमाखर्च बरोबरच आहे असे तो गृहीत धरू शकत नाही. अशा वेळी त्याने जमाखर्चाची पूर्णपणे तपासणी केली पाहिजे.

जर अंतर्गत तपासणी पद्धती समाधानकारक व विश्वसनीय असेल तर तो नमुना पद्धतीने जमाखर्चाच्या पुस्तकांची तपासणी करून आपले कार्य करू शकतो. यामुळे त्याचा वेळ व श्रम वाचतील. प्रभावी अंतर्गत पद्धतीमुळे त्याचे कार्य सुलभ होते हे खरे; तर त्यामुळे तो आपल्या जबाबदारीतून मुक्त होऊ शकत नाही. म्हणजेच जमाखर्चाची हिशेबतपासनीसझाल्यावर काही चुका व अफरातफरीचे प्रकार उघडकीस आले तर अंतर्गत तपासणी पद्धती कार्यक्षम होती हे कारण सांगून तो आपल्या जबाबदारीतून मुक्त

होत नाही. म्हणून अंतर्गत तपासणी पद्धतीवर हिशेबतपासनीसाने कितपत विसंबून रहावे याचा त्याने स्वतः निर्णय घ्यावयाचा असतो. अंतर्गत तपासणी पद्धतीमध्ये काही दोष आढळून आल्यास ते निदर्शनास आणून, त्याबद्दल व्यवसायसंस्थेला तो उपाययोजना सुचवू शकतो म्हणून अंतर्गत तपासणी पद्धतीवर विसंबून राहून हिशेबतपासनीसकरताना हिशेबतपासनीसाने सावध राहिले पाहिजे, या संदर्भात पुढील विधान सूचक ठरते.

१.१५.७. अंतर्गत तपासणी व अंतर्गत हिशेबतपासनीसयातील फरक (Difference between Internal Check and Internal Audit)

अंतर्गत तपासणी व अंतर्गत हिशेबतपासनीसया दोन्ही बाबी भिन्न आहेत. दोन्हीचा उद्देश भिन्न आहे. व्यवसायसंस्थेमध्ये जमाखर्च लिहिताना लबाडी व अफरातफर होऊ नये व झालीच तर ताबडतोब उघडकीस यावी. यासाठी अंतर्गत तपासणी पद्धती उपयोगात आणली जाते. परंतु अंतर्गत हिशेबतपासनीसहा हिशेबतपासणीचाच एक प्रकार आहे. या दोन बाबींमध्ये खालील फरक आढळून येतो –

अंतर्गत तपासणी व अंतर्गत हिशेबतपासनीसयातील फरक

अ.नं.	मुद्दा	अंतर्गत तपासणी	अंतर्गत हिशेबतपासणी
१)	कार्याचे स्वरूप	अंतर्गत तपासणीमध्ये आर्थिक व्यवहारांच्या नोंदी करणे व त्या तपासण्याची व्यवस्था करणे तसेच कर्मचाऱ्यांची जबाबदारी निश्चित करणे या कार्यांचा समावेश आहे.	अंतर्गत हिशेब तपासणीमध्ये फक्त लिहिलेल्या जमाखर्चाची तपासणी करण्याच्या कामाचा समावेश आहे.
२)	व्याप्ती	अंतर्गत तपासणीची व्याप्ती मर्यादित असते.	अंतर्गत हिशेबतपासणीच्या कार्याची व्याप्ती मोठी असते.
३)	उद्देश	जमाखर्च व हिशेब लिहिताना चुकांचे प्रमाण कमीत कमी करणे व गैरप्रकारांना आळा घालणे व चुका शोधून काढणे हा उद्देश आहे.	जमाखर्चात नोंदविलेले व्यवहार बिनचूक आहेत याची खात्री करून घेणे व त्याबरोबरच पूर्वी केलेल्या चुका व लबाड्या शोधून काढणे, हा उद्देश असतो.

अ.नं.	मुद्दा	अंतर्गत तपासणी	अंतर्गत हिशेबतपासणी
४)	उपयोग	आर्थिक व्यवहारांची सुरुवात झाल्यापासून त्यांची वही खात्यात नोंद होईपर्यंत या पद्धतीचे काम चालते.	जमाखर्च लिहून पूर्ण झाल्यावर अंतर्गत हिशेब तपासणी सुरू होते.
५)	कर्मचारी	यासाठी वेगळा असा कर्मचारी वर्ग नेमावा लागत नाही.	अंतर्गत हिशेब तपासणी स्वतंत्रपणे कर्मचाऱ्यांची नेमणूक करून करता येते.
६)	चुका शोधणे	या पद्धतीत दैनंदिन कामकाजाचे वेळीच चुका, लबाड्या व अनियमितपणा शोधून काढला जातो.	या पद्धतीत सर्व जमाखर्च लिहून झाल्यावर चुका, लबाड्या व अनियमितपणा शोधून काढला जातो.

१.१५.८.अंतर्गत तपासणी पद्धतीची अंमलबजावणी (Implimentation of Internal Check)

व्यवसायसंस्थेच्या निरनिराळ्या विभागांमधील व्यवहारांवर नियंत्रण ठेवण्यासाठी 'अंतर्गत तपासणी पद्धती' अंमलात आणली जाते. खालील प्रमुख विभागांमध्ये अंतर्गत तपासणी पद्धती अंमलात आणणे आवश्यक ठरते –

१) रोख विभाग

२) मजुरी देण्याचा विभाग

३) खरेदी विभाग

४) विक्री विभाग

५) साठा किंवा संग्रहण विभाग

या विभागांमधील व्यवहारासंबंधी अंतर्गत तपासणी पद्धती अंमलात आणण्यासाठी काही सर्वसाधारण नियमांची चर्चा खालीलप्रमाणे करता येईल –

१) रोकड विभाग (रोख विभाग) (Cash Section) : कोणत्याही व्यवसायसंस्थेमध्ये रोख देव-घेवीचे व्यवहार घडत असतातच. रोख व्यवहारावर अधिक लक्ष देणे आवश्यक ठरते; कारण पैशांची अफरातफर करण्याचे प्रकार या विभागातच जास्त घडतात. रोखीच्या व्यवहारांवर योग्य नियंत्रण ठेवल्यास रोखपालास गैरव्यवहार करण्यास संधी मिळणार नाही. रोखीच्या व्यवहारांचा जमाखर्च लिहिताना फक्त रोखपुस्तक लिहिण्याचेच काम रोखपालास देण्यात यावे; खतावणी करण्याचे काम दुसऱ्या

कर्मचाऱ्याकडे सोपवावे रोखीच्या व्यवहारांचे दोन भाग पडतात. एक म्हणजे रोख रक्कम देणे व दुसरा म्हणजे रोख रकमा स्वीकारणे. रोख विक्री, व्यवसायातील सावकार, गुंतवणुकीवरील व्याज इ. व्यवहारांमुळे रोख रकमा प्राप्त होतात. तसेच रोखीने खरेदी, सावकारांना पैसे देणे, मजुरी देणे व इतर व्यापारी खर्च इ. मुळे रोख रकमा द्याव्या लागतात.

वरील दोन्ही प्रकारांसाठी अंतर्गत तपासणी पद्धती राबविण्यासंबंधीचे नियम पुढीलप्रमाणे सांगता येतील –

अ) रोख रकमा स्वीकारणे (Cash Receipts) :

१) रोखपालास फक्त पैसा स्वीकारण्याचेच काम देण्यात यावे. त्याला मूळ नोंदपुस्तक किंवा खतावणी पुस्तकामध्ये नोंदी करण्याचे काम देऊ नये, तसेच खतावणी करणाऱ्या कर्मचाऱ्याला रोख रकमा स्वीकारण्याचे काम देऊ नये.

२) साधारणपणे एकाच रोखपालास रोख रकमा आणि धनादेश हाताळण्याचे काम द्यावे. इतरांना रोखपुस्तक लिहिण्याचे काम द्यावे.

३) व्यवसायात येणारी पत्र जबाबदार अधिकाऱ्याने किंवा त्याच्या अनुपस्थितीत योग्य व्यक्तीने उघडावीत. त्यात येणारे धनादेश, ड्राफ्ट्स, पोस्टल ऑर्डर्स इ. ची यादी करून ती रोखपालाच्या स्वाधीन करावी व ते मिळाल्याची सही घ्यावी.

४) पैसे मिळाल्याची पावती रोखपालाने तयार करून त्यावर जबाबदार अधिकाऱ्याची सही घ्यावी. पावत्या छापील स्वरूपात असाव्यात व त्यावर क्रमांक असावेत.

५) व्यवसायसंस्थेने आपल्या ग्राहकांनी रेखांकित धनादेशांनीच (Crossed Cheque) पैसे द्यावेत व संस्थेने तयार केलेल्या रीतसर पावत्याच फक्त स्वीकाराव्यात अशी त्यांना सूचना द्यावी.

६) प्राप्त झालेल्या रोख रकमा व धनादेश रोजच्या बँकेत जमा करण्यात यावेत, बँक मिळवणी पत्रक (Bank Reconciliation Statement) तयार करून ठराविक काळाने तपासणी करण्यात यावी.

७) रोख विक्रीमुळे मिळालेल्या रकमांच्या व त्यांच्या नोंदींची तपासणी करण्यात यावी. प्रवासी विक्रेते नेमले असतील व ते रोख रकमा स्वीकारात असतील तर त्यांच्यावर कडक नियंत्रण ठेवावे. त्यांनी स्वीकारलेली रक्कम त्याच दिवशी बँकेत भरण्याची त्यांना सूचना द्यावी. तसेच ठराविक मुदतीनंतर विक्रीचे विवरण नियमितपणे पाठविण्यास सांगावे. कोणत्याही प्रकारची सूट किंवा पैसे देण्यास मुदत वाढ देण्याचा अधिकार प्रवासी विक्रेत्यांना नसावा.

८) रोखपालास अधुनमधून सुट्टीवर पाठवावे व त्याच्या गैरहजेरीत रोख

पुस्तकातील महत्त्वाच्या व्यवहारांची तपासणी करावी.

ब) रोख पैसा देणे (Cash Payment) : रोख पैसा देण्याच्या व्यवहाराबाबत अंतर्गत तपासणी पद्धती खालीलप्रमाणे असावी –

१) रोख पैसा देण्याचा अधिकार जबाबदार व्यक्तीलाच असावा व त्याच्या संमतीशिवाय रोखपालाने कोणतीही रक्कम देऊ नये.

२) साधारणपणे सर्व प्रकारच्या मोठ्या रकमा धनादेशाद्वारेच देण्यात याव्यात. धनादेश रेखांकित करूनच द्यावेत. धनादेशावर जबाबदार अधिकाऱ्याची सही असावी. धनादेशाच्या प्रति–भागावर (Counter Foil) धनादेश प्राप्त करणाऱ्याची सही द्यावी. तसेच प्रत्येक रक्कम दिल्याची रीतसर पावती घ्यावी. फार मोठी रक्कम द्यावयाची असल्यास वरिष्ठ अधिकाऱ्याची परवानगी घेतली पाहिजे असा नियम करण्यात यावा. नियमितपणे ज्या रकमा द्याव्या लागतात त्या वेळच्यावेळी देण्याची व्यवस्था असावी.

३) दिलेल्या पैशाबद्दल रीतसर पावती घ्यावी. त्या पावतीवर आपल्या कार्यालयाचा योग्य क्रमांक टाकून ती फाईलमध्ये ठेवावी. वीस रुपयांपेक्षा अधिक रकमेच्या पावतीवर रेव्हेन्यू स्टॅम्प (पावती तिकीट) लावलेला असावा.

४) धनादेश पुस्तिका जबाबदार अधिकाऱ्याच्या ताब्यात सुरक्षित असाव्यात; त्यामुळे धनादेशाचा दुरुपयोग होणार नाही.

५) अधूनमधून 'बँक मिळवणी पत्रक' (Bank Reconciliation Statement) तयार करण्यात यावे.

६) वरिष्ठ अधिकाऱ्याने अधूनमधून रोकड बाकी व रोकड पुस्तकातील नोंदी पडताळून पहाव्या.

क) लहान रकमा देणे (Petty Cash Payment) : मोठ्या संस्थांमध्ये सर्व साधारणपणे लहान लहान रकमा देण्यासाठी व त्यांच्या नोंदी करण्यासाठी लघुरोकड पुस्तक (Petty Cash Book) ठेवण्यात येते. कार्यालय किंवा व्यवसाय लहान किंवा मोठा असला तरी लहान लहान रकमांचे व्यवहार होतच असतात. अशा लहान रकमांकरिता धनादेश देणे किंवा घेणे सोयीचे ठरत नाही; म्हणून या लहान लहान रकमा देण्याचे कार्य एखाद्या स्वतंत्र व्यक्तीकडे देण्यात येते. त्यालाच लघुरोखपाल असे म्हणतात. लहान प्रमाणावर का होईना, लघुरोखपाल रोखीचे व्यवहार सांभाळीत असतो. त्यामुळे देखील लबाडी करण्याची संधी मिळू शकते; म्हणून या व्यवहारांवर अंतर्गत तपासणी पद्धतीसाठी खालील नियम आहेत–

१) लघुरोखपालला खर्चाची गरज लक्षात घेऊन दर महिन्याला ठराविक रक्कम आगाऊ म्हणून देण्यात यावी. या रकमेत वाढ करावयाची असल्यास वरिष्ठ अधिकाऱ्याची

परवानगी घेण्याचा नियम असावा.

२) लघुरोखपालास फक्त लहान लहान रकमा देण्याचा अधिकार असावा. रकमा स्वीकारण्याचा त्यास अधिकार देऊ नये.

३) लघु रोकड पुस्तक वर्गीकरण पद्धती (Imprest System With Analytical Columns) ने लिहिले पाहिजे.

४) पैसे दिल्याबद्दल खर्चाच्या योग्य पावत्या (Vouchers) तयार केल्या असल्या पाहिजेत. ज्या खर्चाची पावती मिळू शकणार नाही ती त्याने स्वतः तयार करून त्यावर वरिष्ठ अधिकाऱ्याची सही घ्यावी.

५) प्रमुख रोखापालाने अधूनमधून लघुरोकड पुस्तक तपासून बरोबर असल्याची खात्री करून घ्यावी.

६) आगाऊ (Advance) रकमा देण्याचा अधिकार लघुरोखपालास देऊ नये.

७) दर महिन्याच्या शेवटी प्रमुख लेखापालाने लघुरोकड पुस्तकातील व्यवहारांची पाहणी करावी.

ड) रोख विक्री (Cash Sales) : रोख विक्रीच्या व्यवहारांबाबत अंतर्गत तपासणी पद्धतीमध्ये पुढील नियम असावेत. रोख विक्री पुढील तीन मार्गांनी होऊ शकते.

काऊंटरवर होणारी रोख विक्री

१) जर दुकानाची किंवा व्यवसायाची जागा मोठी नसेल तर मालकाने स्वतः विक्रीची नेमणूक करण्यात निरीक्षण करावे.

२) वस्तूंची विक्री करणे, रोख रक्कम स्वीकारणे व माल ताब्यात देणे ही कामे वेगवेगळ्या कर्मचाऱ्यांकडे सोपवावीत.

३) निरनिराळ्या वस्तूंसाठी वेगळे विभाग असावेत व आवश्यकतेनुसार विक्रेत्याची नेमणूक करण्यात यावी, शक्य झाल्यास विक्रेत्यावर निरीक्षक (Supervisor) नेमावेत.

४) वस्तूची विक्री केल्यावर विक्रेत्याने तीन प्रतीत बिल तयार करावे; त्यावर हस्ताक्षर करुन त्यातील दोन प्रती ग्राहकाला द्याव्यात व रोखपालाकडे पैसे देण्यास सांगावे.

५) विक्रेत्याने विकलेल्या वस्तू किंवा माल रोखपालाशेजारी बसलेल्या निरीक्षकाकडे पाठवाव्यात. त्यावर बिल क्रमांक असावा.

६) रोखपाल ग्राहकांकडून बिलाप्रमाणे रक्कम स्वीकारील व प्रत्येक बिलावर प्राप्त किंवा पेड असा शिक्का उठवून एक प्रत ग्राहकाकडे देईल.

७) रोख रक्कम मिळाल्यावर आपल्या विवरणामध्ये बिल क्रमांक व प्राप्त रकमेची नोंद करील.

८) त्यानंतर वस्तू ग्राहकाच्या ताब्यात देईल. वस्तू ताब्यात देताना ग्राहकांकडील बिल पाहिले जाईल व त्यावर 'माल ताब्यात दिला' असा शेरा माराला जाईल.

९) रोखपाल संपूर्ण दिवसभर केलेल्या रोख विक्रीच्या नोंदी करून रोख विक्री पत्रक तयार करील. असेच पत्रक विक्रेता देखील तयार करील. दोघांचीही पत्रके जुळली पाहिजेत.

१०) त्यानंतर वरील रोख-विक्री पत्रकामधील एकूण रकमेने रोकड पुस्तकामध्ये नोंदी केल्या पाहिजेत.

प्रवासी विक्रेत्यामार्फत रोखी विक्री (Sales by Travelling Agents) : प्रवासी विक्रेते विक्री करून रोख रकमा आणत असतील तर अशा विक्रीच्या बाबतीत अंतर्गत तपासणी पद्धतीचे नियम खालीलप्रमाणे आहेत -

१) शक्यतो प्रवासी विक्रेत्यांना विक्रीच्या रकमेतील प्रत्यक्षपणे स्वीकारण्याची परवानगी देऊ नये.

२) प्रवासी विक्रेत्यांनी विक्रीच्या रकमेतील एकही पैसा खर्च करु नये अशी सूचना देण्यात यावी. त्यांना खर्चासाठी स्वतंत्रपणे वेगळी रक्कम द्यावी.

३) जर प्रवासी विक्रेते विक्रीची रक्कम वसूल करत असतील तर त्यांनी ती रक्कम त्याच दिवशी बँकेत भरावी किंवा मुख्य कार्यालयात जमा करावी अशी त्यांना कडक सूचना देण्यात यावी.

४) प्रवासी विक्रेत्यांना फक्त कच्ची पावती देण्याचा अधिकार असावा. पक्की पावती कार्यालायतून ग्राहकांना पाठविण्यात यावी.

५) ग्राहकांना त्यांच्या खात्यावरील रकमांसंबंधी खाते-विवरण वेळोवेळी पाठवावे; तसेच त्यांच्या खात्यावरील येणे बाकीसंबंधी त्यांच्याशी पत्रव्यवहार करावा.

६) प्रवासी विक्रेत्यांच्या विक्रीचा प्रदेश वेळोवेळी बदलावा.

७) प्रवासी विक्रेत्यांनी पाठविलेले विक्रीविवरण बारकाईने तपासण्यात यावे.

८) प्रवासी विक्रेत्यांनी आपल्या विक्रीचे विवरण पाठविल्यानंतरच त्यांना कमिशन किंवा पगाराचे धनादेश द्यावेत.

टपालाद्वारे विक्री (V.P.P.Sales) टपालाद्वारे करण्यात येणाऱ्या विक्रीसंबंधी पुढील नियम असावेत -

१) टपालाद्वारे होणाऱ्या विक्रीच्या व्यवहारांची नोंद करण्यासाठी स्वतंत्र रजिस्टर (V.P.P.Register) ठेवावे. या रजिस्टरमध्ये ग्राहकाचे नाव व पत्ता, मालाचे प्रमाण, किंमत, माल पाठविल्याची तारीख आणि मिळालेली रक्कम इ. नोंदी असाव्यात.

२) टपालाने पाठविलेला माल परत आल्यास त्यांच्या योग्य प्रकारे नोंदी करण्यात याव्यात.

३) टपालाद्वारे केलेल्या विक्रीपासून मिळालेल्या रकमांची रोजच्या रोज रोकड पुस्तकामध्ये नोंद करण्यात यावी.

४) टपालाद्वारे विक्रीच्या संदर्भात ग्राहकांकडून मिळालेल्या आगाऊ रकमांची नोंद योग्य प्रकारे व्ही. पी. पी. रजिस्टरमध्ये करण्यात यावी.

५) व्ही. पी. पी. रजिस्टर नियमितपणे ठराविक काळानंतर जबाबदार अधिकाऱ्याने तपासले पाहिजे. तसेच व्ही. पी. पी. रजिस्टरमधील नोंदी रोकड पुस्तकातील नोंदीशी जुळवून पाहिल्या पाहिजेत.

२) मजुरीवरील खर्च (Wage Payments) : मोठ्या प्रमाणावरील उत्पादन करणाऱ्या संस्थांमध्ये कामगारांची संख्या बरीच मोठी असते. कामगारांना त्याच्या कामाबद्दल मजुरी द्यावी लागते. कामगारांची संख्या मोठी असल्यामुळे हे काम मजुरी विभागातील विशिष्ट कारकुनाकडे देण्यात येते. सध्याच्या उत्पादन पद्धतीमध्ये काम करण्याच्या निरनिराळ्या पद्धती व कामाचे वेगवेगळे प्रकार असल्यामुळे मजुरी देण्याचे काम गुंतागुंतीचे होते. मजुरी किती व कोणत्या पद्धतीने आकारावी या बाबतीत अनेक संस्थांमध्ये भिन्नता आढळून येते. असे जरी असले तरी मजुरी देण्याचे काम महत्त्वाचे असते. मजुरीवाटपाच्या बाबतीत विविध प्रकारची अफरातफर व लबाडी करण्यास वाव असतो; म्हणून मजुरी देण्याच्या कार्यात गैरव्यवहार होणार नाहीत याची दक्षता घेण्यास वाव असतो. म्हणून मजुरी देण्याच्या कार्यात गैरव्यवहार होणार नाहीत याची दक्षता घ्यावी लागते. साधारणपणे मजुरांच्या संदर्भात पुढील गैरप्रकार होण्याची शक्यता असते–

१) काम केले नसतानाही काम केल्याची नोंद करून मजुरांना मजुरी देणे.

२) मजुरांच्या यादीत खोटी व काल्पनिक नावे घालून कार्यालयातून मजुरीसाठी अधिक रकम घेऊन काल्पनिक मजुरांच्या नावासमोर खोट्या सह्या करून अफरातफर करणे.

३) मजुरीची आकारणी करताना मुद्दाम जास्त आकारणी करणे.

४) नेमून दिलेले काम पूर्ण झाले नसतानाही काम पूर्ण झाले असे दाखवून मुख्य कार्यालयातून रोख पैसा मिळविणे.

५) कामगारांना दिल्या जाणाऱ्या पैशांच्या हिशेब करताना मुद्दाम जास्त रकम दाखविणे; पण प्रत्यक्षात तेवढे पैसे न वाटणे.

वरील प्रकारचे गैरव्यवहार टाळण्यासाठी अंतर्गत नियंत्रण पद्धतीचा उपयोग करण्यात यावा. त्यासंबंधी पुढील नियम अंमलात आणावेत -

१) मजुरांच्या हजेरीच्या नोंदी ठेवणे : प्रत्येक कामगाराने किती वेळ काम केले, याची व्यवस्थित नोंद ठेवली गेली पाहिजे. त्यासाठी पुढील पद्धती वापरता येईल-

अ) वेळ नोंदविणारे घड्याळ : (Time Recording Clock) दरवाजाजवळ वेळ नोंदविणाऱ्या अधिकाऱ्याच्या ताब्यात ठेवावे, कामगाराने कामाच्या हॉलमध्ये प्रवेश केल्यानंतर त्याच्या वेळेची नोंद करण्यात यावी; तसेच कामगार बाहेर पडण्याच्यावेळी देखील वेळेची नोंद ठेवण्यात यावी.

ब) जर वेळ नोंदविणाऱ्या घड्याळाचा (Time Recording Clock) उपयोग केला जात नसेल, तर पितळी बिल्ले देऊन वेळ दर्शविणाऱ्या बोर्डावर ते लावून ठेवण्यात येतात; यामुळे कामगाराच्या कामाच्या वेळेची नोंद ठेवली जाते.

क) हजेरी कार्ड (Attendance Cards) तयार करून वेळेची नोंद ठेवणे. या हजेरी कार्डामध्ये कर्मचाऱ्याचे नाव, विभाग, मजुरीचा दर, कर्मचाऱ्याचा नंबर इत्यादी माहिती असावी. हे हजेरी कार्ड प्रत्येक कर्मचाऱ्याला देण्यात येते. कामगार कामावर येताना रोज हे कार्ड घेऊन येतो व कारखान्याच्या प्रवेशद्वाराजवळ ठेवलेल्या पेटीत टाकतो; त्यावरून त्याच्या हजेरीची नोंद करण्यात येते.

२) कामाच्या वेळेची नोंदी ठेवणे : ज्या कारखान्यात वेळेनुसार मजुरी देण्यात येते, त्या ठिकाणी कामाच्या वेळेची नोंद ठेवण्यासाठी समय कार्डाचा (Time Card) उपयोग करावा. यामध्ये प्रत्येक कामगाराला समय कार्ड देण्यात येते. त्यावर त्याचे नाव, नंबर व विभाग यांची नोंद असते. कामगाराने कामावर येतेवेळी व जाताना वेळेची नोंद या कार्डावर करावी. संबंधित कामागाराच्या वरिष्ठाने किंवा फोरमनने त्या कार्डावर आपली सही करावी. आठवड्याच्या शेवटी ही कार्डे एकत्र करून मजूरी विभागाकडे पाठविण्यात यावीत.

३) मजुराने केलेल्या कामाची नोंद ठेवणे : ज्या कारखान्यात कार्यानुसार मजुरी देण्यात येते. त्या ठिकाणी कामगाराने केलेल्या कामाची नोंद योग्य प्रकारे ठेवण्यात यावी, यासाठी प्रत्येक कामगाराला जॉब कार्ड (Job Card) देण्यात येते. या कार्डावर कामगाराचे नाव, नंबर व विभाग, कार्य क्रमांक, कामाचे स्वरूप आणि मजुरीचा दर

याची नोंद असते. ज्या वेळी कामगाराला काम देण्यात येते त्या वेळी त्या कार्डावर त्याची नोंद करण्यात येते. काम पूर्ण झाल्यावर ते तपासण्यात येते व या कार्डावर वरिष्ठ अधिकारी काम पूर्ण झाल्याबद्दल सही करतो. अशी रीतीने जॉब कार्डाच्या आधारे कामाची नोंद योग्य प्रकारे ठेवण्यात येते.

४) अधिक वेळ काम केल्याच्या नोंदी ठेवणे (Overtime Records): अधिक वेळ काम देण्यासंबंधी वरिष्ठ अधिकाऱ्याने मजुरी दिल्याशिवाय कामगाराला अधिक वेळ काम करण्याची परवानगी देऊ नये. अधिक वेळ काम केल्याबद्दल नोंद ठेवण्यासाठी प्रत्येक कागाराला एक अधिक वेळ पत्र (Overtime Slip) देण्यात येते. या पत्रावर कामगाराचे नाव, नंबर, अधिक वेळेची नोंद व विभाग इ. माहिती नोंदविलेली असते. अधिक वेळेचे काम पूर्ण झाल्यावर वरिष्ठ किंवा विभाग प्रमुख त्यावर सही करून ते मजुरी विभागाकडे पाठवून देतो.

५) कारखान्यातून बाहेर गेल्याच्या नोंदी ठेवणे (Pass out Records) : कोणत्याही कामगाराला कामाच्या वेळात कारखान्याबाहेर जाण्याची परवानगी नसावी; जर कामगाराला कारखान्याच्या बाहेर जावयाचे असेल तर त्याने जबाबदार अधिकाऱ्याची लेखी परवानगी घेतली पाहिजे. बाहेर जाताना कामगाराला पास देण्यात यावा. त्या पासाची एक प्रत फोरमनजवळ देण्यात यावी. जाताना कामगार हा पास गेटकीपरला देईल; त्यानंतर हे पास मजुरी कार्यालयाकडे पाठविण्यात येतील.

मजुरीपत्रक तयार करणे (Preparation of Wage Sheet) : मजुरीच्या किंवा कामगारांच्या हजेरीच्या, कामाच्या वेळांच्या, केलेल्या कामांच्या व वेळेपूर्वी कारखान्याच्या बाहेर जाण्याच्या नोंदी वरीलप्रमाणे योग्य पद्धतीने ठेवल्या जाव्यात. या नोंदीवरून कामगारांची मजुरी निश्चित करण्यात यावी. वेळेनुसार काम करणाऱ्या कामगारांसाठी (Time Workers) व कार्यानुसार काम करणाऱ्या कामगारांसाठी (Piece Workers) वेगवेगळे मजुरी पत्रक तयार करण्यात यावे. त्यासाठी पुढील नियमांचा अवलंब करावा –

अ) मजुरी पत्रकामध्ये सर्व आवश्यक बाबींची नोंद करणे आवश्यक ठरते. मजुरी पत्रकात साधारणपणे पुढील माहितीचे रकाने (Columns) असावेत. १) कामगाराचे नाव २) प्रत्येक कामगाराचा नंबर ३) कामाची एकूण वेळ ४) कामाचा तपशील ५)मजुरीचा दर ६) एकूण मजुरी ७) बोनस ८) अधिक समयासाठी मजुरी ९) मजुरीची एकूण देणे रक्कम १०) मजुरीतून अधिकृत कपाती ११)मजुरीची रक्कम.

ब) मजुरी पत्रक तयार केल्यानंतर त्यातील नोंदी, हजेरी रजिस्टर, कार्यपत्रक,

समयपत्रक इ. माहितीशी जुळवून पाहिल्या पाहिजेत.

क) मजुरी पत्रक तयार करण्याचे काम एकाच कर्मचाऱ्याकडे देऊ नये. दोन किंवा अधिक कर्मचाऱ्यांकडे मजुरी-पत्रकातील वेगवेगळ्या प्रकारच्या नोंदी करण्याचे काम द्यावे.

ड) मजुरीपत्रक तयार झाल्यानंतर त्याचे जबाबदार व्यक्तीकडून परीक्षण करुन घ्यावे.

मजुरीचे वाटप करणे (Payment of Wages) : मजुरी देण्याच्या कार्याबद्दल पुढील पद्धती किंवा नियमांचा अवलंब करावा -

१) मजुरी - पत्रक तयार करणाऱ्या कर्मचाऱ्याकडे मजुरी देण्याचे काम सोपवू नये. त्यासाठी स्वतंत्र कर्मचारी नेमावा; म्हणजेच रोखपालास मजुरी-पत्रक तयार करण्याचे कार्य देऊ नये.

२) मजुरी देताना मजुरीची रक्कम ज्याची त्यालाच देण्यात यावी. मजुरी दिल्यानंतर त्याच्याकडून पावती घ्यावी किंवा मजुरी पत्रकावर योग्य पावती तिकीट लावून कामगाराची सही देण्यात यावी. मजुराला लिहितावाचता येत नसेल तर त्याच्या विभाग-प्रमुखाच्या शिफारशीवरून त्याला रक्कम देण्यात यावी.

३) मजुरीचे वाटप करताना त्या संबंधित विभागाच्या फोरमनने किंवा निरीक्षकाने स्वतः येथे उपस्थित राहावे.

४) गैरहजर कामगाराच्या वतीने दुसऱ्या कोणत्याही कामगाराला मजुरी देऊ नये.

५) कधी कधी कारखान्यामध्ये बदली कामगार (Casual Workers) घेण्यात येतात. अशा बदली कामगारांचे स्वतंत्र रेकॉर्ड ठेवावे. बदली कामगारांच्या प्रत्येक दिवसाच्या नोंदी ठेवण्यात आल्या पाहिजेत. या नोंदीमध्ये त्याचे नाव, मजुरीचा दर, केलेल्या कामाचे प्रमाण, मजुरी इ. माहिती सविस्तर असावी. अशा बदली कामगारांना दररोज मजुरी देण्याची व्यवस्था करावी.

खरेदी विभागीमध्ये अंतर्गत तपासणी पद्धती : मोठ्या व्यवसायसंस्थेमध्ये स्वतंत्र खरेदी विभाग स्थापन करण्यात येतो. कारण खरेदीचे कार्य अत्यंत महत्त्वाचे आहे. योग्य दर्जाचा, योग्य किमतीत, योग्य प्रमाणात व योग्य वेळी माल खरेदी करण्याचे कार्य खरेदी विभाग करीत असतो. खरेदीच्या कार्यावर संस्थेचे उत्पादन व विक्री अवलंबून असते; म्हणून खरेदीचे कार्य चांगल्या प्रकारे होण्यासाठी खरेदी विभागामध्ये अंतर्गत तपासणी पद्धती परिणामकारकपणे राबविणे महत्त्वाचे ठरते. या संदर्भात पुढील नियमांचा अवलंब करण्यात यावा -

१) प्रत्येक मोठ्या संस्थेमध्ये स्वतंत्र खरेदी विभाग असावा व अधिकृत मागणीनुसारच योग्य किमतीला मालाची किंवा वस्तूंची खरेदी करण्याची जबाबदारी या विभागातील कर्मचाऱ्यांकडे सोपविण्यात यावी.

२) संस्थेत इतर विभाग–प्रमुखांकडून किंवा जबाबदार अधिकाऱ्यांकडून योग्य प्रकारे मागणी आल्याशिवाय मालाची खरेदी करू नये. यासाठी 'मागणी पुस्तक' (Requisition Book) ठेवण्यात यावे. संस्थेतील प्रत्येक विभागाने हे मागणी पुस्तक ठेवावे. मागणी पत्रकातील (Requisition Note) तपशील योग्य प्रकारे भरून ते खरेदी विभागाकडे पाठविण्यात यावे.

३) जो माल किंवा वस्तू खरेदी करावाची आहे त्याला संमती देण्यासाठी एकच जबाबदार अधिकारी असावा. या अधिकाऱ्याच्या संमतीशिवाय मालाची खरेदी करण्यात येऊ नये.

४) छापील व योग्य क्रमांक घातलेले आदेश पुस्तक वापरण्यात यावे. सर्व प्रकारचे आदेश, आदेश–पुस्तकातील छापलेल्या फॉर्ममध्येच देण्यात यावेत. प्रत्येक आदेशाच्या तीन प्रती तयार कराव्यात. मूळ प्रत विक्रेत्याकडे पाठवावी. दुसरी प्रत साठा विभागाकडे व तिसरी प्रत माहितीसाठी खरेदी विभागाकडे राहील.

५) आदेशानुसार विक्रेत्याने माल पुरविण्याचे मान्य केल्यावर, आदेश दिलेला माल साधारणपणे केव्हा मिळेल याबद्दलची सूचना, मालाची मागणी करणाऱ्या विभागाकडे पाठविण्यात यावी.

६) माल स्वीकरण्यासाठी माल आवक पुस्तक (Goods Inward Book) ठेवण्यात यावे. या पुस्तकामध्ये खरेदी केलेल्या किंवा आलेल्या मालाच्या सर्व तपशीलांची नोंद करण्यात यावी.

७) खरेदी केलेल्या मालाची बीजके आल्यांनतर त्यांची तपासणी करण्यात यावी. विशेषतः बीजकामध्ये लावलेल्या किमती आदेशानुसार आहेत किंवा नाहीत, याची खात्री करून घ्यावी; तर बीजक बरोबर असेल तर खरेदी पुस्तकामध्ये नोंदी करण्यात याव्यात. व बीजकावर योग्य क्रमांक टाकून ते फाईलमध्ये ठेवून द्यावे.

८) आदेशाप्रमाणे माल मिळाल्याशिवाय कोणत्याही बीजकाची रक्कम देण्यासंबंधी मंजुरी देण्यात येऊ नये. बीजकाच्या रकम किंवा पैसे देण्यासाठी धनादेश काढण्याचे काम जबाबदार अधिकाऱ्याकडे सोपविले पाहिजे. चेकवर सही करताना बीजकानुसार योग्य रकमेचाच धनादेश आहे याची खात्री करून घ्यावी.

९) जर खरेदी केलेला माल परत केला जात असेल तर खरेदी परत पुस्तकामध्ये (Purchase Return Book) योग्य नोंदी करण्यात याव्यात. ज्या विक्रेत्यांकडे माल

परत पाठविण्यात आला आहे त्यांना चिठ्ठी पाठवून देण्यासंबंधी विनंती करणारे पत्र पाठवावे.

१०) नावेबंद चिठ्ठ्या (Debit Notes) तयार केल्यावर जबाबदार अधिकाऱ्याने त्यांची तपासणी करावी व त्याची नोंद खरेदी परत पुस्तकामध्ये (Purchase Return Book) योग्य पद्धतीने करण्यात यावी.

विक्री विभागाच्या अंतर्गत तपासणी पद्धती : विक्रीचे रोखीने विक्री व उधारीवर विक्री असे दोन भाग पडतात. त्यांपैकी रोखी विक्रीच्या बाबतीत अंतर्गत तपासणी पद्धतीचे वर्णन या अगोदर करण्यात आले आहे. मोठ्या संस्थांमध्ये देखील मोठ्या प्रमाणावर विक्री करण्यात येते. त्यामुळे उधार विक्रीच्या बाबतीतही प्रभावी अंतर्गत तपासणी पद्धतीन असावी लागते.

विक्री विभागात उधार विक्रीच्या संदर्भात अंतर्गत तपासणी पद्धती खालीलप्रमाणे असावी–

१) संस्थेला मिळालेल्या आदेशांची नोंद सर्वप्रथम प्राप्त आदेश नोंदवही (Orders Received Book) मध्ये करण्यात यावी. यामध्ये योग्य तपशील नोंदवण्यात यावा. जर तोंडी आदेश प्राप्त झाला असेल तर त्याबद्दल लेखी आदेश प्राप्त करून घ्यावा, प्रत्येक आदेशावर कार्यलयातील क्रमांक टाकण्यात यावा.

२) माल पाठविणाऱ्या विभागाला (Despatch) आदेशाची एक प्रत देण्यात यावी. आदेशाची अंमलबजावणी दिलेल्या सूचनांप्रमाणेच करण्यात येते याकडे लक्ष द्यावे.

३) आदेशाच्या अंमलबजावणीनुसार जावक बीजक (Outward Invoice) तयार करण्यात यावे. जावक बीजक दोन प्रतीत तयार करावे. जावक बीजक तयार केल्यानंतर त्याची जबाबदार अधिकाऱ्याने तपासणी करावी. विशेषतः आकारण्यात आलेले दर व एकूण रक्कम या बाबतीत लक्ष द्यावे. आदेशात वर्णन केलेल्या अटीची पूर्तता काळजीपूर्वक झालेला आहे, याची खात्री करून घ्यावी. त्यामुळे भविष्यकाळात तक्रार निर्माण होणार नाही.

४) बीजकांवर अनुक्रमांक टाकावेत. आदेशावरील क्रमांकाचा उल्लेख बीजकावर करावा व बीजकाचा क्रमांक त्या संबंधित आदेशावर लिहावा.

५) माल पाठवणाऱ्या विभागाने माल पाठवताना मिळालेली रेल्वे पावती हिशेब विभागाकडे पाठवावी व याविभागातून ही कागदपत्रे बीजकासह ग्राहकांकडे पाठवण्यात यावीत.

६) बीजकांच्या प्रतींवरून दैनिक विक्री पुस्तकात (Sales Day-Book) नोंदी करावयात.

७) माल पाठवल्यानंतर त्याच्या नोंदी माल जावक पुस्तकात (Goods Outward Book) करण्यात याव्या.

८) एखाद्या जबाबदार अधिकाऱ्याने वेळोवेळी 'प्राप्त आदेश नोंदवही', बीजक वही आणि माल जावक पुस्तक यांची तपासणी करावी.

९) पाठवलेला माल जर ग्राहकाकडून परत आला तर त्याची नोंद माल आवक पुस्तकात (Goods Inward Book) करण्यात यावी.

१०) परत आलेल्या मालासंबंधी जमाबंद चिठ्ठ्या (Credit Notes) दोन प्रतीत तयार कराव्यात. या जमाबंद चिठ्ठ्या जबाबदार अधिकाऱ्याने तपासाव्यात व त्यावर सह्या कराव्यात.

११) जमाबंद चिठ्ठ्यांच्या आधारे विक्री परत पुस्तकामध्ये (Sales Return Book) आवश्यक तपशीलासह नोंदी कराव्यात. जमाबंद चिठ्ठ्यांच्या प्रती संदर्भासाठी फाईलमध्ये जपून ठेवाव्यात.

मालसाठा किंवा संग्रहण विभागामध्ये अंतर्गत तपासणी पद्धती : व्यवसायसंस्थेमध्ये मालसाठा विभागाचे काम अतिशय महत्त्वाचे असते. संस्थेने खरेदी माल व उत्पादित केलेला माल नीट सांभळून ठेवणे व आवश्यकतेनुसार उत्पादन विभागाला व विक्री विभागाला पुरवणे हे मालासाठा विभागाचे महत्त्वपूर्ण कार्य आहे. संस्थेच्या एकूण भांडवलापैकी फार मोठी रक्कम मालसाठ्यामध्ये गुंतलेली असते. अनेक प्रकारच्या लहान-मोठ्या किंवा माल संग्रहण विभागामध्ये साठवून ठेवलेला असतो. मालसाठा विभागातून मालाची अफरातफर व चोरी होण्याची मोठी शक्यता असते; म्हणून मालसाठा विभागावर रोख विभागइतकेच कडक नियंत्रण असावे लागते. मालसाठा विभागामध्ये अंतर्गत तपासणी पद्धती खालीलप्रमाणे असावी लागले -

१) मालसाठा करण्याची जागा अशा ठिकाणी असावी की साठा विभागामध्ये येणाऱ्या व जाणाऱ्या व्यक्तीवर जबाबदार अधिकाऱ्याचे लक्ष राहू शकेल. मालसाठा विभागामध्ये येण्यासाठी एकच प्रवेशद्वार असावे. मालसाठा विभागात येण्याची सर्वांना मुभा असू नये.

२) मालसाठा विभागात माल आल्यानंतर गुदाम -रक्षकाने (Store-Keeper) योग्य तपशीलासह मालप्राप्ती पत्रके (Goods Received Sheet) तीन प्रतीत तयार करावीत. एक प्रत हिशेब विभागाकडे, दुसरी प्रत खरेदी विभागाकडे व तिसरी प्रत स्वतःकडे राखून ठेवावी.

३) प्रत्येक प्रकारच्या मालासाठी बिनकार्ड ठेवण्यात यावे. प्रत्येक प्रकारच्या मालास एक संदर्भ क्रमांक देण्यात यावा. वस्तूंची मांडणी योग्य प्रकारे करण्यात यावी.

४) बिनकार्डवर मालाचा क्रमांक, प्रमाण, संख्या, तपशील इ. माहिती असावी. त्यावरून किती माल शिल्लक आहे हे समजून येईल. बिनकार्ड लिहिणाऱ्या कर्मचाऱ्याकडे मालसाठा खतावणी (Stores Ledger) लिहिण्याचे काम देऊ नये.

५) मालासाठाप्राप्ती पत्रके (Stores Received Sheets) व मालपुरवठा पुस्तक (Stores Issued Book) यांच्यामधील नोंदीवरून मालसाठा खतावणी पुस्तक लिहिण्यात यावे.

६) अधिकृत मागणी-पत्राच्या आधारानेच निरनिराळ्या विभागांना मालाचा पुरवठा करावा. मागणीपत्रावर अधिकृत अधिकाऱ्याचीच सही असली पाहिजे. पुरवण्यात आलेला माल जर एखाद्या विभागातून परत आला तर माल परत करावयाचे पत्रक किंवा चिठ्ठी (Material Return Note) तयार करावी व त्याच्या योग्य नोंदी करून ठेवाव्यात.

७) जबाबदार अधिकाऱ्यामार्फत अधूनमधून मालसाठा तपासणी करण्यात यावी.

८) बिनकार्ड, सामग्रीपत्रके व स्टोअरलेजर यांची वेळोवेळी पडताळणी करावी.

सराव प्रश्न

खालील प्रश्नांची उत्तरे २० शब्दांत लिहा.

१) हिशेब तपासणी म्हणजे काय ?

२) हिशेब तपासणीची व्याख्या सांगा.

३) पुस्तकपालन (Book-Keeping) म्हणजे काय ?

४) लेखाकर्म (Accountancy) म्हणजे काय ?

५) गळतीच्या चुका म्हणजे काय ?

६) सैद्धांतिक चुका म्हणजे काय ?

७) भरपाईची चूक म्हणजे काय ?

८) अफरातफर म्हणजे काय ?

९) 'नियमांक हिशेब तपासणी' म्हणजे काय ?

१०) 'सरकारी हिशेब तपासणी' म्हणजे काय ?

११) 'अंतर्गत हिशेब तपासणी' म्हणजे काय ?

१२) 'खाजगी हिशेब तपासणी' म्हणजे काय ?

१३) हिशेब तपासणी कार्यक्रम म्हणजे काय ?

१४) हिशेब तपासणी कार्यक्रमाची व्याख्या द्या.

१५) हिशेब टिपण-वही म्हणजे काय ?

१६) हिशेब तपासणीतील कागदपत्रे म्हणजे काय ?

१७) अंतर्गत नियंत्रण म्हणजे काय ?

१८) अंतर्गत तपासणी म्हणजे काय ?

१९) अंतर्गत हिशेब तपासणी म्हणजे काय ?

२०) रोख विक्री म्हणजे काय ?

२१) टपाल विक्री म्हणजे काय ?

२२) अंतर्गत नियंत्रणाची व्याख्या द्या.

खालील प्रश्नांची उत्तरे ५० शब्दांत लिहा.

१) हिशेब तपासणीची वैशिष्ट्ये सांगा.

२) हिशेब तपासणी प्रमुख उद्देश सांगा.

३) हिशेब तपासणीचे दुय्यम उद्देश सांगा.

४) चुकांचा प्रकार सांगा.

५) वार्षिक हिशेब तपासणीचे फायदे सांगा.

६) सतत हिशेब तपासणीचे फायदे सांगा.

७) सतत हिशेब तपासणीच्या मर्यादा स्पष्ट करा.

८) शिष्टाचार हिशेब तपासणीचे स्वरूप स्पष्ट करा.

९) परिव्यय हिशेब तपासणीची माहिती सांगा.

१०) अफरातफरीचे प्रकार सांगा.

११) हिशेब तपासणीच्या पूर्वतयारीचे स्पष्टीकरण करा.

१२) हिशेब तपासणी कार्यक्रमाची व्याख्या सांगून वैशिष्ट्ये सांगा.

१३) हिशेब तपासणी कार्यक्रमाचे फायदे सांगा.

१४) टिपण-वही म्हणजे काय ? तिचे फायदे सांगा.

१५) अंतर्गत तपासणीची उद्दिष्टे सांगा.

१६) हिशेब तपासणीतील कागदपत्रांचे स्पष्टीकरण करा.

१७) अंतर्गत नियंत्रणाची व्याख्या व उद्देश स्पष्ट करा.

१८) अंतर्गत तपासणीचे तोटे सांगा.

१९) अंतर्गत हिशेब तपासणीत हिशेब तपासणीच्या भूमिकेचे वर्णन करा.

२०) अंतर्गत तपासणी व अंतर्गत हिशेब तपासणीतील फरक स्पष्ट करा.

खालील प्रश्नांची उत्तरे १५० शब्दांत लिहा.

१) हिशेब तपासणीचा अर्थ सांगून तिची वैशिष्ट्ये स्पष्ट करा.

२) लेखाकर्म व हिशेब तपासणीमधील फरक स्पष्ट करा.

३) हिशेब तपासणीचे उद्देश स्पष्ट करा.

४) हिशेब तपासणीचे फायदे-तोटे सांगा.

५) सतत हिशेब तपासणीचे फायदे तोटे सांगा.

६) वार्षिक हिशेब तपासणीचे फायदे तोटे सांगा.

७) संघटन पद्धतीनुसार हिशेब तपासणीचे प्रकार सांगा.

८) व्यावहारिक दृष्टिकोनातून हिशेब तपासणीचे प्रकार सांगा.

९) हिशेब तपासणी कार्यक्रमाचे फायदे-तोटे सांगा.

१०) हिशेब तपासणी करण्यापूर्वी हिशेब तपासणीसाने कोणती तयारी केली पाहिजे स्पष्ट करा.

११) हिशेब तपासणी कार्यक्रमाची वैशिष्ट्ये सांगून तो कसा तयार केला जातो?

१२) हिशेब तपासणीच्या कार्यक्रमाचे प्रकार स्पष्ट करा.

१३) टिपण-वही म्हणजे काय? तिचे फायदे सांगा.

१४) आदर्श अंतर्गत तपासणीची मूलतत्त्वे सांगा.

१५) अंतर्गत तपासणीचे फायदे-तोटे सांगा.

१६) अंतर्गत तपासणी म्हणजे काय? तिची उद्दिष्टे सांगा.

१७) अंतर्गत नियंत्रणाची विविध क्षेत्रे स्पष्ट करा.

१८) खालील विभागातील व्यवहरांची अंतर्गत तपासणी कशी कराल.

अ) रोख विभाग ब) मजूरी विभाग

क) खरेदी विभाग ड) विक्री विभाग

ई) मालसाठा विभाग

खालील प्रश्नांची उत्तरे ३००-५०० शब्दांत लिहा.

१) हिशेब तपासणी म्हणजे काय? तिची वैशिष्ट सांगून चुकांचे विविध प्रकार स्पष्ट करा.

२) हिशेब तपासणीची उद्दिष्टे स्पष्ट करून तिचे फायदे-तोटे सांगा.

३) हिशेब तपासणीची व्याख्या सांगा? व्यापारी संस्थेच्या हिशेबांची तपासणी करताना आढळून येणाऱ्या चुका व अफरातफरीचे प्रकार कोणते? ते स्पष्ट करा.

४) हिशेब तपासणीचे प्रकार सांगून त्यांच्या गुण-दोषांची चर्चा करा.

५) सतत हिशेब तपासणी म्हणजे काय ? सतत हिशेब तपासणी व वार्षिक हिशेब तपासणीमधील फरक स्पष्ट करून त्यांचे फायदे तोटे सांगा.

६) हिशेब तपासणी करण्यापूर्वी हिशेब तपासणीसाने कोणती पूर्व तयारी करावी ? हिशेब तपासणी कार्यक्रमाचे फायदे तोटे सांगा.

७) हिशेब तपासणी कार्यक्रमाची व्याख्या सांगून त्याचे फायदे–तोटे सांगा. हिशेब तपासणी कार्यक्रम कसा तयार केला जातो.

८) अंतर्गत तपासणीची वैशिष्ट्ये सांगून आदर्श व अंतर्गत हिशेब तपासणीची मूलतत्त्वे सांगा.

९) अंतर्गत हिशेब तपासणीपासून तुम्हास कोणता अर्थबोध होतो. अंतर्गत हिशेब तपासणीत हिशेब तपासणीसाची भूमिका स्पष्ट करून अंतर्गत तपासणी व अंतर्गत हिशेब तपासणीतील फरक स्पष्ट करा.

१०) अंतर्गत तपासणीपासून कोणते फायदे मिळतात ? खालील विभागात अंतर्गत तपासणी पद्धती कशी राबविली जाते.

    अ) मजूरी विभाग   आ) रोख विभाग

११) मोठ्या विभागीय भांडाराचे मालक असलेल्या तुमच्या पक्षकाराच्या खरेदी व विक्री विभागासाठी अंतर्गत तपासणी पद्धती कशी असावी ते सूचवा.

२	तपासणी, पावती परीक्षण व अंकेक्षण अहवाल
	(Checking, Vouching and Audit Report)

२.१ पावती–परीक्षण (Vouching)

पावती किंवा प्रमाणक (Voucher) अर्थ

पावती किंवा प्रमाणक म्हणजे हिशेब पुस्तकांमध्ये लिहिलेल्या नोंदीच्या संदर्भातील पुरावा होय. रोख व्यवहार तसेच वस्तूंचे देवाण–घेवाणीचे व्यवहार होत असताना पावत्यांचीही देवाण–घेवाण होत असते. या पावत्यांवरून किंवा प्रमाणकांवरून जमाखर्चाच्या नोंदी करण्यात येतात. पावती हा केलेल्या आर्थिक व्यवहाराचा पुरावा असतो. कोणत्या ग्राहकाला किती प्रमाणात व कोणत्या किमतीला माल विकला याबद्दल पावती हा लेखी पुरावा ठरतो. पावती निर्माण करणारी व्यक्ती त्याची प्रतिलिपी आपल्याकडे ठेवत असते. निरनिराळ्या व्यवहारांची नोंद बिनचूक व योग्य प्रकारे झाली आहे किंवा नाही हे पावत्यांवरून समजू शकते. या पावत्यांना किंवा तत्सम कागदपत्रास 'पावती' किंवा 'प्रमाणक' असे म्हणतात. या प्रमाणकांच्या किंवा पावत्यांच्या आधारे हिशेब–पुस्तकांतील व्यवहारांच्या नोंदीचे परीक्षण करणे, यालाच पावती–परीक्षण किंवा प्रमाणन (Vouching) असे म्हणतात. हिशेबतपासनीसाच्या कार्याच्या संदर्भात पावती या कागदपत्रास अतिशय महत्त्व आहे. साधारणपणे कोणत्याही व्यवहाराची नोंद पावतीशिवाय करू नये व कोणतीही पावती नोंदीशिवाय राहू नये, असा नियम आहे.

पावती किंवा प्रमाणकाची व्याख्या (Definition of Voucher)

हिशेबाच्या पुस्तकातील नोंदीची सत्यता पटवून देण्याकरिता वापरण्यात येणाऱ्या लेखी कागदपत्राला 'पावती' किंवा 'प्रमाणक' असे म्हणतात.

A Voucher is any documentary evidence in support of transaction in the books of accounts.

पावती किंवा प्रमाणक हा हिशेब पुस्तकातील नोंदीचा पुरावा आहे. यामध्ये पावत्या (Receipts), बीजके, करारपत्रक, आदेशपत्र, बँकेत पैसा जमा करण्यासाठी वापरली जाणारी स्लिप (Pay-in-Slip), नावेबंद चिठ्ठ्या, जमाबंद चिठ्ठ्या, पावती

पुस्तकाची प्रतिलिपी (Counterfoil) इ. कागदपत्रांचा समावेश होतो.

पावत्या किंवा प्रमाणकांचे दोन प्रकार पडतात.

१) मूळ पावती (Primary Voucher) : विशिष्ट हिशेबाच्या खात्याशी संबंधित मूळ पावतीस मूळ प्रमाणक किंवा पावती असे म्हणतात. उदा. रोखीचे व्यवहार होताना तयार करण्यात आलेल्या पावत्या.

२) गौण किंवा दुय्यम पावती (Secondary Voucher) : प्रत्येक व्यवहारासाठी मूळ पावत्यांबरोबर त्या व्यवहाराला पुष्टी देणारी इतरही कागदपत्रे असतात. ही कागदपत्रे देखील व्यवहारांतूनच निर्माण होतात. अशा पावत्यांना 'गौण पावत्या' असे म्हणतात. उदा. विक्रीचा आदेश, रेल्वेपावती इ. मूळ पावती हरवली किंवा गहाळ झाली तर या गौण पावत्यांचा हिशेबतपासणीमध्ये उपयोग होऊ शकतो.

आर्थिक व्यवहारांमध्ये निर्माण होणाऱ्या सर्व पावत्या व तत्सम कागदपत्रे योग्य प्रकारे सांभाळून ठेवावी लागतात. निरनिराळ्या व्यवहारांमध्ये निरनिराळ्या प्रकारच्या पावत्या निर्माण होत असतात. संबंधित व्यवहारांची व त्यावरून केल्या जाणाऱ्या नोंदीची तपासणी करताना ह्या पावत्यांचा पुरावा म्हणून उपयोग करता येतो. निरनिराळ्या प्रकारच्या व्यवहारांसाठी निरनिराळ्या प्रकारच्या पावत्या हिशेबतपासणीच्या संदर्भात उपयोगात आणल्या जातात व ग्राह्य मानल्या जातात. सर्वसाधारणपणे व्यवहार व त्यांची ग्राह्य प्रमाणके किंवा पावत्या यांची माहिती खाली दिलेली आहे. त्यावरून पावत्या किंवा प्रमाणकांची कल्पना येऊ शकेल.

व्यवहार	ग्राह्य पावत्या
१) रोख प्राप्ती	पावत्यांची प्रतिलिपी, पावतीचा अर्धा भाग, पैसे देण्या-घेण्याविषयीचे करारपत्र, पत्रव्यवहार, कर्जदाराकडून मिळालेले खाते-विवरण, इ.
२) रोख रक्कम देणे	पावतीची मूळ प्रत, बीजक, पगारपत्रक, रक्कम, स्वीकारणाऱ्याने दिलेली पावती, करारपत्र, सावकाराकडून मिळालेले लेखी पत्रक, इ.
३) खरेदी	बीजक, आदेशपत्र, खरेदीपुस्तक, मागणीपत्रक, पत्रव्यवहार, टेंडर स्वीकारल्याचे पत्र, इ.
४) खरेदी परत	जमाबंद चिठ्ठी, खरेदी परत पुस्तक पत्र-व्यवहार, इ.
५) विक्री	मिळालेले आदेशपत्र, बीजकाची प्रत, जावक माल रजिस्टर, पत्रव्यवहार, इ.
६) विक्री परत	नावेबंद, चिठ्ठी, विक्री परत पुस्तक, पत्रव्यवहार, इ.

व्यवहार	ग्राह्य पावत्या
७) प्राप्त हुंड्या	रोख पुस्तकांतील नोंदी, हुंडी मिळाल्याची पावती, पत्रव्यवहार, इ.
८) देय हुंड्या	रोख पुस्तकातील नोंद, पत्रव्यवहार, इ.

वरील वर्णनावरून लक्षात येईल की, अनेक प्रकारच्या पावत्या, कागदपत्रे, करारपत्रे, पत्रव्यवहार इ. चा पावत्या किंवा प्रमाणके (Vouchers) यांच्यामध्ये समावेश होतो.

पावत्यांची तपासणी (Checking of Vouchers) – पावत्या किंवा प्रमाणके यांना हिशेबतपासणीमध्ये फार महत्त्व आहे. हिशेबतपासनीस या पावत्यांच्या आधारे जमाखर्चाच्या नोंदीची तपासणी करतो. म्हणून पावत्या किंवा प्रमाणके अधिकृत व सत्य आहेत याची हिशेबतपासनीसाला खात्री करून घ्यावी लागते.

पावती किंवा प्रमाणकामध्ये पुढील बाबी असाव्या लागतात.

१) प्रत्येक पावती व्यक्तीच्या किंवा सेवायोजकांच्या नावाची असणे आवश्यक आहे.

२) प्रत्येक पावती व्यापारी व्यवहारातून निर्माण झाली असावी.

३) पावतीवरील तारीख व्यवहारांच्या तारखांशी मिळतीजुळती असावी.

४) पावत्या शक्यतो छापील स्वरूपात असाव्यात.

५) पाच हजार रुपयांपेक्षा अधिक रकमेच्या पावत्यांवर पावती तिकिटे (रेव्हेन्यू स्टँप) लावली असली पाहिजे.

६) पावतीत लिहिलेल्या रकमा आकड्यात व अक्षरी अशा दोन्ही स्वरुपात लिहिलेल्या असाव्यात.

७) पावती देणाऱ्या व्यक्तीचे पावतीवर हस्ताक्षर असले पाहिजे.

पावती –परीक्षण किंवा प्रमाणन (Vouching) **अर्थ**

योग्य प्रमाणके व पावत्या यांच्या आधारावरच जमाखर्चाच्या नोंदी केलेल्या आहेत व त्या नोंदी बिनचूक व योग्य आहेत, हे तपासण्याच्या कार्याला पावती–परीक्षण (Vouching) असे म्हणतात. हिशेब पुस्तकांमध्ये नोंदविलेले व्यवहार बरोबर आहेत असे प्रमाणपत्र हिशेबतपासनीसाला द्यावे लागते; म्हणून आर्थिक व्यवहारांच्या केलेल्या नोंदी तपासण्याचे काम हिशेबतपासनीसाला करावे लागते. लिहिलेला जमाखर्च बरोबर आहे व त्याला योग्य दस्तऐवज किंवा पावत्यांचा आधार आहे, हे तपासण्याच्या कार्यालाच पावती–परीक्षण असे म्हणतात.

पावती परीक्षणाच्या व्याख्या (Definitions of Vouching) : काही तज्ज्ञ लेखकांनी पावती परीक्षणाच्या खालीलप्रमाणे व्याख्या केलेल्या आहेत –

१) एफ. आर. एम. डी. पॉला (F.R.M.De Paula) यांच्या मते :

"Vouching does not mean merely the inspection of receipts with the cash book, but includes the examination of receipts with the transactions of a business, together with documentary and other evidence of sufficient validity to satisfy an auditor that such transactions are in order have been properly authorised and are correctly recorded in the books."

''फक्त रोकड पुस्तकावरून प्राप्तीची केलेली तपासणी म्हणजे पावती–परीक्षण नाही तर दस्तऐवज व इतर कायदेशीर पुराव्यांच्या आधारे प्रत्येक व्यवहार योग्य व अधिकृत आहे व इतर कायदेशीर पुराव्यांच्या आधारे, प्रत्येक व्यवहार योग्य व अधिकृत आहे व हिशेबपुस्तकात त्यांची योग्य नोंद केलेली आहे याची खात्री करून घेतली आहे. अशा परीक्षणाला पावती–परीक्षण असे म्हणतात.''

२. जोसेफ लंकास्टर (Joseph Lancaster) यांच्या मते :

"It is often thought that vouching consists of the mere examination of the vouchers of documentary evidence with the book entries. This however is quite wrong, for vouching comprises such an eamination of the ledger entries, as will satisfy the auditor, not only the entry is supported by documentary evidence, but it has been properly made upon the books of accounts."

''पावती–परीक्षण म्हणजे हिशेब पुस्तकातील नोंदींच्या आधारे केलेली, पावत्या व इतर दस्तऐवजांची केवळ तपासणी असे समजण्यात येते. तथापि, हे चुकीचे आहे. कारण हिशेबतपासनीसाला नोंदींच्या संबंधात केवळ दस्तऐवजांचा पुरावा पुरेसा होत नाही, तर या नोंदी हिशेब पुस्तकांमध्ये योग्य पद्धतीने नोंदलेल्या आहे याची खात्री पटेपर्यंतच केलेली नोंदीची तपासणी म्हणजे पावती–परीक्षण होय.''

वरील व्याख्यांवरून पावती–परीक्षणामध्ये हिशेबपुस्तकातील नोंदीची संबंधित पावत्यांच्या आधारे तपासणी करणे व लिहिलेला सर्व जमाखर्च सत्य, परीपूर्ण व अधिकृत आहे याची खात्री करून घेणे, या दोन बाबींचा प्रामुख्याने समावेश होतो.

२.१.१.पावती–परीक्षणाचे उद्देश (Objectives of Vouching)

पावती – परीक्षणामध्ये हिशेबतपासनीस हिशेबाच्या पुस्तकांमध्ये नोंदलेल्या

व्यवहारांची शुद्धता व सत्यता प्रमाणित करीत असतो. आर्थिक व्यवहार कमी-जास्त महत्त्वाचा असला तरी त्याच्या नोंदीचा आधार पावती असतो. म्हणून पावती परीक्षणाचे उद्देश विचारात घेणे आवश्यक ठरते.

१) व्यवसायसंस्थेने सर्व आर्थिक व्यवहारांसंबंधी पावत्या व तत्सम लेखी पुरावे एकत्र केलेले आहेत हे पाहणे.

२) एकत्रित केलेल्या पावत्या व लेखी पुरावे योग्य व विश्वसनीय आहेत हे पाहणे.

३) हिशेब पुस्तकातील व्यवहार अधिकृत आहेत, सर्व नोंदी सत्य आहेत आणि व्यवसायात उपलब्ध असणाऱ्या दस्तऐवजांचा त्यांना आधार आहे हे पाहणे.

४) व्यवहारांची नोंद योग्य आहे, व्यवहरांची हिशेब-पुस्तकांमधील नोंद बरोबर करण्यात आली आहे किंवा नाही हे पाहणे. यासाठी जमाखर्चाच्या तत्त्वांचे पालन केले आहे. तसेच खर्च व उत्पन्नाचे योग्य प्रकारे वर्गिकरण केले आहे हे पाहणे.

५) सर्व आर्थिक व्यवहारांच्या नोंदी केलेल्या आहेत. तसेच व्यवसायाशी संबंध नसलेला कोणताही व्यवहारा नोंदलेला नाही, याची खात्री करून घेणे.

६) सर्व हिशेब पूर्णपणे अधिकृत आहेत आणि सर्वांसाठी योग्य व पुरेसा पुरावा संस्थेजवळ आहे.

थोडक्यात संस्थेने आपल्या व्यवसायाच्या संदर्भात केलेले सर्व आर्थिक व्यवहार बरोबर आहेत, सर्व व्यवहार अधिकृत आहेत व सर्व व्यवहारांची नोंद योग्य आहे, हे पाहणे पावती-परीक्षणाचा उद्देश आहे.

२.१.२.पावती-परीक्षणाचे महत्त्व (Importance of Vouching)

पावती-परीक्षण हा हिशेबतपासणीचा मुख्य व महत्त्वाचा भाग आहे. हिशेबांच्या पुस्तकांची अंकगणितीय शुद्धता तपासून पाहणे एवढेच कार्य हिशेबतपासणीत समाविष्ट नसून प्रत्येक व्यवहाराची सत्यता, अधिकृतपणा आणि व्यवसायाशी असलेला संबंध, यांची कसून तपासणी करणे यांचा हिशेबतपासणीत समावेश होतो. या दृष्टीने पावती-परीक्षण हे हिशेबतपासणीचे प्राथमिक व महत्त्वाचे पाऊल आहे. सर्व हिशेब लिहिण्यापूर्वी व्यवहारांच्या नोंदी करणे हे प्रथम काम असते; म्हणून नोदी तपासण्याचे कार्यापासूनच हिशेबतपासणीचे काम सुरू होते. योग्य त्या दस्तऐवजांच्या आधारावरून नोंदी तपासण्याचा हेतू म्हणजे विशिष्ट काळात झालेले सर्व व्यवहार नोंदलेले आहेत याची खात्री करून घेणे. कोणतीही पावती नोंदीतून सुटून गेली नाही, हे पाहावे लागते. व्यवहारांच्या सत्यतेबद्दल व शुद्धतेबद्दल समाधान झाल्यानंतरच हिशेबतपासनीस जमाखर्चाची पुस्तके

खरी असल्याबद्दल व ताळेबंद आणि नफा-तोटापत्रक व्यवसायाची खरी स्थिती दाखविते, याबद्दल प्रमाणपत्र देऊ शकतो. वरून पावती-परीक्षणाला हिशेबातपासणीचा कणा (Backbone) असे म्हटले जाते.

पत्रव्यवहार, करार, पावत्या, बीजके, बिले व इतर तत्सम कागदपत्रे हिशेबतपासनीसाला सादर करावे लागतात. या दस्तऐवजांच्या तपासणीवरून व्यवहारांच्या नोंदीची सत्यता व विश्वसनीयता तपासण्यात येते. वास्तविक वरवर पाहता प्रत्येक नोंद ही बरोबरच असते. परंतु ह्या नोंदीचा आधार किंवा उगम पाहिल्याशिवाय हिशेबतपासनीसाला सत्य समजून येणार नाही; उदा. श्री. पाटील यांना २०० रुपये दिल्याची नोंद हिशेब-पुस्तकात केलेली आहे, यावरून फक्त २०० रुपये रोख दिल्याचे समजते. परंतु ही नोंद खरी आहे काय? कदाचित श्री. पाटील यांना लबाडी करण्याच्या हेतूनेही पैसे दिले असल्याची शक्यता आहे किंवा पैसे दिल्याची बाब खरी असली तरी व्यवसायाशी संबंधित नसण्याची किंवा त्या विशिष्ट वर्षासाठीही नसण्याची शक्यता आहे. परंतु वरील व्यवहाराशी संबंधित असलेली पावती जर तपासली तर वरील बाबींचा खरेपणा लक्षात येईल. यावरून केवळ अंकगणितीय शुद्धता तपासून पाहणे एवढेच उद्दिष्ट ठरत नाही तर संबंधित व्यवहारांच्या नोंदी या व्ययवसायाशी संबंधित असून, त्या खऱ्या व योग्य आहेत याची हिशेबतपासनीसाला खात्री करून घ्यावी लागते. पावती परीक्षणावरून सर्व आर्थिक व्यवहारांच्या नोंदी खऱ्या आहेत व अधिकृत आहेत हे पाहिले जाते; म्हणून पावती परीक्षण हे हिशेबतपासणीमधील अत्यंत महत्त्वाचे अंग आहे असे मानले जाते.

२.१.३.पावती परीक्षण करताना लक्षात घ्यावयाचे मुद्दे (Points of Vouching)

पावती परीक्षण हा हिशेबतपासणीतील महत्त्वाचा भाग असल्यामुळे पावती परीक्षणाचे कार्य अत्यंत काळजीपूर्वक, सावधगिरीने व तत्परतेने करावे लागते. पावती परीक्षणाचे यश हे हिशेबतपासनीसाची हुशारी, बुद्धीमत्ता, सूक्ष्म निरीक्षणशक्ती, व्यवहारज्ञान इ. गोष्टींवर अवलंबून असते.

पावतीपरीक्षण करीत असताना हिशेबतपासनीसाने पुढील बाबी विचारात घ्याव्यात-

१) पावती परीक्षण स्वतः किंवा जबाबदार अधिकाऱ्यांकडून करावे: साधारणपणे पावती-परीक्षणाचे काम हिशेबतपासनीसाने स्वतः करावे किंवा आपल्या जबाबदार अधिकऱ्यांकडून करून घ्यावे.

२) पावत्या क्रमवार लावण्यास सांगणे : हिशेबतपासणीच्या कार्याला सुरूवात करण्यापूर्वी सर्व आर्थिक व्यवहारांसबंधीच्या सर्व पावत्या एकत्रित करून त्या क्रमवार लावून ठेवाव्यात, अशी सूचना हिशेबतपासनीसाने व्यवसायसंस्थेला द्यावी. सर्व जमेच्या

व खर्चाच्या पावत्या पद्धतशीरपणे तारखेनुसार लावून द्याव्यात व त्यांना योग्य क्रमांक देण्यात यावेत.

३) पावतीची विश्वसनीयता व अधिकृतपणा : पावतीपरीक्षण करताना प्रत्येक पावतीचा अधिकृतपणा व विश्वसनीयता लक्षात घ्यावी व त्याबद्दल खात्री करून घ्यावी. प्रत्येक पावतीवर जबाबदार अधिकऱ्याची सही असणे आवश्यक आहे.

४) पावतीची भौतिक तपासणी : हिशेबतपासनीसाने प्रत्येक पावतीची भौतिक तपासणी करावी व पावती बरोबर असल्याची खात्री करून घ्यावी.
त्याकरता पुढील बाबी लक्षात घ्याव्यात –
अ) पावतीवरील नाव : पावती ही पक्षकाराच्याच नावाची असली पाहिजे; म्हणजेच त्या खर्चाचा फायदा पक्षकराला किंवा संस्थेला मिळाला आहे, असे गृहीत धरता येते. व्यक्तिगत नावाने पावती असल्यास तो व्यक्तिगत व्यवहार असण्याची शक्यता असते; म्हणून संस्थेच्या नावाने किंवा पत्रकराच्या नावानेच पावती तयार केलेली असावी.
ब) पावतीची तारीख : पावतीवरील तारीख संबंधित वर्षातीलच असावी. तसेच पावतीवरील तारीख व हिशेबात नोंद केल्याची तारीख एकच असते.
क) पावतीवरील रक्कम : पावतीवरील रक्कम अक्षरी व आकड्यात लिहिलेली असावी याच रकमेने मूळ जमाखर्च पुस्तकात नोंद केलेली आहे किंवा नाही ते पाहावे.
ड) पावती तिकीट : पाच हजार रुपयापेक्षा अधिक रकमेची पावती असल्यास त्यावर १ रुपयाचे पावती तिकीट लावले असले पाहिजे.
इ) पावतीवरील सही : पैसे स्विकारणाऱ्या व्यक्तीचीच पावतीवर सही असावी. जर निरक्षर व्यक्ती असेल तर आंगठा उठविल्यावर दस्तुर लावलेला असावा.
फ) छापील फॉर्म : पावती शक्यतोवर छापील फॉर्ममध्ये असावी.
ग) पावती तयार करणाराची सही : प्रत्येक पावतीवर ती तयार करणाऱ्या व्यक्तीची सही असावी.
ह)पावतीमधील तपशील : पावतीमध्ये लिहिलेला तपशील जमाखर्चाच्या पुस्तकातील खुलाशाशी जुळणारा असावा. उदा. पगारापोटी दिलेली आगाऊ रक्कम.
च)पावतीवरील खाडाखोड : पावतीमध्ये कोठेही खाडाखोड झालेली नसावी खाडाखोड केली असल्यास खाडाखोडीजवळ संबंधित व्यक्तीची सही असावी.

५) पावती व मूळ हिशेब पुस्तकातील नोंदी : मूळ हिशेब पुस्तकातील नोंदी संबंधित पावत्यांशी जुळत असल्याची खात्री करून घ्यावी. रक्कम, तारीख, नोंदीचे स्वरूप एकमेकांशी जुळले पाहिजे.

६) तपासणी झाल्याची पावतीवर खूण करणे : पावतीपरीक्षण करीत असताना नोंदीचे परीक्षण झाल्यावर पावतीवर विशिष्ट चिन्ह किंवा खूण करावी.

७) स्पष्टीकरण : ज्या नोंदीसंबंधी किंवा पावतीसंबंधी माहिती किंवा स्पष्टीकरण मागावायचे असेल त्यासाठी हिशेबतपासनीसाने स्मरणपुस्तिकेत नोंद करावी.

८) विशिष्ट हिशेब पुस्तकासंबंधीच्या पावत्या एकाचवेळी मागवाव्यात: शक्यतो कोणत्याही एका हिशेब-पुस्तकाचे किंवा त्याच्या विशिष्ट भागाचे पावती परीक्षण एकाच बैठकीत संपवावे. त्यासाठी लागणाऱ्या सर्व पावत्या एकाचवेळी ताब्यात घ्याव्यात.

९) पक्षकराची मदत घेऊ नये : हिशेब तपासणीसाने पावती परीक्षणाचे कार्य स्वतंत्रपणे करावे. त्यासाठी पक्षकाराच्या कोणत्याही कर्मचाऱ्याची मदत घेऊ नये.

१०) पावती हरविणे : पावती हरविल्यामुळे किंवा इतर कारणांमुळे ती उपलब्ध होऊ शकत नसेल तर त्याची दुसरी नक्कल (Duplicate) मिळेपर्यंत संबंधित नोंदीची तपासणी करू नये. अशा दुसऱ्या नकलेवर जबाबदार अधिकाऱ्याची सही घ्यावी.

११) गहाळ पावत्यांचे स्पष्टीकरण : हरविलेल्या किंवा गहाळ झालेल्या पावत्यांची हिशेबतपासनीसाने यादी तयार करावी व त्या का हरल्या याबाबत जबाबदार अधिकाऱ्याकडून स्पष्टीकरण मागवावे.

१२) खर्चाचा काळ : पावतीमध्ये दाखविलेला खर्च कोणत्या काळाशी अगर वर्षाशी संबंधित आहे, हे बारकाईने पाहावे. म्हणजे खर्च पुढील वर्षासंबंधीचा आहे किंवा मागील वर्षासंबंधीचा आहे हे पाहावे.

१३) भांडवली व महसुली खर्च : पावत्यांची तपासणी करताना खर्च भांडवली स्वरुपाचा आहे की महसुली स्वरूपाचा आहे हे पाहावे. अशी विभागणी शास्त्रीय पद्धतीने व वरिष्ठ अधिकाऱ्यांच्या संमतीने झालेली आहे, याची खात्री करून घ्यावी.

१४) संबंधित पक्षाशी पत्रव्यवहार : एखाद्या पावतीसंबंधी हिशेबतपासनीसाला शंका आल्यास त्या पावतीशी संबंधित असलेल्या व्यक्तीशी पत्रव्यवहार करावा.

१५) पावती : परीक्षण व अंतर्गत नियंत्रण पद्धतीचा अवलंब केला जात असल्यास व त्याबाबत हिशेबतपासनीसाची खात्री असल्यास चाचणी पद्धतीने पावत्यांची परीक्षा करता येईल, मात्र चाचणी पद्धतीचा अवलंब करताना हिशेबतपासनीसाने आपली जबाबदारी विसरता कामा नये.

१६) निरनिराळी वेळ : व्यवसायसंस्थेच्या निरनिराळ्या हिशेबपुस्तकाचे पावती-परीक्षण

करण्यासाठी निरनिराळी वेळ ठरवून द्यावी.

२.२ दैनिक किंवा नैमित्तिक किंवा नित्यक्रम तपासणी (Routine checking)

मूळ नोंदीच्या कारकुनी कार्यातील चुका व लबाड्या सर्वसामान्यपणे उघडकीस येतात. सर्वसाधारणपणे नैमित्तिक तपासणीमध्ये खालील प्रकारची तपासणी अंतर्भूत असते.

१) जमाखर्चाच्या मूळ नोंदीच्या पुस्तकांमधील म्हणजेच कीर्द, खतावणी, साहाय्यक पुस्तके इ. मधील आकड्यांच्या बेरजा, बाक्या पुढील तारखांना ओढणे (Carry Forward) इ. ची तपासणी करणे.

२) खतावणी बरोबर लिहिली आहे किंवा नाही तसेच प्रत्येक खात्याची बाकी बरोबर काढली आहे किंवा नाही ते पाहणे.

३) सर्व खात्यांच्या बाक्या बेरीजपत्रकात घेतल्या आहेत किंवा नाही ते पाहणे.

४) बीजक व पावत्या इ. मधील आकडेमोड (Calculation) तपासणे इ.

थोडक्यात, नैमित्तिक तपासणीमुळे खात्यांच्या परिशुद्धतेची खात्री केली जाते. नैमित्तिक तपासणी करण्यासाठी हिशेबतपासनीस विशेष प्रकारच्या चिन्हांचा उपयोग करतो.

दैनिक किंवा नैमित्तिक तपासणीचे उद्देश (Objectives of Routine Checking) : नैमित्तिक तपासणीचे मुख्य उद्देश खालील प्रकारचे आहेत –

१) मूळ नोंदीच्या पुस्तकातील नोंदीची अंगणितीय शुद्धता तपासून पाहणे.

२) मूळ नोंदीच्या पुस्तकांवरून खतावणी बरोबर झाली व प्रत्येक खात्याची शिल्लक अचूक आहे याची खात्री करणे.

३) नैमित्तिक तपासणी झाल्यावर आकड्यांमध्ये खाडाखोड व बदल झालेला नाही याची खात्री करून घेणे.

४) व्यवहारांच्या नोंदीचा बिनचूकपणा सिद्ध करणे.

दैनिक किंवा नैमित्तिक तपासणीचे फायदे (Advantages of Routine Checking) : नैमित्तिक तपासणीमुळे खालील फायदे मिळतात.

१) नैमित्तिक तपासणीमुळे अंकगणितीय शुद्धता पाहण्यास मदत होते.

२) कारकुनी व सर्वसामान्य प्रकारच्या चुका उघडकीस येतात.

३) मूळ हिशेबाच्या पुस्तकांवरून साहाय्यक पुस्तकांवरून सर्व व्यवहारांची खतावणी झाली किंवा नाही हे समजते.

४) खतावणीतील बेरजा व बाक्या बरोबर आहेत किंवा नाहीत हे समजते.

५) वार्षिक खाती तयार करणे सुलभ जाते.

६) तपासणी झाल्यावर आकड्यांमध्ये खाडाखोड व बदल झाल्यास समजून येते.

७) नैमित्तिक तपासणी करणे सोपे आहे. कारणे हे कार्य सर्वसामान्य स्वरूपाचे आहे.

नैमित्तिक तपासणीच्या मर्यादा (Limitations of Routine Checking) :

नैमित्तिक तपासणीमुळे अंकगणिताच्या चुका व आकडमोडीच्या चुका समजून येतात. परंतु या तपासणीच्या काही मर्यादा आहेत. त्या खालीलप्रमाणे –

१) दैनिक तपासणीमध्ये बेरजा करणे, बाक्या काढणे, त्यांची खतावणी बरोबर झाली आहे किंवा नाही हे पाहणे इ. कार्यांचा समावेश आहे. परंतु हे कार्य कंटाळवाणे होते. त्यामुळे नैमित्तिक तपासणीमुळे चुका निदर्शनास येतीलच असे नव्हे.

२) दैनिक तपासणीमुळे फक्त कारकुनी चुका अगर आकडेमोडीच्या चुका निदर्शनास येतात. परंतु तात्त्विक चुका किंवा मुद्दाम केलेल्या लबाड्या उघडकीस येत नाहीत.

३) नैमित्तिक तपासणीचे कार्य सामान्यपणे कनिष्ठ कर्मचारी वर्गाकडे सोपविले जाते. त्यामुळे या कर्मचाऱ्यांना त्या कामाचे महत्त्व वाटत नाही.

वरील मर्यादा असल्या तरी नैमित्तिक परीक्षण करणे आवश्यक आहे. कारण नैमित्तिक तपासणीमुळे आकडेमोडीच्या दृष्टीने जमाखर्च बरोबर आहे, याची खात्री होते.

२.३ चाचणी तपासणी (Test Checking)

मोठ्या व्यवसायसंस्थांमध्ये सर्व व्यवहारांची तपासणी करणे हिशेबतपासनीसाला वेळेच्या अभावी शक्य नसते. सर्वच व्यवहारांची सविस्तर तपासणी करणे व्यावहारिक दृष्ट्या शक्य नाही आणि आवश्यकही ठरत नाही; कारण सध्याच्या काळात हिशेब बिनचूक लिहिले जावेत याबाबत व्यवस्थापन जागरूक असते व त्यासाठी अतर्गत नियंत्रणाच्या पद्धतीचा उपयोग करीत असते; म्हणून हिशेबतपासणी सारख्याच व्यवहरांपैकी नमुन्याबद्दल काही व्यवहारांची निवड करून त्यांचीच तपासणी करतात व त्या तपासणीवरून इतर व्यवहारही बरोबर आहेत असे समजतात. अशा तपासणीला चाचणी तपासणी (Test Checking) असे म्हणतात.

या तपासणीमध्ये फक्त काही व्यवहारांच्या नोंदी तपासल्या जातात. ही तपासणी संभाव्यता सिद्धान्तावर आधारलेली आहे. सारख्याच व्यवहारांमधून काही व्यवहारांची नमुना पद्धतीने निवड करण्यात येते व त्यांची तपासणी करण्यात येते. या तपासणीमध्ये काही चुका किंवा त्रुटी आढळल्या तर इतरही व्यवहारांमध्ये तशा चुका किंवा त्रुटी आहेत असे समजण्यात येते व त्यावरून मग इतर व्यवहारांची तपासणी केली जाते.

चाचणी तपासणीची व्याख्या

प्रा. मैग्ज (Prof.Meigs) यांच्या मते

"Test checking means to select and examine a representative sample from a larger number of similar items."

चाचणी तपासणीमुळे हिशेबतपासनीसाचे काम प्रत्येक व्यवहार तपासण्याऐवजी काहीच व्यवहार तपासण्यापर्यंत मर्यादित होते. चाचणी-तपासणीमध्ये दैव-नमुना पद्धतीनुसार (Random Sampling) निवडलेल्या व्यवहारांची कसून व सखोल तपासणी करण्यात येते व त्यावरून इतर सर्व व्यवहार बरोबर आहेत असे समजण्यात येते.

चाचणी-तपासणी पद्धतीचा अवलंब करण्यापूर्वी घ्यावयाची खबरदारी (Precaution Before Applying Test-Checking)

चाचणी तपासणीचा अवलंब केल्यामुळे हिशेबतपासनीसाचे काम बरेच कमी होते, हे जरी खरे असले तरी हिशेबतपासनीसाची जबाबदारी मात्र कमी होत नाही. हिशेबतपासणी झाल्यावर हिशेबामधील चुका, लबाड्या व अफरातफरी उघडकीस आल्या, तर हिशेबतपासनीस जबाबदार राहील. चाचणी-तपासणीचा अवलंब केल्यामुळे हिशेबातील चुका शोधून काढता आल्या नाहीत असा बचाव हिशेबतपासनीसाला करता येणार नाही. यावरून चाचणी तपासणीमध्ये नमुन्यादाखल काही व्यवहारांची तपासणी होत असली तरी सर्व व्यवहारांच्या तपासणीबद्दलची जबाबदारी त्याचीच असते. या संदर्भात L.R.Dicksee यांचे खालील विधान समर्पक ठरते.

The theoretical responsibility of the auditor extends ultimately to every entry in the books of accounts, but it does not follow that it is either necessary or possible to examine every entry in details.

म्हणून चाचणी हिशेबतपासनीसचा अवलंब करताना हिशेबतपासनीसाने पुढील खबरदारी घेतली पाहिजे –

१) सर्व प्रथम हिशेबतपासनीसाने व्यवसायसंस्थेत उपयोगात आणल्या जाणाऱ्या अंतर्गत तपासणी पद्धतीचा अभ्यास करून आढावा घ्यावा. जर संस्थेतील अंतर्गत तपासणी पद्धती दोषपूर्ण असेल तर चाचणी-तपासणीचा अवलंब करू नये.

२) चाचणी – तपासणी उपयोगात आणताना तपासणी करावयाचे व्यवहार एकजिनसी किंवा सारखेच असावेत. निरनिराळ्या प्रकारच्या व भिन्न भिन्न

व्यवहारांच्या तपासणीसाठी चाचणी-तपासणीचा अवलंब करू नये.

३) तपासणीसाठी निवडण्यात आलेले व्यवहार शक्यतो प्रातिनिधिक स्वरूपाचे असावेत.

४) कोणत्याही प्रकारचा पूर्वग्रह किंवा विशेष तत्त्व लक्षात न घेता तपासणीसाठी व्यवहार निवडावेत.

५) ज्या काळातील व्यवहारांची तपासणी करावयाची आहे तो काळ हिशेब तपासणीसाने स्वतः निश्चित करावा. या काळामध्ये व्यवहारांची संख्या पुरेशी मोठी असावी.

६) प्रत्येक हिशेबतपासणीच्यावेळी वेगळ्या पुस्तकांची, वेगळ्या व्यवहारांची व वेगळ्या काळाची निवड करण्यात यावी.

७) वर्षभरातील पहिल्या व शेवटच्या महिन्यात सर्वच्या सर्व व्यवहारांची शक्यतोवर तपासणी करावी.

८) चाचणी - तपासणी करताना काही चुका आढळल्या तर हिशेबतपासनीसाने अधिक जास्त विस्तृत तपासणी करण्यासंबंधी निर्णय घ्यावा.

९) रोकड पुस्तक आणि पासबुक यांची संपूर्ण तपासणी करावी.

खालील प्रकारचे व्यवहार चाचणी-तपासणीद्वारे तपासणे योग्य ठरत नाहीत. म्हणून त्यांची सखोल तपासणी करण्यात यावी.

अ) बँक मिळवणी पत्रक (Bank Reconciliation Statement)

ब) घसारा. रॉयल्टी इ. आकारण्यासंबंधीच्या नोंदी.

क) आर्थिक विवरणाद्वारे प्रदर्शित होत असलेल्या बाबींवर प्रभाव टाकणारे व्यवहार.

ड) जे व्यवहार संख्येने कमी आहेत परंतु अतिशय महत्त्वपूर्ण आहेत, असे व्यवहार.

इ) कायद्याप्रमाणे ज्या व्यवहारांची हिशेबतपासनीसाने अत्यंत काळजीपूर्वक तपासणी केली पाहिजे असे व्यवहार. उदा. व्यवस्थापकांचे मोबदला देण्याचे व्यवहार, खरेदीचे व्यवहार इ.

फ) सुरुवातीच्या व अखेरच्या शिलकीच्या नोंदी.

२.३.१. चाचणी–तपासणीचे फायदे (Advantages of test checking)

चाचणी तपासणीमुळे खालील फायदे मिळतात.

१) चाचणी तपासणीमुळे हिशेबतपासनीसाला आपले हिशेबतपासणीचे काम कमी वेळात पूर्ण करता येते.

२) ठराविक काळामध्ये अनेक व्यवसायसंस्थांच्या हिशेबतपासणीचे काम होऊ शकते.

३) हिशेबतपासनीसाचा वेळ व श्रम वाचतात.

४) व्यवहारांच्या नोंदीची अचूकता समजून येते.

५) व्यवसायसंस्थेच्या कर्मचाऱ्यांवर वचक निर्माण होतो; कारण कोणतेही व्यवहार तपासणीसाठी घेतले जाऊ शकतात.

चाचणी तपासणीच्या मर्यादा किंवा दोष (Limitations)

१) चाचणी तपासणीमुळे जमाखर्चाच्या नोंदीतील चुका किंवा लबाड्या उघडकीस येत नाहीत; कारण निवडलेल्या नमुना व्यवहारांमध्ये चुका नसल्यास इतर व्यवहारांतील चुका शोधल्या जाणार नाहीत.

२) चाचणी तपासणीचा अवलंब केल्यामुळे हिशेबतपासनीसाला संस्थेच्या आर्थिक व्यवहारांची खरी स्थिती समजून येणार नाही.

३) चाचणी तपासणीमुळे हिशेब तपासनीसाचे काम कमी होत असले तरी त्याची जबाबदारी मात्र कमी होत नाही.

२.३.२. नैमित्तिक तपासणी (Routine Checking) आणि चाचणी–तपासणी यामधील फरक (Difference between Routine checking and test checking)

अ.नं.	मुद्दा	अंतर्गत तपासणी	अंतर्गत हिशेबतपासणी
१)	स्वरूप	नैमित्तिक तपासणी ही व्यवहाराची नोंदीची गणितीय शुद्धता तपासण्याचे कार्य आहे.	हिशेबातील अनेक नोंदींपैकी फक्त काही नोंदी निवडून त्यांची तपासणी करण्याचे हे कार्य आहे.
२)	खतावणीतील नोंदी	मूळ हिशेबाच्या पुस्तकातील नोंदीवरून खतावणी बरोबर केली किंवा नाही हे पाहिले जाते.	खतावणी बरोबर झाली किंवा नाही याचा संबंध येत नाही.

अ.नं.	मुद्दा	अंतर्गत तपासणी	अंतर्गत हिशेबतपासणी
३)	उपयुक्तता	लहान संस्थांच्या तपासणीसाठी उपयुक्त ठरते.	मोठ्या व्यवसायसंस्थांमध्ये हिशेबतपासणीची पद्धती म्हणून उपयोग होतो.
४)	उद्देश	गणितीय शुद्धतेबद्दल खात्री करून घेतली जाते.	काही व्यवहारांच्या नोंदी तपासून त्या बरोबर असल्याची सत्यता व खात्री करून घेण्यात येते.

२.४ रोख पुस्तकाचे प्रमाणन (Vouching of Cashbook)

जमाखर्चाच्या पुस्तकांमध्ये रोकड पुस्तक अत्यंत महत्त्वाचे आहे. म्हणून हिशेबतपासणीच्या कार्यात रोख व्यवहारांचे पावती-परीक्षण करणे महत्त्वाची बाब ठरते. रोकड पुस्तकाचे पावती-परीक्षण करणे थोडे कठीण कार्य आहे; तसेच ते जबाबदारीचे देखील आहे. प्रत्येक व्यवसायात रोखीच्या व्यवहारांची संख्या जास्त असते व धंद्यातील सर्वच व्यवहारांचे शेवटी रोख व्यवहारांत रूपांतर होत असते. लबाड्या, अफरातफर इ. व्यवहार बहुतांशी रोख व्यवहारांशीच संबंधित असतात; म्हणून रोकड पुस्तकाचे पावती-परीक्षण करताना अतिशय दक्षता घ्यावी लागते. रोखीच्या व्यवहारांच्या पावती-परीक्षणाला विशेष महत्त्व आहे, त्याची कारणे पुढीलप्रमाणे आहेत–

अ) कोणत्याही आर्थिक व्यवहाराचा संबंध शेवटी रोख व्यवहाराशीच असतो.

ब) रोखीच्या व्यवहारांमध्येच लबाड्या, अफरातफर इ. मोठ्या प्रमाणात होत असतात.

क) रोकड पुस्तकातील नोंदीवरूनच सामान्य खतावणी (General Ledger) मध्ये नोंदी केल्या जातात.

ड) रोकड पुस्तकातील नोंदीवरुनच वैयक्तिक खात्यांवर नोंदी करण्यात येतात. चुकीच्या नोंदी झाल्यास सावकार व कर्जदार यांच्याकडील देणे व येणे रकमेवर परिणाम होतो.

इ) रोकड पुस्तक लिहिताना चुका केल्या तर त्याचा परिणाम इतर सर्व संबंधित खात्यांवर होतो.

वरील कारणांमुळे रोख व्यवहारांच्या नोंदी बरोबर व बिनचूक केल्या आहेत किंवा नाहीत हे पाहणे अत्यावश्यक ठरते. त्याकरिता रोकड व्यवहारांचे पावती-परीक्षण अत्यंत काळजीपूर्वक करावे लागते. रोकड पुस्तकाच्या पावती-परीक्षणाची पद्धती

हिशेबतपासनीसाने निश्चित करावी. संस्थेमध्ये उपयोगात आणली जाणारी अंतर्गत नियंत्रण पद्धती, हिशेबतपासणीचे स्वरूप, संस्थेची गरज इ. लक्षात घेऊन रोख-व्यवहारांच्या पावतीपरीक्षणाची पद्धती निश्चित करावी. रोखीचे सर्व व्यवहार रोकड पुस्तकामध्ये नोंदविले जातात. म्हणून रोकड पुस्तकांचे पावती-परीक्षण करणे म्हणजेच रोख व्यवहारांचे पावती-परीक्षण करणे होय. रोकड पुस्तकाच्या दोन बाजू असतात. नावे बाजूला सर्व प्राप्त झालेल्या रोख पैशांच्या नोंदी करण्यात येतात. जमा बाजूला दिलेल्या रोख पैशांची नोंद ठेवण्यात येते; म्हणून रोकड पुस्तकाचे पावती-परीक्षण करताना या दोन्ही बाजूंची तपासणी करावी लागते.

सर्व प्राप्त रकमांच्या नोंदींचे पावती-परीक्षण किंवा रोकड पुस्तकाच्या नावे बाजूचे पावती-परीक्षण : व्यवसायसंस्थेला निरनिराळ्या व्यवहारांमधून रोख पैसा प्राप्त होतो. त्याची नोंद रोकड पुस्तकाच्या नावे बाजूला करण्यात येते. मिळालेली सर्व रोख रक्कम रोकड पुस्तकात नोंदविली आहे किंवा नाही हे पाहावे लागते. प्राप्त रोखीच्या व्यवहारांचे पावती-परीक्षण करताना खालील मुद्दे विचारात घ्यावे लागतील-

१) अंतर्गत नियंत्रण : अंतर्गत नियंत्रण पद्धती कार्यक्षम आहे किंवा नाही याची हिशेबतपासनीसाने खात्री करून घेतली पाहिजे. बँकाशी होणाऱ्या व्यवहार, पावत्या, त्यांच्या नोंदी इ. संबंधीचे नियम व ठराव हिशेबतपासनीसाने नीट समजावून घेतले पाहिजेत. संस्थेमध्ये अंतर्गत नियंत्रण पद्धती कार्यक्षम असेल तर हिशेबतपासनीसाचे काम सुलभ होते.

२) कच्चे रोकड पुस्तक व पक्के रोकड पुस्तक यांची तपासणी : प्राप्त होणाऱ्या रोख पैशांची नोंद प्रथम कच्च्या रोकड पुस्तकामध्ये करण्यात येते. काही संस्थांमध्ये स्मरण रोकड पुस्तक (Diary of Cash Book) ठेवण्यात येते. हिशेबतपासनीसाने कच्चे रोकड पुस्तक किंवा स्मरण रोकड पुस्तक यांची तपासणी करावी व त्याची तुलना पक्क्या रोकड पुस्तक यांची तपासणी करावी व त्याची तुलना पक्क्या रोकड पुस्तकाशी करावी. यावरून अफरातफर लक्षात येऊ शकते.

३) पावती : पुस्तकांचा उपयोग कसा करण्यात येतो?- व्यवसायसंस्थेमध्ये पैसे घेण्याची व पैसे देण्याची पद्धत कशी आहे व पावतीपुस्तके योग्य प्रकारे ठेवली आहेत किंवा नाहीत, याची हिशेबतपासनीसाने माहिती मिळवावी व पावतीपुस्तकांच्या वापरावर योग्य नियंत्रण ठेवले आहे किंवा नाही याची चौकशी करावी.

पावतीपुस्तकाच्या उपयोगाच्या संदर्भात पुढील गोष्टी लक्षात घ्याव्यात -

१) पावती पुस्तके छापील असावीत.

२) प्रत्येक पावतीवर क्रमांक टाकलेला असावा.
३) एकावेळी एकच पावतीपुस्तक उपयोगात आणले पाहिजे.
४) प्रत्येक पावतीवर संबंधित अधिकाऱ्याची सही असणे आवश्यक आहे.
५) प्रत्येक पावतीची स्थळप्रत किंवा प्रतिलिपी असावी.
६) पावतीवरील तारीख, रक्कम, नाव इ. तपशील रोकड पुस्तकातील तपशिलाशी जुळवून पाहावा.
७) पावती पुस्तकातील खराब झालेल्या पावत्या फाडून न टाकता त्यावर रद्द असा शेरा मारून, त्यावर जबाबदार अधिकाऱ्याची सही घ्यावी.
८) सध्या उपयोगात नसणारी पावती पुस्तके जबाबदार अधिकाऱ्याच्या ताब्यात असावीत.
९) रोख पावतीबरोबर रोख सूट देण्यासंबंधीचे नियमही तपासले पाहिजेत. हे नियम सर्व ग्राहकांना सारखेच लागू करण्यात आले किंवा नाही ते पाहावे.
१०) दररोज जमा होणारी रक्कम दररोज बँकेत भरण्याची पद्धती असावी. यासाठी बँक भरणा पावत्या (Pay-in-Slips) तपासणे आवश्यक ठरते.

रोकड पुस्तकाच्या प्राप्ती बाजूवर असणाऱ्या पदांचे पावती-परीक्षण (Vouching of Receipts of Cash Book):

साधारणपणे रोख विक्री, कर्जदारांकडून मिळालेल्या रकमा, मिळालेले भाडे, लाभांश, व्याज, कमिशन, वर्गणी, प्राप्त हुंड्या, मालमत्तेच्या विक्रीपासून मिळालेला पैसा बुडीत कर्जाची वसूली इ. प्रमुख रोख प्राप्तीची पदे आहेत.
त्यांचे पावती-परीक्षण खालीलप्रमाणे -

१) रोख विक्री (Cash Sales) : रोख विक्रीपासून दररोज रोख पैसा, व्यवसायामध्ये येत असतो. माल विकून नगदी मिळालेल्या पैशांची अफरातफर करणे सोपे असते. म्हणून रोख विक्रीच्या व्यवहारांचे काळजीपूर्वक परीक्षण करावे लागते. रोख विक्रीच्या संदर्भात अंतर्गत नियंत्रण पद्धती किती कार्यक्षम आहे हे हिशेबतपासनीसाने तपासले पाहिजे. रोख विक्रीच्या व्यवहारांमध्ये रोख रकमेची पावती हा मुख्य दस्तऐवज आहे. सर्व पावत्यांची तपासणी करून रोख पुस्तकातील नोंदींशी तुलना करून पाहिली पाहिजे. पावत्या व रोकड पुस्तकातील नोंदी सारख्याच आहेत हे पाहावे.

मोठ्या व्यवसायसंस्थांमध्ये रोकड विभागामध्ये निरनिराळ्या व्यक्ती निरनिराळ्या कार्यांकरिता नेमलेल्या असतात. या पद्धतीमध्ये विक्रेता पैसे स्वीकारीत नाही, तो फक्त पावती तयार करतो व एक प्रत खरेदीदाराला देतो. ही पावती दाखवून खरेदीदार रोखपालाकडे पैसे देतो व रोखपाल आपल्याजवळील पुस्तकात त्याची नोंद करतो.

रोखपाल आपल्याकडील नोंदींवरून रोख विक्रीचा तक्ता (Cash Sales Abstract) तयार करतो. हा तक्ता व रोकड पुस्तक यांची तुलना करण्यात यावी. अशा विक्री पद्धतीमध्ये हिशेब तपासनीसाने पावतीची प्रतिलिपी, नगदी विक्री तक्ता व रोकड पुस्तक यांची तुलना करावी व फरक आढळल्यास त्याची नोंद घ्यावी.

२) कर्जदारांकडून मिळालेल्या रकमा (Recepits from Debtor): उधारीवर विकलेल्या मालाचे पैसे संबंधित ग्राहकांकडून मिळतात. त्यांनाच कर्जदारांकडून मिळालेल्या रकमा असे म्हणता येईल. कर्जदारांकडून रक्कम मिळाल्यावर त्याला पावती देण्यात येते. कधी कधी कर्जदारांना सूट दिली जाते. तेव्हा देण्यासंबंधीच्या नियमांचे पालन केले किंवा नाही हे हिशेबतपासनीसाने पाहावे. यासंदर्भात पुढील बाबी विचारात घ्याव्यात –

अ) ग्राहकाकडून रक्कम मिळाल्यानंतर देण्यात आलेल्या पावतीच्या कार्बन पावतीवरून रोकड पुस्तकात केलेली नोंद पाहावी.

ब) पावतीची कार्बन प्रत बरोबर आहे, त्यात खाडाखोड नाही, याची तपासणी करावी.

क) कर्जदाराकडून रक्कम स्वीकारताना काही सूट दिली असल्यास ती सूट नियमानुसारच देण्यात आलेली आहे किंवा नाही हे पाहावे.

ड) कर्जदारांकडून मासिक विवरणांना आलेली उत्तरे हिशेबतपासनीसांनी पाहावी. एखाद्या कर्जदाराने विवरणातील रकमेसंबंधी तक्रार केलेली असल्यास त्याच्या रोख व्यवहारांची कसून तपासणी करावी.

इ) बुडीत कर्जाच्या बाबतीत देखील अफरातफर होऊ शकते. बुडीत कर्जाचे प्रमाण प्रत्यक्षात बुडालेल्यापेक्षा जास्त दाखवून तेवढ्याशा रकमेची अफरातफर होऊ शकते; म्हणून हिशेबतपासनीसाने बुडीत कर्जासंबंधीचे नियम, त्यांचे प्रमाणे, त्यासंबंधीचे करार व ठराव तपासून पहावेत. रक्कम बुडीत कर्ज खात्यावर टाकण्यासाठी योग्य अधिकाऱ्याची परवानगी घेतली किंवा नाही ते पाहावे.

३) गुंतवणुकीवरील व्याज व लाभांश (Interest and Divident on Investment): व्यावसायिकाने किंवा व्यवसाय संस्थेने सरकारी हुंड्या, भाग, कर्जरोखे इ. मध्ये गुंतवणूक केली असेल, तर त्यावर तसेच बँकेतील शिल्लक रक्कम, कर्जदारांकडून येणे रकमा यावर व्याज व लाभांश मिळत असतो. केलेल्या गुंतवणुकीवर किती व्याज मिळते, भागांवर किती लाभांश मिळण्यासारखा आहे व मिळणाऱ्याच्या साधारपणे तारखा कोणत्या याची माहिती घ्यावी. यासंदर्भात लाभांश अधिपत्र, व्याजपत्रक, बँक पासबुक, गुंतवणुकीचे रजिस्टर, कर्जाचे करार. इ. दस्तऐवजांचे परीक्षण करावे लागते.

प्राप्त व्याज व लाभांशाचे पावती परीक्षण करण्यासाठी पुढील मुद्दे विचारात घ्यावेत–

अ) गुंतवणूक रजिस्टरवरून प्रत्येक सहामाहीस किंवा तिमाहीस प्राप्त होणारे व्याज किंवा लाभांश मिळाला किंवा नाही ते पाहावे. तसेच त्याची नोंद रोकड पुस्तकामध्ये केली किंवा नाही ते पाहावे.

ब) मिळालेल्या लाभांशाचे लाभांश–अधिपत्रावरून परीक्षण करावे.

क) लाभांश बँकेत जमा केला असेल, तर पासबुकातील नोंद व रोकड पुस्तकातील नोंद याची पडताळणी करावी.

ड) कर्जदाराबरोबर झालेल्या कर्जाच्या करारावरून कर्जावर मिळालेल्या व्याजाची तपासणी करावी. त्यावरून रोकड पुस्तकातील नोंद तपासावी. कर्जाच्या करारपत्रकामध्ये व्याजाचा दर व व्याज देण्याची रक्कम नमूद केलेली असते.

४) मिळालेले भाडे (Rent Received) : व्यवसायसंस्थेने आपल्या इमारतीचा काही भाग किंवा काही इमारती इतरांना भाड्याने दिल्या असल्यास, त्या इमारतीचे भाडे हा उत्पन्नाचा भाग असतो. मिळालेल्या भाड्याने पावती–परीक्षण करताना भाडेकऱ्यांशी झालेले करार, दस्तऐवज, पावतीपुस्तक इ. चे परीक्षण करावे लागते. भाडे मिळण्याची तारीख, भाड्याची रक्कम, दुरुस्तीचा खर्च इ. बाबी तपासून पहाव्या लागतील. भाडे मिळाल्यावर दिल्या जाणाऱ्या पावतीच्या प्रतिलिपीवरून प्राप्त भाड्याचे परीक्षण करावे. भाड्याची वसुली एजंटामार्फत केली जात असेल, तर त्या एजंटाचे खाते तपासावे. एखाद्या भाडेकऱ्याकडे बऱ्याच दिवसांपासून भाडे थकित असेल, तर त्या खरोखरच थकित आहे किंवा कसे, याचे स्पष्टीकरण मिळवावे.

५) मिळालेले कमिशन (Commission Received) : मिळालेल्या कमिशनचे पावती–परीक्षण करण्यासाठी हिशेबतपासनीसाने रोकड पुस्तक, कमिशन खाते आणि वैयक्तिक खाते यांची तपासणी करावी. त्यातील नोंदी परस्परांशी जुळतात किंवा नाही ते पाहावे. कमिशन पक्षकार व त्यांचा प्रमुख यांच्यामध्ये झालेल्या करारानुसार आहे किंवा नाही हे पाहावे. कमिशन मिळाल्याबद्दल दिलेल्या पावत्यांच्या प्रतिलिपी व रोकड पुस्तकातील नोंदी पडताळून पहाव्या. कमिशन काही रकमांची सत्यता पाहण्यासाठी काही व्यवहारांबाबत कमिशनची आकारणी करून पाहावी. मिळालेल्या कमिशनच्या संदर्भात काही व्यवहारांची सखोल व कसून तपासणी करावी. थोडक्यात, मिळालेल्या कमिशनचे पावती–परीक्षण करताना, कमिशनचा करार, विक्रीचे विवरण, कमिशनची दर, कमिशनची रक्कम इ. बाबींची तपासणी करण्यात यावी.

६) गुंतवणुकीची विक्री (Sale of Investment) : भाग, कर्जरोखे, सरकारी रोखे

यांची विक्री या बाबींचा समावेश गुंतवणुकीच्या विक्री यामध्ये होतो. विक्रीसाठी तयार करण्यात आलेल्या पत्रकात विक्रीची रक्कम, कमिशनची रक्कम इ. चा उल्लेख असतो. बरीचशी गुंतवणूक लाभांशासह विकण्यात येते. त्यामुळे विक्रीपासून मिळालेली रक्कम भांडवली व महसुली स्वरूपाची असू शकते; म्हणून मिळालेल्या रकमेची भांडवली व महसुली अशी योग्य विभागणी करणे आवश्यक असते. मिळालेल्या रकमांची रोकड पुस्तकात नोंद केल्याची हिशेबतपासनीसाने खात्री करून घ्यावी. गुंतवणुकीपासून मिळणाऱ्या रकमेचे पावती-परीक्षण करताना खालील मुद्दे विचारात घ्यावेत -

य) गुंतवणुकीची विक्री करणाऱ्या मध्यस्थांनी सादर केलेल्या विक्रीपत्रावरून गुंतवणूक विक्री रकमेचे परीक्षण करावे.

र) कर्जरोखे व भाग व्याज अगर लाभांशासह विकल्यास विक्री तारखेपर्यंत येणे असलेल्या व्याज व लाभांशाचा हिशेब करून योग्य रकमा व्याज खात्यावर व लाभांश खात्यावर आणि योग्य भांडवली रकमा भांडवली खात्यावर घेतल्या आहेत याची तपासणी करावी.

ल) बँकामार्फत रोखे विकल्यास, बँकेकडून आलेल्या पत्रकावरून किंवा पासबुकावरून नोंदीचे परीक्षण करावे.

७) संपत्तीची विक्री (Sale of Fixed Assests) : व्यवसायामधील जास्तीची किंवा कालबाह्य झालेली संपत्ती विकून टाकण्यात येते. ही विक्री साधारणपणे टेंडरमार्फत लिलावाने किंवा एजंटामार्फतही विकली जाते. विक्रीपासून मिळालेली रक्कम योग्य रीतीने नोंदविली आहे किंवा नाही हे हिशेबतपासनीसाने बारकाईने पाहावे. संपत्तीची विक्री करताना विक्रेता व खरेदीदार यांच्यामधील अटी विचारात घ्याव्यात. यामध्ये संपत्तीची विक्री, किंमत, आगाऊ रक्कम इ. चा उल्लेख असतो. त्यामुळे त्या कागदपत्रांचा परीक्षणासाठी उपयोग करता येईल; जर मध्यस्थामार्फत विक्री केली असेल तर मध्यस्थाने सादर केलेले विक्रीपत्रक तपासणीसाठी आधार मानता येते. थोडक्यात, संपत्तीपासून प्राप्त झालेल्या रकमांचे, टेंडरपत्रक, लिलाव विवरण, मध्यस्थाने सादर केलेले विक्रीपत्रक व विक्रीच्या अटी, यांचा पावती परीक्षणामध्ये उपयोग करावा.

८) येणे हुंड्या (Bills Receivable) : व्यवसायामध्ये येणे हुंड्यांचे स्थान महत्त्वाचे आहे. येणे हुंड्यांचे पावती-परीक्षण करण्यासाठी येणे हुंड्यांचे पावती परीक्षण करण्यासाठी, येणे हुंड्या पुस्तकाची (Bill Receivable Book) तपासणी करावी. निरनिराळ्या हुंड्यांची मुदत, पैसे मिळण्याच्या तारखा इ. संबंधीची कागदपत्रे पहावीत. साधारणपणे हुंड्यांची रक्कम मुदत संपल्यावर, हुंड्या वटविल्यानंतर मिळते. हुंड्यांची मुदत संपल्यावर मिळालेल्या रकमांचे पावती परीक्षण येणे हुंड्या पुस्तके, मूळ पावतीची प्रतिलिपी, बँकेचे पासबुक यावरून करता येते. परंतु हुंड्या वटविल्या असतील तर सूट

दिली जाते. दिलेली सूट किंवा कसरी (Discount) ची तपासणी करताना मुदत, कसर देण्याचा दर व एकूण रक्कम तपासून पाहावी लागते. थोडक्यात, येणे हुंड्यांची मिळालेल्या रकमांचे पावती-परीक्षण करण्यासाठी प्राप्त हुंड्या पुस्तक, कसर किंवा सूट पुस्तक, रोकड पुस्तक व बँकेचे पासबुक यांचा उपयोग करण्यात यावा.

यासाठी पुढील मुद्दे विचारात घ्यावेत -

क) येणे हुंड्यांच्या पुस्तकाची तपासणी करावी.

ख) पैशांची वसुली करण्यासाठी दिलेल्या हुंड्या व ताळेबंदाच्या तारखेपर्यंत मुदत न संपलेल्या हुंड्यांबद्दल बँकेकडे चौकशी करावी.

ग) येणे हुंड्यांची मिळालेली रक्कम येणे हुंड्या पुस्तकात तसेच रोकड पुस्तकात नोंदली आहे किंवा नाही हे पाहावे.

घ) मुदत संपूनही ज्या हुंड्यांचे पैसे मिळाले नाहीत, त्यांची चौकशी करावी.

९) बुडीत कर्जाची वसुली (Bad Debt Recovered) : बुडीत कर्जाच्या वसुलीपासून संस्थेला पैसा मिळतो. बुडीत कर्जाची वसुली झाल्यानंतर त्याची नोंद संबंधित कर्जदाराच्या खात्यात न करता बुडीत कर्ज खात्यात केली आहे, याची खात्री करावी. जे कर्जदार दिवाळखोर झाले आहेत त्यांच्याकडील कर्जाची रक्कम वसूल झाल्यास त्याची तपासणी सरकारी वसुली अधिकाऱ्याने (Receiver) पाठविलेल्या पत्रांवरुन किंवा सूचनांवरून करता येते. या बाबतीत एकूण कर्जाची रक्कम विचारात घेऊन योग्य रकमेची नोंद करण्यात आली किंवा नाही हे पाहावे.

१०) भाडेखरेदी व हप्तेबंद पद्धतीने केलेली विक्री (Sale Through Higher Purchase and Instalment System) : मोठ्या किंवा जास्त किमतीच्या वस्तू भाडे खरेदी किंवा हप्तेबंद पद्धतीने विकण्यात येतात. अशा विक्रीपासून हप्त्याहप्त्याने रक्कम वसूल होत असते. यासाठी विक्रीचा लेखी करार करण्यात येतो. यामध्ये विक्री किंमत, हप्त्याची रक्कम, संख्या, व्याजाचा दर, हप्ते देण्याची मुदत, इ. माहिती असते. भाडेखरेदी किंवा हप्तेबंद पद्धतीने केलेल्या विक्रीचे पावती-परीक्षण करताना या लेखी विक्रीच्या करारांची तपासणी करावी. मिळालेल्या हप्त्यांमध्ये व्याजाची रक्कमही समाविष्ट असते. म्हणून व्याजाची रक्कम वेगळी करून नोंदविली आहे, याची खात्री करून घ्यावी. हप्ता मिळाल्यावर दिलेल्या पावतीच्या प्रतिलिपीवर नोंदीचे परीक्षण करावे. थोडक्यात, या विक्रीसाठी विक्रीचा करार, पावत्या, पासबुक इ. चा पावत्या (Vouchers) म्हणून उपयोग करता येतो.

११) मिळालेली वर्गणी (Received Subscription) : वर्गणी घेतल्यानंतर पावती

देण्यात येते. या पावत्यांची तपासणी करून त्याची रोकड पुस्तकांशी पडताळणी करावी. सभासदांची यादी, वर्गणीचे नियम, नियमावली इ. कागदपत्रे या संदर्भात तपासता येतील.

१२) भागांची विक्री (Share Capital Receipts): भांडवल उभारणीसाठी भागांची विक्री करण्यात येते. भागांची किंमत किती, किती भाग विकले गेले, किती पैसे वसूल झाले, या संदर्भात भाग-वाटप रजिस्टर तपासावे. तसेच भाग-वाटपाचे नियम व भाग-वाटप पत्रांच्या प्रतिलिपी तपासणी करताना उपयोगात येतात. त्याचबरोबर भागधारकांशी झालेला पत्रव्यवहार तपासावा.

१३) इतर प्राप्ती (Other Receipts) पावती परीक्षण : वरील बाबींशिवाय व्यावसायिकाला निरनिराळ्या मार्गाने रोख पैसा मिळू शकतो. त्या व्यवहाराच्या संबंधित कागदपत्रे, दस्तऐवज व पावत्या यावरून तपासणी करावी किंवा संबंधित व्यक्तीशी पत्रव्यवहार करून माहिती घ्यावी.

रोकड पुस्तकाच्या जमा बाजूचे (Credit Side) पावती – परीक्षण
(Vouching of Payment Side of Cash Book):

रोकड पुस्तकाच्या प्राप्ती बाजूचे किंवा नावे बाजूचे (Debit Side) पावती परीक्षण केल्यानंतर जमा बाजूचे (Credit Side) किंवा खर्चाच्या पदांचे पावती-परीक्षण हिशेबतपासनीसाला करावे लागते. व्यवसायातील खर्चाची पदे व त्यासाठी झालेला खर्च यामध्ये नोंदला जातो. या तपासणीमध्ये पैसे देण्याचे व्यवहार असल्यामुळे या पदांची तपासणी करणे जबाबदारीचे काम ठरते.

साधारणपणे खर्चाच्या बाजूची तपासणी करताना पुढील बाबी विचारात घ्याव्या लागतात-

१) खर्च करण्यात आलेली रक्कम ही व्यवसायासाठीच आहे हे पाहाणे.

२) झालेला सर्व खर्च हिशेबतपासणीच्या काळासाठीच झालेला आहे हे पाहणे.

३) दिलेली रक्कम त्या व्यक्तीलाच देण्यात आलेली आहे ना हे पाहणे.

४) व्यवसायसंस्थेतील जबाबदार अधिकाऱ्यांच्या संमतीनेच पैसा दिला गेला आहे.

५) दिलेल्या पैशांची योग्य प्रकारे नोंद ठेवलेली आहे.

६) दिलेल्या पैशासंबंधी योग्य पावती किंवा पुरावा पैसा देणाऱ्याकडे ठेवण्यात आलेला आहे.

७) पैसा देण्यासाठी उपयोगात आणलेल्या पावतीमध्ये तारीख, रक्कम, व्यक्तीचे नाव इ. पुरेसा तपशील किंवा नोंदी आहेत.

खर्चाच्या पदांचे पावती-परीक्षण करताना वरील सर्व बाबी लक्षात घेऊनच तपासणी करावी. व्यवसायामध्ये ज्या प्रमुख पदांवर खर्च होतो, त्या पदांसाठी पावती-परीक्षण पुढीलप्रमाणे करता येईल -

१) रोखीने खरेदी (Payments for Goods Purchased): रोखीने खरेदीचे व्यवहार अधिकृत आहेत याची खात्री करून घ्यावी. ज्या वस्तूंसाठी पैसे दिले आहेत त्या वस्तू खरोखर आलेल्या आहेत याची खात्री करावी. खरेदीचे सर्व व्यवहार व्यापाराशी संबंधित आहेत हे पाहावे. खरेदी करण्यासाठी योग्य अधिकाऱ्यांकडून आदेश घेण्यात आला आहे ह्याची तपासणी करावी. खरेदीच्या संदर्भात माल आवक पुस्तकातील नोंदी, बीजक, पावती इ. मधील नोंदी जुळतात किंवा नाही ते पाहावे.

२) मजुरी (Wages): व्यवसायामध्ये मजुरीसाठी पैसा देण्यात येतो. त्यासंबंधी नोंदी करण्यात येतात. परंतु या व्यवहारामध्ये रोखपालास अफरातफर करण्यास वाव मिळतो; म्हणून मजुरी देण्याच्या व्यवहारांच्या नोंदी काळजीपूर्वक तपासाव्यात. मजुरी देण्यासाठी उपयोगात आणली जाणारी अंतर्गत नियंत्रण पद्धती कार्यक्षण असेल तर विशेष त्रास होणार नाही. परंतु या पद्धतीत काही दोष असतील तर मजुरी देण्याच्या व्यवहारांचे पावती-परीक्षण काळजीपूर्वक करावे. मजुरी देण्याच्या व्यवहारामधील मजुरी पत्रक विशेष काळजीपूर्वक पाहावे.

यासंबंधी हिशेबतपासनीसाने पुढील दक्षता घ्यावी -

अ) मजुरीपत्रक तयार केल्यानंतर त्यावर ते तयार करणाऱ्या कारकुनाची, निरीक्षकाची व जबाबदार अधिकाऱ्याची सही आहे किंवा नाही हे पाहावे.

ब) मजुरीपत्रकातील गुणाकार, बेरजा इ. तपासाव्यात.

क) मजुरीतून होणाऱ्या विविध कपातींची तपासणी करावी. उदा. विमाहप्ता, भविष्यनिर्वाह निधी, घरभाडे इ.

ड) मजुरी पत्रकावर दर्शविलेल्या एकूण मजुरीच्या रकमेएवढ्या रकमेचाच धनादेश रोखपालाने काढला होता याची खात्री करुन घ्यावी. मजुरी देण्यासाठई आवश्यक तेवढीच रक्कम बँकेतून काढली असे यावरुन निदर्शनास येईल.

इ) मजुरीपत्रकातील मजुरांची नावे, फोरमनच्या रजिस्टरमधील नावांशी जुळवून पहावीत.

फ) मजुरांना आकस्मिक किंवा आगाऊ दिलेल्या रकमांचे काळजीपूर्वक परीक्षण करावे.

वरील बाबींवरून मजुरीचा खर्च वास्तविक आहे व अधिकृत आहे हे हिशेबतपासनीसाने पाहावे व त्यासाठी मजुरीपत्रक, फोरमनचे रजिस्टार, समय कार्ड इ. कागदपत्रांचा उपयोग पावती-परीक्षणासाठी करावा.

३) वेतन (Salaries): कर्मचाऱ्यांना वेतन देण्यासाठी संस्थेने पगारपत्रक किंवा वेतन-रजिस्टर ठेवलेले असते; म्हणून वेतनासाठी झालेल्या खर्चाचे पावती-परीक्षण करण्याकरिता पगारपत्रकाची तपासणी करावी. पगारपत्रकामध्ये कर्मचाऱ्यांचे नाव, पगार, भत्ते, कपाती इ. बद्दल माहिती असते. नोकराने पगारापोटी घेतलेली उचल, भविष्य निर्वाह निधी, विमाहप्ता, प्राप्तिकर इ. कपाती केल्यानंतर निव्वळ पगाराची रक्कम पगारपत्रकात शेवटच्या रकान्यात दर्शविली जाते. त्यासमोरच पगार प्राप्त करणाऱ्या व्यक्तीची सही घेण्यात येते. या पगारपत्रकाचे हिशेबतपासनीसाने बारकाईने परीक्षण करावे. पगार पत्रकाची बेरीज व त्या महिन्यासाठी बँकेतून काढून आणलेली रक्कम जुळते किंवा नाही ते पाहावे. पगार देण्याच्या संदर्भात नोंदीचे पावती-परीक्षण करताना पुढीलप्रमाणे तपासणी करावी -

अ) पगार-पत्रकातील सर्व रकान्यांच्या बेरजा बरोबर आहेत किंवा नाहीत ते पाहावे.

ब) प्रत्येक नोकराच्या नावासमोर दर्शविलेली पगाराची रक्कम, एकूण कपाती व निव्वळ देणे रक्कम बरोबर आहे, याची खात्री करून घ्यावी.

क) पगार मिळाल्याबद्दल सर्व कर्मचाऱ्यांच्या सह्या पगारपत्रकावर आहेत किंवा नाहीत ते पहावे.

ड) नोकरांनी बिनपगारी, अर्धपगारी रजा काढलेल्या असल्यास त्यांची तपासणी करावी.

ई) विशिष्ट तारखांना कर्मचाऱ्यांच्या पगारवाढी असतात. नोकरांना पगारवाढ देण्यात आली असल्यास पगारवाढीची तारीख तपासून पगार बरोबर असल्याची खात्री करुन घ्यावी.

फ) पगारपत्रकात केलेल्या कपाती नियमानुसार आहेत किंवा नाहीत याची खात्री करून घ्यावी.

ग) पगाराची रक्कम चेकने दिली असल्यास चेकची रक्कम व पगारपत्रकातील पगाराची रकम यांची जुळणी करून पाहावी.

य) नोकरांच्या पगारातून विशिष्ट कारणासाठी कपाती करण्यात येतात. त्या कपातीची रक्कम त्या त्या कारणासाठी किंवा उद्दिष्टासाठी उपयोगात आणली किंवा नाही हे पाहावे. उदा. विमाहप्त्याची रक्कम विमाकंपनीकडे पाठविली, भविष्य निर्वाह निधीची रक्कम भविष्यनिर्वाह निधी खात्यात जमा केली, याबद्दल खात्री करून घ्यावी.

४) देणे हुंड्या (Bills Payable): देणे हुंड्यांचे पैसे देण्यासंबंधीचे व्यवहार तपासताना पैसे मिळाल्याची पावती व मूळ देणे हुंडी यांची तपासणी करून त्यामधील रकमांची जुळणी करावी; जर देणे हुंड्यांचे पैसे बँकेमार्फत दिले असतील, तर रोकड पुस्तकातील नोंदीबरोबरच बँक पासबुकातील नोंदीची तपासणी करावी.

५) कमिशन (Commission): व्यवसायसंस्था मालाच्या विक्रीसाठी कमिशन एजंटाची नेमणूक करते. या एजंटांना त्यांच्या कार्याबद्दल कमिशन देण्यात येते. कमिशनच्या व्यवहारांचे पावती-परीक्षण करतान कमिशन पुस्तकाची (Commission Book) तपासणी करावी; जर विक्री वर टक्केवारीने कमिशन दिले जात असेल तर कमिशनची आकारणी बरोबर केलेली आहे किंवा नाही याची खात्री करून घ्यावी. कमिशनचा दर व अटी विचारात घेण्यासाठी एजंटांशी झालेले करारपत्रक तपासावे.

६) गुंतवणुकीची खरेदी (Investment): गुंतवणुकीची खरेदी साधारणपणे मध्यस्थांमार्फत केली जाते; म्हणून मध्यस्थांकडून मिळालेले खरेदी पत्र (Broker's Bought Note) आणि संबंधित पावत्या यांची पुरावा म्हणून तपासणी करण्यात यावी. जर गुंतवणूक लाभांश व व्याजासह खरेदी केली असेल तर व्याज व लाभांशाची रक्कम महसुली प्राप्ती दाखविली आहे, याची खात्री करून घ्यावी. हिशेबतपासनीसाने शक्यतो गुंतवणुकीचे दस्तऐवज उदा. भाग-प्रमाणपत्रे, रोखे इ. प्रत्यक्ष आहेत किंवा नाहीत हे पाहावे. जर गुंतवणुकीची खरेदी बँकेमार्फत केली असेल तर बँकेचे पासबुक तपासावे. सर्व प्रकारच्या गुंतवणुकीची खरेदी अधिकृत असली पाहिजे; त्यासाठी भागप्रमाणपत्रे, भाग वाटपपत्रे, रोखे. इ. ची तपासणी करावी.

७) यंत्रे व फर्निचर यांची खरेदी (Machinery and Furniture): यंत्रे व फर्निचर यांच्या खरेदीच्या व्यवहारांचे पावती-परीक्षण करताना, विक्रेत्याची पावती, बीजक, आदेशाची प्रत व इतर पत्रव्यवहार यांच्या आधारे करावे. कधीकधी ही मालमत्ता लिलावात खरेदी केली जाते. तेव्हा लिलावकर्त्याने पाठविलेले विवरण तपासावे. यंत्रे जर भाडेखरेदी पद्धती किंवा हप्तेबंद पद्धतीने खरेदी केली असतील तर त्यासंबंधीची खरेदी करारपत्रके तपासून पहावीत. संबंधित कागदपत्रांतील नोंदी रोकड पुस्तकातील नोंदीशी जुळतात किंवा नाही ते पाहावे. यंत्रे खरेदी केल्यानंतर ती बसविण्यासाठी आलेला खर्च हा भांडवली खर्च मानला जातो; म्हणून यंत्रे बसविण्यासाठी केलेल्या खर्चाची नोंद भांडवली खर्च म्हणून केली किंवा नाही ते पाहावे. थोडक्यात, या व्यवहारांच्या पावतीपरीक्षणामध्ये खरेदीचे करारपत्रक, पैसे दिल्याबद्दल मिळालेल्या पावत्या, बँक पासबुकातील नोंदी, लिलावकर्त्यांचे विवरण, दलालाचे पत्र इ. कागदपत्रांची तपासणी करण्यात यावी.

८) इमारत (Building): इमारती खरेदी करण्याच्या व्यवहारांचे पावती परीक्षण करताना खालील मुद्दे लक्षात घ्यावेत –

　　अ) इमारत जर विकत घेतली असेल तर विक्रीचा करार, पैसे दिल्याबद्दल मिळालेली पावती आणि त्यासंबंधीचा पत्रव्यवहार यावरून झालेल्या

खर्चाची तपासणी करावी.

ब) कंत्राट देऊन इमारत बांधून घेतली असल्यास इमारतीच्या बांधकामाच्या कंत्राटाचा करार तपासण्यात यावा.

क) इमारतीच्या बांधकामाच्या खर्चाबाबत आर्किटेक्ट इंजिनिअर यांनी दिलेल्या प्रमाणपत्राची तपासणी करावी.

ड) दलालामार्फत किंवा मध्यस्थामार्फत इमारत खरेदी केली असेल तर दलालाकडून आलेले पत्र तपासावे.

९) पेटंट व कॉपीराईट (Patents and Copyright): हे दोन्ही प्रकारचे अधिकार करार करून मिळतात. म्हणून यांचे पावती-परीक्षण करताना व्यवसाय संस्थेशी झालेला करार तपासून पाहावा. पेटंट व कॉपीराईट यासाठी झालेला खर्च हा भांडवली खर्च असतो. यासाठी करारपत्र, पावती, पासबुकातील नोंदी इ. चे परीक्षण करावे.

१०) कर्जावरील व्याज (Interest on Loan) : बँका किंवा इतर मार्गाने कर्ज घेतले असेल तर त्यावर व्याज द्यावे लागते. या बाबतीत पावती परीक्षण करताना कर्जासंबंधीच्या अटी तपासाव्यात. तसे कर्जासंबंधीचे करारपत्रक तपासावे. यात व्याजाचा दर, कर्जाची मुदत, एकूण रक्कम इ. माहिती असते. कर्जरोख्यांवर व्याज दिले जात असेल तरच कर्जरोखे व्याज पुस्तक तपासले पाहिजे. व्याज बँकेमार्फत दिले जात असेल तर बँक पासबुक व व्याज नोंदणी पुस्तकाचे परीक्षण करावे.

११) प्रारंभिक खर्च (Preliminary Expenses) : कंपनीच्या स्थापनेसाठी होणाऱ्या खर्चाला 'प्रारंभिक खर्च' असे म्हणतात. यामध्ये नोंदणी करण्याचा खर्च, कंपनीची नियमावली, घटनापत्रक तयार करणे, माहितीपत्रक प्रसिद्ध करणे, भांडवलासंबंधीची स्टँप ड्यूटी इ. खर्च समाविष्ट असतो.

या प्रारंभिक खर्चाचे पावती परीक्षण करण्यासाठी खालील मुद्दे विचारात घ्यावेत-

अ) प्रारंभिक खर्चातील प्रत्येक खर्चासाठी पावती आहे किंवा नाही हे पाहावे.

ब) प्रारंभिक खर्चापैकी योग्य रक्कम खातेबाद (write off) केली आहे व ताळेबंदात दाखविली आहे किंवा नाही हे पाहावे.

क) प्रारंभिक खर्चाबद्दल कंपनीच्या नियमावलीतील तरतुदी पहाव्यात.

ड) प्रारंभिक खर्चात समाविष्ट नसणाऱ्या एखाद्या पदावर खर्च करण्यात आला आहे काय हे बारकाईने पहावे.

इ. प्रारंभिक खर्चासंबंधी कंपनी कायद्याने घातलेल्या मर्यादा विचारात घेतल्या किंवा नाहीत ते पहावे.

१२. संचालकांची फी व मानधन (Director's Fees and Remuneration): यामध्ये संचालकांना दिली जाणारी फी योग्य व वाजवी आहे याची खात्री करून घ्यावी. संचालकांच्या सभाचे इतिवृत्त, संचालकांचे उपस्थितीपत्रक व त्यांच्याकडून मिळालेल्या पावत्या यांचा पावती परीक्षणामध्ये उपयोग करावा.

त्याबरोबर पुढील मुद्द्यांकडे लक्ष द्यावे –

१) संचालकांना किती व कशा पद्धतीने मानधन देण्यात यावे याबद्दल कंपनीची नियमावली पाहावी. नियमावलीतील नियमाप्रमाणेच मानधन दिलेले आहे याची खात्री करुन घ्यावी.

२) मानधन मिळाल्यावर संचालकांनी सह्या करून दिलेल्या पावत्या तपासाव्यात व त्यावरून रोकड पुस्तकामध्ये केलेल्या नोंदी तपासव्यात.

३) सभांचे इतिवृत्त, संचालकांचे उपस्थितीपत्रक यावरून मानधन बरोबर आहे किंवा नाही ते पाहावे.

१३) विम्याचा हप्ता (Insurance Premium): कंपनी किंवा व्यावसायिक आपल्या मालमत्तेचा विमा उतरवितो. त्यासाठी विमाहप्ताची रक्कम द्यावी लागते विमा हप्त्याच्या खर्चाचे पावती–परीक्षण खालीलप्रमाणे करावे –

अ) व्यवसायातील मालमत्तेचा जरल नव्यानेच विमा उतरविला असेल तर विमापॉलिसी व विमा कंपनीकडून मिळालेली विमा हप्त्याची पावती यांची तपासणी करावी.

ब) जर विमा पॉलिसीचे नूतनीकरण करण्यात आलेले असेल तर विमाहप्ता भरल्याची पावती तपासावी.

क) विमा पॉलिसी व्यावसायिकाच्याच नावाची आहे किंवा नाही याबाबत खात्री करून घ्यावी.

ड) ज्या मालमत्तेचा विमा उतरविण्यात आला आहे ती मालमत्ता व्यावसायिकाच्याच मालकीची आहे, याबद्दल खात्री करून घ्यावी.

इ) विमा पॉलिसीची मुदत विचारात घ्यावी.

१४) उधारीवर केलेली खरेदी किंवा सावकारांना दिलेल्या रकमा (Credit Purchase): इतर व्यवसायसंस्थांकडून मालाची उधारीवर खरेदी करण्यात येते. या व्यवहारांमधून 'सावकार' निर्माण होतात. या सावकारांना त्यांचे पैसे द्यावे लागतात. अशा रकमा दिल्याबद्दलची तपासणी हिशेबतपासनीसाने काळजी पूर्वक केली पाहिजे. या व्यवहाराचे पावती–परीक्षण करताना खालील पुरावे लक्षात द्यावेत –

क) उधारीवर माल खरेदी केला या संदर्भात बीजक, खरेदी करारपत्रक व इतर

पत्रव्यवहाराचा पुरावा म्हणून उपयोग करण्यात यावा.

ख) रक्कम दिल्यानंतर मिळालेली पावती तपासावी व त्यावरून रोकड पुस्तकातील नोंदी पहाव्यात.

ग) माल खरेदी आदेश, मालसाठा, रजिस्टर, आवक बीजक इ. कागदपत्रांचा तपासणीमध्ये उपयोग करावा.

१५) प्रवासखर्च (Travelling Expenese) : व्यवसायासाठी कराव्या लागणाऱ्या प्रवासासाठी होणारा खर्च 'प्रवासखर्च' म्हणून देण्यात येतो. ही प्रवास खर्चाची रक्कम निश्चित ठरविलेली असेल तर तपासणी करणे सोपे होते. परंतु जेव्हा ही रक्कम निश्चित नसते तेव्हा अनेक कागदपत्रे तपासावी लागतात. याबाबत जबाबदार अधिकाऱ्यांची संमती, त्याला दिलेल्या रकमेची पावती इ. कागदपत्रांची तपासणी करण्यात यावी.

१६) लाभांश (Dividend) : कंपनीच्या भागांवर दरवर्षी लाभांश देण्यात येतो. निरनिराळ्या प्रकारच्या भागांवरील लाभांशाचा दर निरनिराळा असतो. उदा. सामान्य भाग व अग्रहक्काच्या भागांवर भिन्न दराने लाभांश दिला जातो. लाभांशाच्या खर्चाने पावती-परीक्षण करताना कंपनीच्या भागधारकांच्या सभेचे ठराव, सभासद नोंदवही, लाभांश पत्राच्या प्रतिलिपी, बँक पासबुक इ. ची तपासणी करण्यात यावी.

१७) भाडे खरेदी पद्धती किंवा हप्तेबंद विक्री पद्धतीने केलेल्या खरेदीचे पैसे देणे (Payment Under Higher Purchase and Installment) : व्यवसाय संस्था कधी कधी काही मालमत्ता भाडे-खरेदी किंवा हप्तेबंद पद्धतीने खरेदी करतात. अशा खरेदीमध्ये हप्तेबंद पद्धतीने केलेल्या खरेदीचा करार हा महत्त्वाचा दस्तऐवज असतो. म्हणून या दस्तऐवजाची तपासणी करावी; तसेच विक्रेत्याकडून मिळालेली विवरणपत्रके तपासावीत. त्याचबरोबर हप्ता दिल्याबद्दल मिळालेल्या पावत्या व रोकड पुस्तकातील नोंदी तपासून पाहाव्यात. या पद्धतीने खरेदी केलेल्या मालमत्तेच्या खर्चातील काही भाग महसुली स्वरूपाचा असतो; म्हणून या खरेदीमुळे झालेल्या खर्चाचे भांडवली व महसूली असे योग्य विभाजन केले आहे किंवा नाही ते पाहावे.

१८) भांडवलातून देण्यात आलेले व्याज (Interest paid out of Capital): सर्वसाधारणपणे कोणत्याही कंपनीला आपल्या भांडवलातून व्याज देता येत नाही. परंतु काही विशिष्ट परिस्थितीतच भांडवलातून व्याज दिले जाऊ शकते. काही विशिष्ट किंवा खास कारणामुळे एखाद्या कंपनीने भांडवलातून व्याज दिले असेल तर त्याचे पावती-परीक्षण खालीलप्रमाणे करता येईल.

अ) सर्वप्रथम भांडवलातून व्याज देण्याची तरतूद कंपनीच्या नियमावलीत केलेली

आहे याची खात्री करून घ्यावी.

ब) भांडवलातून व्याज देण्यासाठी कंपनीने सर्वसाधारण सभेमध्ये विशेष ठराव संमत केला आहे किंवा नाही हे पाहावे. त्यासाठी विशेष ठरावाची प्रत पाहावी किंवा सर्वसाधारण सभेचे इतिवृत्त तपासावे.

क) भांडवलातून व्याज देण्यासाठी केंद्र सरकारची लेखी परवानगी घेतली आहे. याबद्दल खात्री करून घेण्यात यावी.

ड) देण्यात आलेले व्याज प्रचलित दरापेक्षा जास्त नाही हे पाहावे.

इ) भांडवलातून देण्यात आलेल्या व्याजाचा ताळेबंदात उल्लेख करण्यात आलेला आहे हे पाहावे.

फ) देण्यात आलेल्या व्याजाबद्दल मिळालेल्या पावत्यांची तपासणी करावी.

२.४.१. लघुरोख पुस्तकाचे प्रमाणन (Vouching of Petty Cash-Book)

व्यवसायामध्ये होणाऱ्या किरकोळ खर्चाची नोंद ठेवण्यासाठी लघुरोकड पुस्तक लिहिण्यात येते. लघुरोकड पुस्तकातील नोंदीची तपासणी करण्यापूर्वी हिशेबतपासनीसाने संस्थेत उपयोगात आणल्या जाणाऱ्या अंतर्गत नियंत्रण पद्धतीचा अभ्यास करावा. लघुरोकड पुस्तकातील व्यवहारांच्या नोंदीची कसून तपासणी करावी; कारण लघुरोकड संदर्भात अफरातफर सहज होऊ शकते. साधारणपणे लघुरोकड पुस्तक अनामत ठेव पद्धतीने (Imprest system) ठेवण्यात आल्यास लबाडीस आळा बसू शकतो. सर्वसाधारणपणे सर्व किरकोळ खर्चाच्या पावत्या ठेवण्यात याव्यात व त्या रोखपालास सादर करण्यात याव्यात. ज्या किरकोळ खर्चाच्या पावत्या मिळत नाहीत त्यासंबंधी लघुरोखपालाने स्वतः पावत्या तयार कराव्यात व त्यावर सह्या कराव्यात.

लघुरोकड पुस्तकातील नोंदीचे पावती परीक्षण खालीलप्रमाणे करण्यात यावे –

१) मुख्य रोखपालाकडून लघुरोखपालास मिळणारी दर महिन्याची रक्कम तपासावी.

२) लघुरोकड पुस्तकातील बेरजा तपासाव्यात.

३) सर्व किरकोळ खर्चाच्या पावत्यांची तपासणी करावी.

४) पाच हजार रुपयांपेक्षा अधिक रकमेच्या पावतीसाठी तिकीट लावलेले आहे किंवा नाही हे पाहावे.

५) पोस्टाच्या खर्चाचा हिशेब ठेवण्यासाठी पोस्ट खर्च पुस्तक ठेवलेले असावे.

६) ज्या किरकोळ खर्चाची पावती उपलब्ध होत नाही किंवा मिळत नाही, त्याबद्दल लघुरोखपालाने स्वतः पावती तयार करावी व त्यावर जबाबदार अधिकाऱ्याची सही घ्यावी.

७) लघुरोकड पुस्तकाच्या आडव्या व उभ्या रकान्यातील रकमांच्या बेरजा तपासून पहाव्यात.

८) लघुरोकड पुस्तकातील नोंदीवरुन असलेली शिल्लक रक्कम व प्रत्येक लघुरोखपालाकडे असलेली शिल्लक रक्कम या दोन्हींची पडताळणी करून खात्री करुन घ्यावी.

९) एखाद्या महिन्यात नेहमीपेक्षा फार जास्त खर्च झाला असेल तर त्या महिन्यातील खर्चाची बारकाईने तपासणी करावी.

२.४.२.बँक पासबुकाचे पावती परीक्षण/प्रमाणन (Vouching of Bank Pass Book) :

बँकेमध्ये जमा केलेल्या रकमा व बँकेतून काढलेल्या रकमा यांची नोंद रोकड पुस्तकातील बँक रकान्यामध्ये करण्यात येते.या बँकेच्या व्यवहारांचे पावती-परीक्षण करणे आवश्यक असते.त्यासाठी बँक पासबुकाचा उपयोग होतो. बँकेमध्ये ठेवलेल्या ठेवीची (मुदत,चालू व बचत) तपासणी भरणा पावत्यांच्या अर्ध्या भागावरून करता येईल.

बँकेच्या व्यवहारांच्या नोंदीचे पावती-परीक्षण करताना खालील मुद्द्यांकडे लक्ष द्यावे -

१) बँक पासबुकातील शिल्लक व रोकड पुस्तकातील शिल्लक एकच असावी. त्यात फरक असल्यास बँक मिळवणी पत्रकावरून फरकाचे कारण जाणून घ्यावे व ते बरोबर आहे याची खात्री करून घ्यावी.

२) बँकेतून काढलेल्या रकमा व बँकेमार्फत केलेला खर्च चेकबुकावरून तपासावा.

३) ज्या धनादेशांचे अनादरण झाले आहे त्यांची नोंद रोकड पुस्तकामध्ये बरोबर झाली आहे किंवा नाही ते पाहावे.

४) बँकेचे कमिशन, व्याज, कसर व इतर खर्चासाठी बँक पासबुकातील नोंदीची तपासणी करावी.

५) हिशेबतपासनीसाने बँकेतील सुरुवातीच्या शिलका व वर्षअखेरीच्या शिलका यांचे आकडे बँकेकडून मागवावेत.

६) व्यवसायसंस्थेच्या किंवा पक्षकाराच्या कर्मचाऱ्यांनी तयार केलेले बँक मिळवणी पत्रक (Bank Reconciliation Statement) बारकाईने तपासावे.

७) हिशेबतपासनीसाकडे खोटे किंवा बनावट पासबुक सादर करण्यात येऊ शकते. त्यापासून हिशेबतपासनीसाने सावध राहावे. पासबुक खरे व विश्वसनीय आहे याची खात्री करून घ्यावी.

८) बँकेत जमा केलेल्या रकमांच्या नोंदी तपासण्यासाठी बँक भरणा पत्रकाची

(Pay-in-Slip) स्थळप्रत व पासबुकातील नोंदीची तपासणी करावी. विशेषतः वर्षाच्या शेवटी जमाखर्चाचे हिशेब पूर्ण करतेवेळी बँकेत जमा केलेल्या रकमांच्या नोंदी बारकाईने तपासाव्यात.

साहाय्यक पुस्तकांचे पावती परीक्षण किंवा व्यापारी व्यवहारांचे पावती परीक्षण (Vouching of Subsidiary Book or Trading Transactions)

व्यवसायसंस्थांच्या व्यापारी व्यवहारांमध्ये उधारीचे व्यवहार मोठ्या प्रमाणावर होत असतात. बरेचसे खरेदी व विक्रीचे व्यवहार उधारीवर होत असतात. अशा उधारीवर होणाऱ्या खरेदी–विक्रीच्या व्यवहारांचे पावती–परीक्षण हिशेबतपासणीच्या कार्याचा महत्त्वाचा भाग असतो. या उधारीवरील व्यवहारांच्या नोंदी निरनिराळ्या साहाय्यक पुस्तकांमध्ये करण्यात येतात. यामध्ये खरेदी पुस्तक, देणे हुंड्या पुस्तक व विशेष रोखकीर्द (Journal Proper) यांचा समावेश होतो. या सर्व पुस्तकांतील नोंदींचे पावती–परीक्षण हिशेबतपासनीसाला करावे लागते.

१) खरेदी पुस्तकाचे पावती परीक्षण : खरेदी पुस्तकामध्ये (Purchase Book) उधारीवर खरेदी केलेल्या व्यवहारांच्या नोंदी करण्यात येतात. खरेदी पुस्तकाचे पावती–परीक्षण करण्यापूर्वी हिशेबतपासनीसाने खरेदी विभागात उपयोगात आणल्या जाणाऱ्या अंतर्गत नियंत्रण पद्धतीचा अभ्यास करावा. जर अंतर्गत नियंत्रण पद्धती समाधानकारक नसेल तर खरेदी पुस्तकाचे पावती–परीक्षण खालील उद्देशांनी करावे लागते –

१) खरेदीच्या व्यवहारांमध्ये होणारी अफरातफर शोधून काढणे.
२) मालाची खरेदी आदेशानुसारच झालेली आहे व खरेदी केलेल्या मालाचेच पैसे देण्यात आलेले आहेत हे पाहाणे.
३) खरेदीच्या नोंदी योग्य रकमांनीच केलेल्या आहेत हे पाहाणे.

बीजकांची तपासणी : खरेदीच्या व्यवहारांमध्ये बीजक (Invoice) हे महत्त्वाचे कागदपत्र आहे. खरेदी पुस्तकाचे पावती–परीक्षण खरेदी पुस्तकातील नोंदी व बीजक यावरून करण्यात येते. हिशेबतपासनीसाने सर्व बीजकांची तपासणी काळजीपूर्वक केली पाहिजे. बीजकाची तपासणी करताना पुढील मुद्दे विचारात घ्यावेत –

अ) सर्व बीजके व्यवसायसंस्थेच्याच नावाची आहेत किंवा नाहीत ते पाहावे.
ब) बीजकांवरील तारखा खरेदी पुस्तकातील नोंदीच्या तारखांशी जुळल्या पाहिजेत.
क) बीजकांवर संस्थेतील बीजकांची तपासणी करणाऱ्या अधिकाऱ्यांची सही असावी.

ड) व्यवसायसंस्था ज्या वस्तूंचा व्यापार करीत असते त्या वस्तूंच्या खरेदीचीच बीजके असावीत.

इ) बीजकामध्ये व्यापारी सूट (Trade Discount) वजा करून आलेल्या रकमेनेच खरेदी पुस्तकातील नोंदी आहेत किंवा नाही याची पाहणी करावी.

फ) कोणतेही बीजक गहाळ झालेले नाही हे पाहावे, जर काही बीजके गहाळ झालेली असतील तर त्यांची यादी करावी व त्यांच्या दुसऱ्या प्रती (Duplicate) मिळवाव्यात. जर दुसऱ्या प्रतीही मिळत नसतील तर ही बाब संस्थेच्या अधिकाऱ्यांच्या नजरेस आणून द्यावी.

खरेदी पुस्तकातील नोंदीचे पावती–परीक्षण करताना पुढील पद्धतीचाही अवलंब करावा :

१) एकदा बीजकाची तपासणी केल्यानंतर त्यावर खूण करावी. त्यामुळे तेच बीजक पुन्हा सादर केले जाणार नाही. कोणत्याही प्रकारची बनावट खरेदी झालेली नाही याची खात्री करून घ्यावी. यासाठी खरेदी पुस्तक व आदेशपुस्तक व मालाची आवक नोंद पुस्तक यांच्यामधील नोंदीची तुलना करावी. कधी कधी आर्थिक वर्षाच्या शेवटी बीजके दडवून ठेवली जातात व शिल्लक माल वाढवून दाखविला जातो. त्यामुळे नफा वाढवून दाखविला जातो. यासाठी वर्षाच्या शेवटच्या काळातील माल आवक नोंद पुस्तक (Goods Received Book) व खरेदी पुस्तक यांच्यामधील नोंदी जुळवून पाहाव्यात. त्याबरोबर पुढील काळातील बीजके त्या विशिष्ट वर्षातील बीजकांमध्ये समाविष्ट नाहीत हेही पाहावे.

२) सर्व बीजकांच्या नोंदी खरेदी पुस्तकात झालेल्या आहेत याची खात्री करून घ्यावी. यासाठी सावकारांचे विवरणपत्रक (Creditors statement) तपासावे व त्यातील नोंदी खात्यांवरील शिल्लक रकमांशी पडताळून पाहाव्यात.

३) खरेदी पुस्तकात कोणत्याही भांडवली वस्तूंच्या खरेदीची नोंद झालेली नाही याची तपासणी करावी.

४) खरेदी पुस्तकांतील बेरजा व शिलका बरोबर आहेत याची खात्री करून घ्यावी.

५) वर्षाच्या अखेरीस प्रत्येक विक्रेत्याकडून विवरण मागवावे व ही विवरणे खरेदी पुस्तकातील नोंदीशी जुळवून पाहावीत.

६) एखाद्या मोठ्या खरेदीच्या रकमेचे बीजक नोंदीतून वगळले नाही ना याची खात्री करण्यासाठी स्वतंत्र परीक्षा घेण्यात यावी. यासाठी ढोबळ नफ्याची टक्केवारी काढून ती मागील वर्षाच्या टक्केवारीशी जुळवून पाहावी. फार मोठा फरक असेल तर कसून चौकशी करावी.

अंकेक्षण/११६

७) रोजच्या पुस्तकातील बेरजा व वैयक्तिक खात्यातील नोंदी तपासून पाहाव्यात.
८) काही व्यापारीसंस्था भविष्यकालीन करारानुसार खरेदी करतात. असे खरेदीचे करार केले असतील तर त्या करारांच्या रकमा सर्वसाधारण परिस्थितीनुसार व सामान्य स्वरुपाच्याच आहेत हे पाहावे.

२) खरेदी परत पुस्तकाचे पावती–परीक्षण : काही कारणांमुळे खरेदी केलेला माल विक्रेत्यांना परत पाठविण्यात येतो. त्याची नोंद खरेदी परत पुस्तकात करण्यात येते. वस्तू परत पाठविताना त्यासोबत नावेबंद चिठ्ठी (Debit Note) पाठविण्यात येते; याला उत्तर म्हणून विक्रेत्याकडून जमाबंद चिठ्ठी (Credit Note) येत असते. या संदर्भात प्रत्येक परत करण्यात आलेल्या मालाबाबत जमाबंद चिठ्ठी प्राप्त केलेली आहे किंवा नाही, हे काळाजीपूर्वक पाहावे लागते. खरेदी परत पुस्तकाचे पावती परीक्षण करताना मिळालेली सूट (Discount received) याबाबत लक्ष दिले पाहिजे.
या पुस्तकाचे पावती परीक्षण करताना पुढील मुद्दे विचारात घ्यावेत –
१) खरेदी परत पुस्तकातील नोंदी व विक्रेत्यांकडून आलेल्या जमाबंद चिठ्ठ्या यांची पडताळणी करून पहावी.
२) वर्षाच्या सुरुवातीला असणाऱ्या खरेदी परतीसंबंधीच्या नोंदी काळजीपूर्वक तपासून पाहाव्या. कारण वर्षाच्या शेवटी खरेदी दाखवून नवीन वर्षाच्या सुरुवातीला खरेदी परत या बाबतीत नोंदी करून अफरातफर केली जाऊ शकते.
३) खरेदी परत पुस्तकातील रकमांच्या बेरजा तपासून पहाव्यात.

३. विक्री पुस्तकाचे पावती–परीक्षण : उधारीवर होत असलेल्या विक्रीच्या व्यवहारांच्या नोंदी या पुस्तकात करण्यात येतात. विक्रीच्या व्यवहारांचे पावती परीक्षण करताना हिशेब तपासनीसाला अंतर्गत नियंत्रण पद्धतीच्या कार्यक्षमतेवर अवलंबून राहाता येईल. विक्रीच्या व्यवहारासंबंधी मिळणारे पुरावे हे अप्रत्यक्ष स्वरूपाचे असतात. त्यामुळे विक्रीच्या व्यवहारात अनेक लबाड्या होऊ शकतात. विक्री पुस्तक यातील नोंदीची तपासणी करावी लागते.

विक्री पुस्तकाचे पावती परीक्षण करताना पुढील बाबी विचारात घ्याव्यात –
१) विक्री पुस्तकातील नोंदीचे पावती परीक्षण विक्री बीजकाच्या प्रतिलिपीवरून करावे. बीजकातील रक्कम व इतर नोंदी बरोबर आहेत किंवा नाहीत ते पाहावे. त्याचबरोबर विक्री पुस्तकातील नोंदी व मिळालेल्या आदेश पुस्तकातील नोंदी पडताळून पाहाव्यात.
२) विक्री पुस्तकातील बेरजा तपासून पहाव्यात व त्यांची पडताळणी खाते पुस्तकातील खतावणीशी करून पाहावी. बऱ्याचदा काही व्यवहारांची खतावणी करण्याचे राहून जाते.

३) जर एखाद्या फार मोठ्या रकमेची विक्री दर्शविण्यात आली असेल, तर त्याची बारकाईने चौकशी करावी; व या विक्रीच्या वस्तूचा समावेश वर्षअखेरीस शिल्लक मालामध्ये केलेला नाही याची खात्री करून घ्यावी.

४) ज्या मालाची विक्री करण्यात आलेली आहे तो माल प्रत्यक्षपणे पाठविण्यात आलेला आहे याची खात्री करून घ्यावी, त्यासाठी विक्रीचे आदेश क्रमांक व बीजकांचे क्रमांक माल जावक पुस्तकातील नोंदीशी पडताळून पाहावेत.

५) आर्थिक वर्षाच्या शेवटच्या काही आठवड्यांतील विक्री पुस्तकातील नोंदी काळजीपूर्वक तपासाव्यात. त्यासाठी माल जावक पुस्तकातील नोंदी पाहाव्यात. कोणत्याही प्रकारची काल्पनिक किंवा खोटी विक्री दाखविण्यात आली नाही ना याची खात्री करून घ्यावी.

६) जर भांडवली वस्तू किंवा संपत्तीची विक्री केली असेल तर त्याच्या नोंदी विक्री पुस्तकात केलेल्या नाहीत, याची खात्री करून घ्यावी.

७) जर व्ही. पी. पी. ने किंवा 'पसंत पडल्यास ठेवून घ्या' या पद्धतीने विक्री केली असेल, तर प्रत्यक्ष विक्री झाल्याशिवाय त्याच्या नोंदी विक्री पुस्तकात केलेल्या नाहीत ना याची खात्री करून घ्यावी. अशा काही वस्तू ग्राहकांकडे विक्री करण्यासाठी म्हणून पाठविल्या असतील तर अशा अविक्रीत वस्तू ताळेबंदाच्या दिवशी विक्रीमध्ये समाविष्ट केलेल्या नाहीत ना याची खात्री करून घ्यावी. अशा अविक्रीत वस्तू जरी त्या ग्राहकांकडे पाठविल्या असल्या तरी शिल्लक मालामध्ये समाविष्ट केल्या पाहिजेत.

८) जर भाडे खरेदी पद्धती व हप्तेबंद विक्री पद्धतीने मालाची विक्री झाली असेल तर विक्री किमतीचा भाग व व्याजाचा भाग वेगवेगळा करून नोंदविला आहे किंवा नाही, याची तपासणी करावी.

९) विक्रीचे वायदे (Forward Sales) करून केलेल्या विक्रीची नोंद विक्री पुस्तकात केल्याचे आढळून आल्यास प्रत्यक्ष जेवढा माल पाठविण्यात आलेला असेल तेवढाच विक्री हिशेबात घेतला नाही ना हे पहावे.

१०) काही उत्पादन करणाऱ्या संस्था व ठोक व्यापारी यांना मालाची विक्री करताना विक्री कराची आकारणी करावी लागते. अशा वेळी विक्री किमतीमध्ये विक्री कराची रक्कम समाविष्ट न करता ती विक्री बीजकांमध्ये स्वतंत्रपणे नोंदी विक्री कर खात्यामध्ये दाखविली पाहिजे.

११) विक्री पुस्तकाच्या मासिक बेरजा व खातेवहीतील नोंदी यांची जुळवणी करून पाहावी.

४) विक्री परत पुस्तकाचे पावती–परीक्षण : एकदा विकण्यात आलेला माल काही कारणाने परत आल्यास त्याची नोंद विक्री परत पुस्तकात करण्यात येते. याचे पावती परीक्षण करताना विक्री परतीच्या नोंदी करण्याची पद्धती व जमाबंद चिठ्ठ्या पाठविण्याची पद्धती विचारात घ्यावी.

या बाबतीत खालील मुद्दे विचारात घ्यावेत –

१) ग्राहकांकडून आलेल्या नावेबंद चिठ्ठा, संस्थेने पाठविलेल्या जमाबंद चिठ्ठ्या व विक्री परत पुस्तकातील नोंदी यांची पडताळणी करून पाहावी.

२) आवक वस्तूंची नोंद वही व ग्राहकांशी झालेला पत्रव्यवहार तपासून पहावा.

३) विक्री परत पुस्तकातील नोंदीवरून संबंधित ग्राहकांच्या खात्यात केलेल्या नोंदी तपासून पहाव्यात.

५) प्राप्त हुंड्या किंवा येणे हुंड्या पुस्तकाचे पावती–परीक्षण : ग्राहकांकडून येणे असलेल्या हुंड्यांची सविस्तर नोंद ठेवण्यासाठी येणे हुंड्या पुस्तक लिहिले जाते. या पुस्तकामध्ये येणे हुंड्यांची तारीख, पैसे मिळण्याची तारीख, रक्कम, हुंड्या स्वीकारणाऱ्यांची नावे इ. तपशील असतो.

या पुस्तकाचे पावती परीक्षण करताना पुढील मुद्दे विचारात घ्यावेत –

१) ज्या येणे हुंड्यांची रक्कम मिळाली असेल त्यांचे पावती परीक्षण रोकड पुस्तकातील नोंदी व बँक पासबुकातील नोंदीवरून करावे.

२) येणे हुंड्यांची एकूण रक्कम खातेवहीतील येणे हुंडी खात्यातील रकमांशी जुळवून पाहावी.

३) जर रकमा वसूल करण्यासाठी हुंड्या बँकेकडे दिल्या असतील तर बँकेकडून तशा आशयाचे प्रमाणपत्र मिळवावे.

४) ज्या हुंड्यांचा अनादर झालेला आहे अशा हुंड्यांची नोंद कर्जदाराच्या खात्यात केली आहे याची खात्री करून घ्यावी.

५) ज्या हुंड्या बँकेकडे वटविल्या असतील त्यासंबंधी रोकड पुस्तक व बँक पासबुकातील नोंदी पाहाव्यात.

६) वर्षअखेरीस ज्या हुंड्यांची मुदत भरलेली नाही अशा हुंड्यांची हिशेब तपासणीसाने समक्ष पाहणी करावी.

६) देणे हुंड्या पुस्तक (Bills Payable Book) : ज्या हुंड्या व्यवसायसंस्थेने स्वीकारल्या असतील त्या देणे हुंड्या होत, व्यापारी व्यवहारांतून निर्माण होणाऱ्या सावकारांशी काढलेल्या हुंड्या व्यवसायसंस्था स्वीकारते. अशा देणे हुंड्यांची तपशीलवार नोंद देणे हुंड्या पुस्तकामध्ये ठेवण्यात येते.

देणे हुंड्या पुस्तकाचे पावती परीक्षण खालील मुद्द्यावरुन करावे -

१) ज्या हुंड्यांचे पैसे देण्यात आलेले आहेत त्यांची तपासणी रोकड पुस्तकातील नोंदीनुसार करावी; जर बँकेमार्फत पैसे दिले असतील तर बँक पासबुकातील नोंदी तपासाव्यात.

२) देणे हुंड्या पुस्तकातील नोंदी व देणे हुंड्या खात्यातील नोंदी यांची जुळवणी करून पाहावी.

३) ज्या हुंड्यांची रक्कम अजून द्यावयाची आहे. त्यांचे पावती-परीक्षण संबंधित सावकारांच्या खात्यातील नोंदीवरून करावे.

४) ज्या हुंड्यांची मुदत संपल्यानंतरही त्यांचे पैसे द्यावयाचे राहिले असतील त्या हुंड्या अनादरित झाल्या असे हिशेबतपासनीसाने लक्षात घ्यावे व खतावणीमध्ये त्यांच्या नोंदी योग्य प्रकारे केल्या किंवा नाही ते पाहावे.

७) विशेष रोखकिर्दीचे (Journal Proper) पावती-परीक्षण : जे व्यापारी व्यवहार कोणत्याच साहाय्यक पुस्तकात नोंदविले जात नाहीत, त्यांची नोंद विशेष रोखकिर्दीमध्ये करण्यात येते. या नोंदीबरोबर तिचे स्पष्टीकरण लिहिलेले असते. हिशेबतपासनीसाने या सर्व नोंदी समजावून घेऊन त्यांचे पावती परीक्षण काळजीपूर्वक केले पाहिजे; कारण ह्या नोंदीचा परिणाम नफा-तोटा पत्रकावर व ताळेबंदावर होत असतो. विशेष रोखकिर्दीमध्ये साधारणपणे खालील नोंदी असतात.
त्यांचे पावती परीक्षण खालील प्रमाणे करण्यात यावे -

१) सुरुवातीच्या नोंदी (Opening entries) : मागील वर्षाचे ताळेबंद व मागील वर्षाची हिशेबतपासणीची कागदपत्रे यावरुन सुरुवातीच्या नोंदीचे पावती परीक्षण करण्यात यावे; जर नवीन कंपनी स्थापन करण्यात आली असेल तर विक्रेत्याकडून आलेल्या पावत्या, कंपनीची नियमावली व संचालकांच्या सभेच्या इतिवृत्त पुस्तकावरून या नोंदीचे पावती परीक्षण करावे.

२) वर्षाअखेरीच्या नोंदी (Closing entries) : निरनिराळ्या खात्यांवरील शिलका वर्ष अखेरीस नफा-तोटा खात्यांमध्ये स्थानांतरीत करण्यात येतात, त्यांना वर्ष अखेरीच्या शिलकीच्या नोंदी असे म्हणतात. या नोंदी करताना खात्यांवरील शिलका (Balance) योग्य खात्यावर स्थानांतरीत केल्या आहेत ना, याची खात्री करुन घ्यावी.

३) समायोजनाच्या नोंदी (Adjusting entries): समायोजनाच्या नोंदीचे परीक्षण करताना हिशेबतपासणीच्या वर्षातील संबंधित खर्च व उत्पन्न विचारात घेतले आहे हे पाहावे. द्यावयाचा राहिलेला खर्च, येणे असलेले परंतु न मिळालेले उत्पन्न, घसारा,

आगाऊ मिळालेल्या रकमा, आगाऊ दिलेल्या रकमा इ. बद्दल संबंधित कागदपत्रे पाहून तपासणी करावी.

४) दुरुस्तीच्या नोंदी (Rectification Entries) : व्यापारी व्यवहारांच्या मूळ नोंदी करताना काही चुका होऊ शकतात. या चुकांची दुरुस्ती करण्यासाठी ज्या नोंदी करण्यात येतात त्यांना दुरुस्तीच्या नोंदी असे म्हणतात. दुरुस्तीच्या नोंदीची तपासणी करताना या नोंदी बिनचूकपणे केलेल्या आहेत याची खात्री करावी. अशा दुरुत्या जबाबदार अधिकऱ्यांच्या संमतीनेच केलेल्या आहेत, याची खात्री करून घ्यावी.

५) भाग भांडवलासंबंधी नोंदी (Share Capital entries) : या नोंदीचे पावती परीक्षण भागांच्या खरेदीसाठी आलेले अर्ज, भाग वाटप पत्रे, इतिवृत्त पुस्तक, उद्देशपत्रक, कंपनीची नियमावली, भागधारकांचे रजिस्टर इ. वरून करण्यात यावे.

६) बुडीत कर्ज (Bad Debts) : बुडीत कर्जाच्या रकमा निश्चित करताना जबाबदार अधिकाऱ्यांची संमती घेतली आहे किंवा नाही हे पाहावे. बुडीत कर्जवसुलीसाठी योग्य कार्यवाही केलेली आहे याची तपासणी त्या कागदपत्रावरून करावी. प्रत्येक बुडीत कर्जाबद्दल कागदोपत्री पुरावा आहे याची खात्री करून घ्यावी. हिशेबतपासनीसाला शंका आल्यास त्याने संबंधित कर्जदाराकडून स्पष्टीकरण मागवावे.

अशा प्रकारे विशेष रोखकिर्दीतील नोंदीची तपासणी अतिशय काळजीपूर्वक करण्यात आली पाहिजे. या नोंदी महत्त्वाच्या असतात व काही बाबतीत त्या गुंतागुंतीच्या असतात; म्हणून प्रत्येक नोंद योग्य पावती व स्पष्टीकरणावरूनच केलेली आहे याची बारकाईने तपासणी करावी. या पावतीपरीक्षणामध्ये पत्रव्यवहार, करारपत्रके, इतिवृत्त पुस्तक, ठराव इ. कागदपत्रांचा उपयोग केला जाऊ शकतो.

मालमत्ता व देणी यांचे सत्यापन व मूल्यांकन (Verification And Valuation of Assets and Liabilities)

हिशेब पुस्तकांचे नोंदविलेले सर्व व्यवहार खरोखरच घडलेले आहेत व त्यांच्या नोंदी बिनचूक केलेल्या आहेत, याबद्दल समाधान प्राप्त करून घेणे हा हिशेबतपासणीचा मुख्या उद्देश आहे. हिशेबाच्या पुस्तकांची तपासणी व पावती परीक्षण हे महत्त्वाचे कार्य हिशेबतपासनीसाला करावे लागते. त्यानंतर ताळेबंदात दाखविलेली मालमत्ता व देणी यांचे सत्यापन करून मूल्यांकन करणे हे महत्त्वाचे कार्य आहे. हिशेबाच्या पुस्तकातील सर्व नोंदी ताळेबंदाशी जुळतात किंवा नाही, ताळेबंद तत्त्वानुसार योग्य प्रकारे तयार केला आहे किंवा नाही, ताळेबंदात दर्शविलेली मालमत्ता व देणी वास्तविक आहेत किंवा नाहीत इ. बाबींची योग्य तपासणी करून हिशेबतपासनीसाला आपला अहवाल सादर

करावयाचा असतो. ताळेबंदात दाखविलेली सर्व मालमत्ता पक्षकाराच्या मालकीची असून ती त्यांच्या ताब्यात आहे व तिचे योग्य पद्धतीने मूल्यांकन करून ती ताळेबंदात दाखविण्यात आलेली आहे, याबद्दल हिशेबतपासनीसाला खात्री करून घ्यावी लागते. या दृष्टीने मालमत्ता व देणी यांच्या सत्यापनाला व मूल्यांकनाला विशेष महत्त्व आहे.

२.५ सत्यापनाचा अर्थ (Meaning of verification)

सत्यापन म्हणजे सत्य सिद्ध करणे होय. ताळेबंदात दर्शविलेली सर्व मालमत्ता व संपत्ती आणि देणी खरोखरच अस्तित्वात आहेत याची तपासणी करण्याच्या कार्याला 'सत्यापन' म्हणता येईल.

स्पायसर आणि पेगलर या लेखकांच्या मते, "मालमत्तेचे सत्यापन म्हणजे मालमत्तेचे मूल्य, मालकी व मालकी हक्क, अस्तित्व, ताबा आणि तिच्यावरील बोजा या संदर्भात चौकशी करणे होय."

"The verification of assets implies and enquiry into the value, owenership and title, existence and possession, the presence of any charge on the assets."

मालमत्ता सत्यापन करताना हिशेबतपासनीस ताळेबंदाच्या तारखेला त्यात नमूद केलेली मालमत्ता प्रत्यक्षात अस्तित्वात होती, ती कुठेही गहाण टाकलेली नव्हती किंवा गहाण टाकलेली असल्यास तसा ताळेबंदात उल्लेख केलेला होता; तसेच मालमत्तेचे योग्य मूल्यांकन करण्यात आलेले आहे याबद्दल खात्री करुन घेत असतो. मालमत्तेचे सत्यापन म्हणजे मालमत्ता व देणी खरी व अचूक आणि अधिकृत असल्याचे सिद्ध करणे होय.

२.५.१. सत्यापनातील समाविष्ट बाबी

१) मालमत्ता व देणी या संदर्भात हिशेबपुस्तकांमध्ये केलेल्या नोंदीची तुलना ताळेबंदाशी करण्यात येते.

२) ताळेबंदात दर्शविलेली सर्व मालमत्ता व्यवसायात असून तिचा उपयोग व्यवसायासाठीच केला जातो याची खात्री करून घेणे.

३) सर्व मालमत्ता व्यवसायाच्या मालकीची आहे याची खात्री करून घेणे.

४) व्यवसायातील मालमत्ता कोणत्याही ठिकाणी गहाण टाकून पक्षकाराने कर्ज घेतलेले नाही याची खात्री करून घेणे.

५) मालमत्ता व देणी यांचे ताळेबंदात दाखविलेले मूल्य योग्य आहे यासंबंधी खात्री करून घेणे.

६) ताळेबंदात दाखविलेली सर्व देणी व्यवसायाचीच आहेत व पक्षकाराची

वैयक्तिक नाहीत याची खात्री करून घेणे.

७) सर्व मालमत्ता व देणी यांची आवश्यक अशी वर्गवारी करून जरूर त्या खुलाशासह सुस्पष्ट रीतीने ताळेबंदात लिहिली आहे, याची खात्री करून घेणे.

यावरून हिशेबपुस्तकांमध्ये नोंदविलेली सर्व मालमत्ता व देणी ताळेबंदात दर्शविली आहेत एवढेच केवळ पाहणे पुरेसे नाही, तर मालमत्ता व देणी यांचे सत्यापन केले पाहिजे. यासाठी विविध कागदपत्रे व पावत्या, दस्तऐवज यांचा आधार घेऊन तपासणी करावी लागते. त्यावरून खालील तीन गोष्टी प्रमाणित कराव्या लागतात.

१) ही मालमत्ता व देणी व्यवसायात अस्तित्वात आहेत.

२) ही मालमत्ता व देणी व्यवसायाच्या मालकीची आहेत.

३) ताळेबंदाच्या दिवशी मालमत्तेचे व देण्याचे अचूक मूल्यांकन झालेले आहे.

२.५.२.पावती परीक्षण व सत्यापन (Vouching and Verification of Asstes)

अ.नं.	मुद्दा	पावती–परीक्षण	सत्यापन
१)	कार्याचे स्वरूप	पावती–परीक्षणामध्ये मूळ हिशेबाच्या पुस्तकातील नोंदीची तपासणी करण्यात येते.	सत्यापनामध्ये ताळेबंदात दर्शविलेली मालमत्ता व देणी यांचे परीक्षण करण्यात येते.
२)	उद्देश	मूळ नोंदीची सत्यता व अचूकता प्रमाणित करणे हा पावती–परीक्षणाचा उद्देश आहे.	मालमत्ता व देणी यांची सत्यता व अधिकृतपणा प्रमाणित करणे हा सत्यापनाचा उद्देश आहे.
३)	कालावधी	पावती–परीक्षणाचे कार्य वर्षभर सुरू असते.	सत्यापनाचे कार्य ताळेबंद तयार केल्यानंतर करण्यात येते.
४)	व्याप्ती	केलेल्या आर्थिक व्यवहारांची सत्यता, अधिकृतता आणि त्यांच्या नोंदीची पूर्णता तपासून पहाण्याचे कार्य पावती– परीक्षण मध्ये करण्यात येते.	मालमत्तेचे अस्तित्व, मालकी मूल्य, कर्जाचा बोजा,इ.चे परीक्षण सत्यापनात करण्यात येते.

अ.नं.	मुद्दा	पावती–परीक्षण	सत्यापन
५)	कामाचा आधार	पावती–परीक्षणामध्ये पावत्या, दस्तऐवज, इ.चा उपयोग तपासणीसाठी करण्यात येतो.	सत्यापनामध्ये कागदपत्रे व दस्तऐवज यांच्या साहाय्याने तपासणी तसेच भौतिक तपासणी या दोन्हींचा समावेश होतो.

हिशेब पुस्तकांमध्ये व्यवहारांच्या नोंदीच्या खरेपणाबद्दल खात्री करण्याकरिता पावती–परीक्षण करण्यात येते. परंतु ताळेबंदाच्या दिवशी सर्व मालमत्ता खरोखरच संस्थेच्या ताब्यात आहे, हे पाहणे म्हणजे 'मालमत्तेचे सत्यापन' होय. पावती–परीक्षण व सत्यापन यामध्ये जवळजवळ सारख्याच पद्धतीचा उपयोग करण्यात येतो. परंतु या दोन्ही कार्यांमध्ये वरीलप्रमाणे फरक आहे.

२.५.३.मालमत्तेचे सत्यापन करताना घ्यावयाची काळजी : संस्थेच्या मालमत्तेचे सत्यापन करताना हिशेबतपासनीसाने पुढील बाबी लक्षात ठेवाव्यात –

१) ताळेबंदात तारखेला व्यवसायसंस्थेच्या कार्यालयात जाऊन रोख रक्कम स्वतः मोजून पहावी.

२) ताळेबंदाच्या तारखेला मुदत न भरलेल्या सर्व प्राप्त हुंड्या व रोख रक्कम स्वतः मोजून पाहावी.

३) ताळेबंदात तारखेला रोख रकमेची मोजणी करता आली नाही किंवा प्राप्त हुंड्यांची तपासणी करता आली नाही तर त्या दिवशी हिशेबतपासनीस सत्यापन करणार असेल त्या दिवशी ताळेबंदाच्या तारखेपासून सत्यापानाच्या तारखेपर्यंतच्या काळातील किर्दीची व इतर देवघेवींची कसून तपासणी करावी. त्यामुळे ताळेबंदाच्या दिवशी ती मालमत्ता अस्तित्वात होती किंवा नाही याची खात्री पटेल.

४) हुंड्या, रोखे व इतर मौल्यवान मालमत्ता सुरक्षिततेसाठी, विक्रीसाठी किंवा कोर्टाच्या कामासाठी बँक, दलाल किंवा वकील यांच्याकडे दिली असल्यास हिशेबतपासनीसाने त्याची स्वतः पाहणी करावी. संपत्ती बँकेकडे दिली असल्यास बँकेकडून तसा दाखला तो घेऊ शकतो.

५) कित्येकदा व्यवसायातील संपत्तीचे मूल्य वाढवून, अस्तित्वात नसलेली संपत्ती दाखवून व काही देणी वगळून व्यवसायाची आर्थिक स्थिती चांगली आहे, असे दाखविण्याचा प्रयत्न करण्यात येतो. यासाठी हिशेबतपासनीसाने अधिक जागरूक व दक्ष राहणे आवश्यक आहे.

६) लौकिक मूल्य, पेटंट, अधिकार इ. अदृश्य संपत्तीचे प्रत्यक्ष पाहून सत्यापन करता येणार नाही. त्यासाठी त्याच्याशी संबंधित कागदपत्रे व दस्तऐवज तपासून सत्यापन करावे.
७) सत्यापन करताना मालमत्तेवर होणारा खर्च व त्यापासून मिळणारे उत्पन्न लक्षात घेऊन तपासणी करता येईल.
८) काही मालमत्तेच्या खरेदीचे करार हिशेबतपासनीसाने पाहावेत तसेच कर्जदार व सावकार यांचेशी पत्रव्यवहार करून सत्यता पडताळून पाहावी.

२.५.४.मालमत्तेचे सत्यापन व हिशेबतपासनीसाची जबाबदारी (Responsibility of an Auditor as regards verification of Assets)

हिशेबाच्या पुस्तकांमधील व्यवहारांच्या नोंदीची तपासणी केल्यावर हिशेबतपासनीसाला प्रमाणपत्र किंवा दाखला द्यावा लागतो. या प्रमाणपत्रामध्ये संस्थेचा ताळेबंद मी तपासला असून, तो बरोबर आहे व ताळेबंदावरून ताळेबंदाच्या तारखेला दर्शविलेली मालमत्ता व देणी यावरून संस्थेच्या सांपत्तिक स्थितीचे योग्य, वास्तविक व अचूक दिग्दर्शन होते, अशा आशयाची माहिती असावी लागते. यासाठी ताळेबंदामध्ये संस्थेच्या मालमत्तेचा, कर्जाचा व विविध देणी यांचा स्पष्ट उल्लेख असावा लागतो. या मालमत्तेचे व कर्जाचे योग्य मूल्यमापन झालेले असून त्याप्रमाणे ते ताळेबंदामध्ये दर्शविलेले आहे, असे स्पष्ट करावे लागते. म्हणून हिशेबतपासनीसाला मालमत्तेचे सत्यापन काळजीपूर्वक करावे लागते. ही हिशेबतपासनीसाची जबाबदारी ठरते. ताळेबंदाप्रमाणे संस्थेची प्रत्यक्षात तशी सांपत्तिक स्थिती नव्हती असे उघडकीस आले व त्यामुळे व्यवसायसंस्थेचे नुकसान झाले तर त्याबद्दल हिशेबतपासनीस जबाबदार असतो. त्याबद्दल त्याला शिक्षाही होऊ शकते.

वरील प्रकारे मालमत्तेचे सत्यापन करण्याबाबत हिशेबतपासनीसाची जबाबदारी असली तरी प्रत्यक्षात सर्वच्या सर्व मालमत्तेची पाहणी किंवा प्रत्यक्ष मोजदाद (Physical Verification) करणे हिशेबतपासनीसाला शक्य होत नाही. उदा. शिल्लक मालाची तपासणी. शिल्लक मालाची संपूर्णपणे प्रत्यक्ष तपासणी करून मोजदाद करणे शक्य होत नाही. अशा परिस्थितीत संस्थेच्या जबाबदार अधिकाऱ्यांनी दिलेल्या प्रमाणपत्रांवर हिशेबतपासनीसाला विश्वास ठेवावा लागतो. प्रसिद्ध किंग्स्टान कंपनी लि. या न्यायालयीन निवाड्यामध्ये न्यायमूर्तींनी वरील आशयाचा निकाल दिलेला आहे. या निकालानुसार शिल्लक मालाची प्रत्यक्ष मोजणी करणे, ही हिशेबतपासनीसाची जबाबदारी ठरत नाही. या बाबतीत कंपनीच्या जबाबदार अधिकाऱ्यांनी दिलेल्या माहितीवर व दाखल्यावर हिशेबतपासनीस विसंबून राहू शकतो. मात्र कंपनीच्या अधिकाऱ्यांनी केलेले मूल्यांकन योग्य आहे व ते योग्य पद्धतीने केलेले आहे याची खात्री हिशेबतपासनीसाने करून घेतली

पाहिजे. ज्या मालमत्तेच्या बाबतीत प्रत्यक्ष मोजणी करणे शक्य असते अशा कंपन्या उदा. रोख शिल्लक, हुंड्या इ. मालमत्तेची प्रत्यक्ष मोजणी हिशेबतपासनीसाने केली पाहिजे. हिशेबतपासनीसाने आपल्या कामात कोणत्याही प्रकारचा निष्काळीपणा केलेला नाही, असे त्याला सिद्ध करता आले पाहिजे.

२.६.मालमत्तेचे मूल्यांकन (Valuation of Assets)

मूल्यांकन हा सत्यापनाचाच एक महत्त्वाचा भाग आहे; म्हणून सत्यापनाबरोबरच मूल्यांकनाचाही विचार करावा लागतो. विविध मालमत्तेचे व्यवसायातील उपयुक्ततेच्या आधारावर मूल्य निश्चित करणे म्हणजे 'मालमत्तेचे मूल्यांकन' होय. ताळेबंदात दाखविलेल्याप्रमाणे मालमत्तेचे मूल्यांकन बरोबर आहे हे पडताळून पाहणे. या बाबीचा मूल्यांकनात समावेश होतो. निरानिराळ्या प्रकारच्या मालमत्तेचे मूल्यांकन करण्याच्या वेगवेगळ्या पद्धती अस्तित्वात आहेत. या पद्धतीनुसार मालमत्तेचे योग्य मूल्यांकन करून ती ताळेबंदात दाखविणे आवश्यक असते. संपत्ती किंवा मालमत्ता योग्य किंमतीला ताळेबंदात दाखविली नाही तर व्यवसायाची सांपत्तिक स्थिती बरोबर दाखविली जाणार नाही; जर व्यवसायातील मालमत्तेचे मूल्य वाढवून दाखविले तर भांडवल कमी होईल. उलट मालमत्तेचे मूल्य वास्तविक मूल्यापेक्षा कमी दाखविले तर गुप्त राखीव निधी निर्माण होऊल व संचालक मंडळ त्याचा दुरुपयोग करण्याची शक्यता निर्माण होते; म्हणून मालमत्ता व देणी यांचे मूल्यांकन योग्य झाले नाही तर व्यवसायसंस्थेचे सावकार व इतर कर्ज देणाऱ्या संस्था यांचा विश्वासघात केल्यासारखे होईल. याकरिता मालमत्ता व देणी यांचे योग्य मूल्यांकन करून ती ताळेबंदात योग्य रीतीने दाखविली आहे किंवा नाही हे हिशेबतपासनीसाला पाहावे लागते. साधारणापणे मालमत्तेच्या मूल्यमापनामध्ये घसारा वजा केल्यानंतर मूल्यांकन करण्यात येते. घसाऱ्याची योग्य तरतूद केलेली नसेल तर त्याचे परिणाम अयोग्य होतात. नफा-तोटा पत्रकात दाखविलेली घसाऱ्याची रक्कम प्रत्यक्ष घसाऱ्यापेक्षा जास्त असेल तर नफा कमी दिसेल. त्यामुळे कंपनीच्या भागधारकांना कमी लाभांश मिळेल. या उलट, प्रत्यक्ष घसाऱ्यापेक्षा कमी रक्कम आकारली असेल तर नफा जास्त दिसेल व भागधारकांना जास्त लाभांश दिला जाईल; म्हणून मालमत्तेचे योग्य मूल्यांकन करणे आवश्यक ठरते.

२.६.१.मूल्यांकनाचे उद्देश (Objectives of Valuation of Assets)

मालमत्ता व देणी यांचे योग्य मूल्यांकन खालील उद्देशासाठी करावे लागते -

१) व्यवसायसंस्थेच्या आर्थिक परिस्थितीचे वास्तविक ज्ञान होण्यासाठी.

२) भांडवली गुंतवणूक कशा प्रकारे केली आहे हे जाणून घेण्यासाठी.

३) मालमत्ता व देणी यांच्या मूल्यांमध्ये कमी-जास्तपणा करून व्यवसायाची

आर्थिक स्थिती प्रत्यक्षात आहे त्यापेक्षा वेगळी दाखविण्याचा प्रयत्न केला आहे काय, हे पाहण्यासाठी.

४) विविध मालमत्तेसाठी आकारलेला घसारा पुरेसा व योग्य आहे किंवा नाही हे जाणून घेण्यासाठी.

५) मालमत्तेच्या खरेदीच्या वेळेचे मूल्य व ताळेबंदाच्या दिवशीचे मूल्य यातील बदल जाणून घेण्यासाठी.

६) व्यवसायाच्या ताळेबंदावरून संस्थेची आर्थिक स्थिती योग्य प्रकारे दर्शविली आहे, असा उल्लेख हिशेबतपासनीसाला आपल्या अहवालात करावा लागतो. त्यामुळे मूल्यांकनाबाबत स्वतःची खात्री व समाधान करून घेण्यासाठी हिशेबतपासनीस मालमत्ता व देणी यांचे मूल्यांकन करीत असतो.

७) मूल्यांकनाची एकदा अवलंबिलेली पद्धत पुन्हा पुन्हा बदलली जात नाही याबद्दल खात्री करून घेण्यासाठी.

२.६.२.मूल्यांकनाचे प्रकार (Types of Valuation)

निरनिराळ्या संपत्तीचे किंवा मालमत्तेचे मूल्यांकन करताना खालील प्रकारचे मूल्य उपयोगात आणले जाते –

१) लागत मूल्य (Cost Price) : कोणतीही संपत्ती खरेदी करण्यासाठी येणाऱ्या खर्चाला 'मूल्य' असे म्हणतात. स्थिर मालमत्तेचे लागत मूल्य म्हणजे सुरुवातीचा खरेदीचा व ती सुरू करण्याकरिता येणारा खर्च होय.

२) प्रतिस्थापन मूल्य (Replacement Value): एखाद्या जुन्या मालमत्तेच्या जागी दुसरी नवीन मालमत्ता किंवा संपत्ती बसविण्यासाठी येणाऱ्या खर्चाला तिचे 'प्रतिस्थापन मूल्य' असे म्हणतात. यामध्ये खरेदी किमतीबरोबरच खरेदीशी संबंधित असणारे सर्व खर्च विचारात घेण्यात येतात.

३) बाजार मूल्य (Market Price) : ताळेबंदाच्या दिवशी त्या विशिष्ट मालमत्तेचे बाजारात असणारे मूल्य म्हणजेच बाजार मूल्य होय.

४) पुस्तकी मूल्य (Book Value): व्यवसायाच्या हिशेब पुस्तकांमध्ये संपत्ती ज्या किंमतीला दाखविलेली असते त्या किमतीला संपत्तीचे पुस्तकी मूल्य म्हणतात.

५) प्राप्य किंवा मिळणारे मूल्य (Receivable Price): संपत्ती बाजारात विकून जे मूल्य मिळते, त्याला 'प्राप्य मूल्य' असे म्हणतात. या रकमेतून दलाली, वेतन तसेच इतर खर्च वजा करण्यात येतात.

६) उपयोगिता मूल्य (Going Concern Value): संपत्तीच्या उपयोगितेच्या आधारावर ठरविलेले मूल्य म्हणजे उपयोगिता मूल्य होय. संपत्तीच्या लागत मूल्यातून (Cost Price) घसारा वजा केल्यास उपयोगिता मूल्य मिळते.

७) अवशेष मूल्य (Scrap Value) : एखादी संपत्ती व्यवसायासाठी निरुपयोगी ठरल्यानंतर तिच्या विक्रीपासून जी किंमत मिळते तिला अवशेष किंमत असे म्हणतात.

२.६.३.विविध संपत्तीच्या मूल्यांकनाची तत्त्वे (Principles of Valuation)

साधारणपणे संपत्तीचे खालील पाच प्रकारात वर्गीकरण केले जाते. त्यामुळे त्यांच्या मूल्यांकनासंबंधी सिद्धान्त किंवा तत्त्वे सुद्धा वेगवेगळी आहेत.

१) स्थिर संपत्ती (Fixed Assets) : ज्या संपत्तीचा उपयोग व्यवसायामध्ये उत्पादन कार्यासाठी किंवा नफा मिळविण्यासाठी केला जातो व जी संपत्ती बाजारात परत विकण्यात येत नाही, अशा संपत्तीला 'स्थिर संपत्ती' असे म्हणतात. उदा. भूमी, फर्निचर, यंत्रे, इमारत इ. स्थिर संपत्तीचे मूल्यांकन करताना तिचे उपयोगिता मूल्य विचारात घेतले जाते ; म्हणजेच अशा संपत्तीचे मूल्यांकन करताना तिच्या लागत मूल्यातून घसारा वजा केल्यानंतरचे मूल्य ताळेबंदात दाखविले जाते. स्थिर संपत्तीचे उपयोगिता मूल्य खालील सूत्राने दर्शविता येते.

स्थिर संपत्तीचे वर्तमान मूल्य = संपत्तीचे लागत मूल्य – घसारा

स्थिर संपत्तीच्या लागत मूल्यामध्ये खरेदी किंमत व खरेदीवरील खर्च (वाहतूक खर्च, जकात इ.) यांचा समावेश होतो.

स्थिर संपत्तीवर घसारा आकारण्यासाठी पुढील सुत्राचा उपयोग करता येतो –

$$\frac{\text{संपत्तीचे लागत मूल्य – अवशेष मूल्य}}{\text{संपत्तीचे अनुमानित आयुष्य (वर्षामध्ये)}}$$

$$\frac{\text{Cost Price - Scrap Value}}{\text{Life of Asset (in years)}}$$

भूमी ही मालमत्ता कधीही नष्ट होणारी नसल्यामुळे तिचे मूल्यांकन लागत मूल्याने करण्यात येते. परंतु काही स्थिर संपत्तीचे लागत मूल्य समजू शकत नाही, त्या वेळी ती संपत्ती पुस्तकी मूल्याने दर्शविली जाते. स्थिर मालमत्ता व्यवसायामध्ये पुन्हा विक्री करण्यासाठी खरेदी केली जात नाही. त्यामुळे तिचे बाजार मूल्य विचारात घेतले जात नाही.

२) अस्थिर किंवा चल संपत्ती (Floting Assets) : जी संपत्ती पुन्हा विक्रीकरिता घेतली जाते किंवा तिच्यावर उत्पादनाच्या प्रक्रिया करून विकली जाते किंवा पैशांमध्ये

रुपांतरित केली जाते. अशा संपत्तीला 'अस्थिर संपत्ती' म्हणतात. उदा.कच्चा माल, येणे हुंड्या, शिल्लक माल, कर्जदार इ. या संपत्तीचे मूल्यांकन करताना ताळेबंदाच्या दिवशी असणारे बाजार मूल्य किंवा संपत्तीचे लागत मूल्य यांपैकी कमी असणारेच मूल्य विचारात घेतले जाते. चल संपत्तीचे मूल्यांकन करण्यासाठी हा सर्वसामान्य नियम उपयोगात आणला जातो; म्हणजेच या नियमानुसार चल संपत्तीच्या बाजार मूल्यांमध्ये असाधारण वाढ झाली तरी ती विचारात घेतली जात नाही. मात्र चल संपत्तीपैकी कर्जदार व येणे हुंड्या यांचे मूल्यांकन पुस्तकी मूल्यानुसार करण्यात येते.

३) ऱ्हास पावणारी संपत्ती (Waste Asset) : जी संपत्ती उपयोगात आणत असताना तिची उत्पादनक्षमता हळूहळू कमी होत जाते, अशा संपत्तीला 'ऱ्हास पावणारी संपत्ती' असे म्हणतात. उदा. खाणी, तेलाच्या विहिरी इ. या संपत्तीचे मूल्यांकन करताना दरवर्षी ऱ्हास पावणारे संपत्तीचे मूल्य घसारा समजून संपत्तीच्या लागत मूल्यातून कमी करून दाखविले जाते. किंवा संपत्तीच्या मूल्यात बदल न करता होणाऱ्या ऱ्हासासाठी स्वतंत्रपणे तरतूद करून ती ताळेबंदात देयता बाजूला दाखविण्यात येते.

४) अदृश्य संपत्ती (Intangible Assets): अशा प्रकारची संपत्ती दिसत नाही, परंतु व्यवसायाची नफा मिळविण्याची शक्ती वाढविण्यासाठी तिचा उपयोग होतो. या संपत्तीचे अस्तित्व जाणवत असले तरी ती प्रत्यक्षात दिसत नसल्यामुळे तिला 'अदृश्य संपत्ती' असे म्हणतात. ही संपत्ती व्यवसायाची विक्री होतानाच विकली जाऊ शकते. म्हणून कंपनी कायद्यानुसार या संपत्तीला स्थिर संपत्ती समजून तिचे मूल्यांकन केले जाते. या संपत्तीची उपयुक्तता, महत्त्व इ. बाबी विचारात घेऊन तिचे मूल्यांकन करता येते.

५) कृत्रिम संपत्ती (Fictitious Assets) : कृत्रिम संपत्ती ही अस्तित्वात नसते. संपत्तीवर खर्च केलेला असतो, परंतु प्रत्यक्ष दिसत नाही. नफा मिळविण्याच्या दृष्टीने व्यापाऱ्याला मोठ्या प्रमाणावर काही भांडवली खर्च करावा लागतो. परंतु हा खर्च नफा–तोटा पत्रकामध्ये लिहिता येत नाही. उदा. प्रवर्तन खर्च, विशेष जाहिरात खर्च, भाग व कर्जरोख्यांच्या विक्रीवर केलला खर्च इ. हा खर्च ताळेबंदात संपत्तीच्या बाजूला दर्शविला जातो. या संपत्तीचे मूल्यांकन पुस्तकी मूल्यानुसार केले जाते. परंतु दरवर्षी ठराविक रक्कम पुस्तकी मूल्यातून कमी करून दाखविण्यात येते. ज्या कालावधीपर्यंत या संपत्तीचा फायदा मिळणार असतो. त्या काळामध्ये मिळणाऱ्या फायद्याच्या प्रमाणात ठराविक रक्कम या संपत्तीतून दरवर्षी कमी करण्यात येते.

२.६.४. सत्यापन व मूल्यांकन यामधील फरक (Difference between verification and valuation)

अ.नं.	मुद्दा	सत्यापन	मूल्यांकन
१)	उद्देश	सत्यापनाद्वारे निरनिराळ्या मालमत्ता व देणी यांचे अस्तित्व, मालकी व अधिकृतपणा सिद्ध करण्यात येतो.	मूल्यांकनाचा हेतू ताळेबंदाच्या दिवशी अस्तित्वात असलेली मालमत्ता व देणी योग्य किमतीला दर्शविली आहे किंवा नाही हे पाहणे असतो.
२)	गैरप्रकार शोधणे	मालमत्तेची अफरातफर करणे, खोटी मालमत्ता दाखविणे, गहाण टाकलेल्या संपत्तीचा उल्लेख टाळणे इ.प्रकारचे गैरप्रकार सत्यापनाद्वारे शोधले जातात.	व्यवसायसंस्थेने मालमत्तेच्या मूल्यांकनासंबंधी केलेले गैरप्रकार मूल्यांकनाद्वारे शोधता येतात.
३)	विविध देण्यांच्या संदर्भात गैर प्रकार शोधणे	विविध प्रकारची देणी व त्यांचे अस्तित्व या संदर्भात केलेले गैरप्रकार किंवा लबाडच्या सत्यापनाद्वारे शोधून काढण्यात येतात.	विविध देण्यांचे मूल्यांकन व त्या संदर्भात केलेल्या लबाड्या मूल्यांकनाद्वारे शोधून काढण्यात येतात.
४)	जबाबदारी	सत्यापनाबाबत हिशेब तपासनीस सर्वस्वी जबाबदार असतो. व्यवसायसंस्थेच्या जबाबदार अधिकाऱ्यांनी दिलेल्या दाखल्यावर त्याला विसंबून राहाता येत नाही.	मूल्यांकनाबाबत हिशेब तपासनीसाची जबाबदारी मर्यादित स्वरूपाची आहे. मालमत्तेचे मूल्यांकन करणे हे त्याचे काम नव्हे; परंतु केलेले मूल्यांकन योग्य आहे किंवा नाही, हे पाहणे त्याचे कर्तव्य ठरते.

२.६.५.संपत्तीचे मूल्यांकन व हिशेबतपासनीस (Valuation of Assets and Auditors)

ताळेबंदामध्ये दर्शविलेली मालमत्ता व देणी यांचे दर्शविलेले मूल्य योग्य आहे किंवा नाही हे हिशेबतपासनीसाने पाहिले पाहिजे. वास्तविक हिशेबतपासनीस हा मूल्यनिर्धारण करणारा नाही.

परंतु व्यवसायसंस्थेने केलेल्या मूल्यांकनाचे परीक्षण त्याला करावे लागते. मूल्यांकनाविषयी व्यावहारिक ज्ञान असलेल्या अधिकारी व्यक्तींकडून संपत्तीचे मूल्यांकन करण्यात येते. अशा मूल्यांकनाचे परीक्षण करणे व त्याबाबत आपले समाधान करून घेणे हे हिशेबतपासनीसाचे कर्तव्य आहे. हिशेबतपासनीस हा मूल्य निर्धारण करणारा नसला तरी विविध मालमत्तेचे मूल्यांकन बरोबर झाले आहे किंवा नाही हे त्याला पाहावे लागते. यासाठी निरनिराळ्या मालमत्तेच्या मूल्यांकनासाठी असणाऱ्या नियमांचे त्याला पालन करावे लागेल. त्याचबरोबर मूल्यांकनासाठी कोणत्या योग्य पद्धतीचा अवलंब करावा हे त्याने स्वतःच ठरवायचे असते. संपत्तीच्या मूल्यांकनाच्या संदर्भात काही तांत्रिक मुद्दे उपस्थित झाले तर हिशेबतपासनीस त्याबाबत तज्ज्ञांचा सल्ला घेऊ शकतो. कित्येकदा काही संपत्तीच्या मूल्यांकनाबाबत हिशेबतपासनीसाला शंका येऊ शकतात. अशा वेळी संस्थेच्या जबाबदार अधिकाऱ्याने दिलेल्या प्रमाणपत्रावर त्याला विसंबून राहता येते. एखाद्या संपत्तीच्या मूल्यांकनाबाबत हिशेबतपासनीसाला शंका असेल तर त्याचा उल्लेख तो आपल्या अहवालात करू शकतो. प्रसिद्ध अर्थतज्ज्ञ लंकास्टर यांच्या मतानुसार हिशेबतपासनीस हा मूल्य निर्धारण करणारा अधिकारी नाही व मूल्यांकन करण्याची त्याचेकडून अपेक्षाही करता येणार नाही. परंतु त्याने मूल्यांकनाचे सत्यापन करावे आणि ताळेबंदात दर्शविण्यात आलेले मूल्य योग्य आहे व ते मूल्य योग्य पद्धतीने निश्चित करण्यात आलेले आहे, याबाबत तपासणी करून स्वतःची खात्री करून घ्यावी.

विविध मालमत्ता किंवा संपत्तीचे मूल्यांकन करताना हिशेबतपासनीसाने काही न्यायालयीन निर्णयांचा विचार करावा. उदा. किंगस्टन कॉटन मिल्स कंपनी लिमिटेड या न्यायालयीन निवाड्यामध्ये हिशेबतपासनीसाच्या कर्तव्याचा उल्लेख आहे. या निर्णयानुसार हिशेबतपासनीस हा मूल्य निर्धारण करणारा नाही. शिल्लक मालाची मोजणी करणे, हे त्याचे कार्य नाही. शिल्लक मालाचे मूल्यांचे नियमानुसार झालेले आहे, याची त्याने खात्री करून घेतली पाहिजे. या बाबतीत त्याला काही शंका आल्यास संस्थेच्या जबाबदार अधिकाऱ्याकडून त्याने प्रमाणपत्र किंवा दाखला घ्यावा. एवढी खबरदारी घेऊनही काही त्रुटी राहिल्या, तर त्याबाबत हिशेबतपासनीसाला जबाबदार धरत येणार नाही.

विविध मालमत्ता किंवा संपत्तीचे सत्यापन व मूल्यांकन (Verification and Valuation of various Assets)

ताळेबंदात दाखविण्यात येणाऱ्या विविध संपत्तीचे सत्यापन व मूल्यमापन कसे केले जाते, हे पुढील वर्णनावरून समजून येईल.

१) लौकिक मूल्य (Goodwill): लौकिक मूल्य ही एक अदृश्य संपत्ती आहे. त्यामुळे प्रत्यक्ष पाहणी करून तिचे सत्यापन करता येत नाही. त्यासाठी व्यवसायसंस्थेच्या हिशेबाच्या नोंदीतील कागदपत्राच्या पुराव्यावरूनच तिचे सत्यापन करावे लागते. नावलौकिक खरेदी करण्यासाठी मोबदला दिला असेल तरच ती ताळेबंदात दाखविणे योग्य असते. ताळेबंदात लौकिक मूल्यांचा उल्लेख लागत मूल्यावरच केला जातो. लौकिक मूल्य ही अमूर्त संपत्ती असल्यामुळे तिच्यावर घसारा आकारता येत नाही. मात्र लौकिक मूल्य खातेबाद करणे शक्य असते. खातेबाद केलेली लौकिक मूल्याची रक्कम नफा-तोटा खात्यात न लिहिता ते नुकसान संचित नफ्याच्या रकमेतून भरून काढण्यात येते.

लौकिक मूल्याचे सत्यापन व मूल्यमापन करताना हिशेबतपासनीसाने पुढील बाबी लक्षात घ्याव्यात-

१) लौकिक मूल्याचे खाते का उघडण्यात आले याची चौकशी करावी. साधारणपणे एखाद्या व्यवसाय दुसऱ्याकडून विकत घेतला असेल तर त्या व्यवसायातील मालमत्तेच्या वास्तविक किमतीपेक्षा जी रक्कम जास्तीची दिलेली असते. तिला 'लौकिक मूल्य' असे म्हणतात. या रकमेने लौकिक मूल्याचे खाते उघडण्यात येते व तेवढी रक्कम त्या खात्याला जमा केली जाते. ज्या व्यवसायामध्ये नफा होतो अशा व्यवसायातच नावलौकिक किंवा लौकिक मूल्य निर्माण होऊ शकते.

२) भागीदारी संस्थेच्या ताळेबंदामध्ये लौकिक मूल्याचा उल्लेख असेल तर त्याच्या सत्यापनासाठी भागीदारीचा करारनामा पाहणे योग्य ठरेल. भागीदारी संस्थेत नवीन भागीदाराला प्रवेश देताना, एखादा भागीदार निवृत्त होत असताना, एखाद्या भागीदाराचा मृत्यू झाल्यास, भागीदारांचे नफावाटणीचे प्रमाण बदलल्यास इ. प्रसंगी लौकिक मूल्याचे मूल्यमापन करून लौकिक मूल्याचे खाते उघडण्यात येते; एखाद्या व्यवसायाची खरेदी-विक्री करतानाही लौकिक मूल्य विचारात घेण्यात येते व ते ताळेबंदात दाखविले जाते. परंतु सतत तोटा होत असलेल्या व्यवसायात नावलौकिक राहू शकत नाही. अशा व्यवसायाच्या ताळेबंदात लौकिक मूल्य दाखविले असल्यास हिशेबतपासनीसाने आक्षेप घ्यावा.

३) पैसे देऊन लौकिक मूल्य विकत घेतले असेल तर त्याबाबत झालेला करारनामा, खरेदीपत्र, संबंधित पावत्या इ. ची तपासणी करावी.

लौकिक मूल्याचे मूल्यमापन खरेदी किमतीने आणि पुस्तकी मूल्याने अशा

दोन्ही पद्धतींनी करण्यात येते. लौकिक मूल्य विकत घेताना किंवा भागीदारीतील काही बदलामुळे लौकिक मुल्यांचे मापन करून त्या रकमेने खाते उघडण्यात येते व तेवढीच रक्कम ताळेबंदात वर्षानुवर्षे दाखविण्यात येते. लौकिक मूल्याचे मूल्य वाढविण्यात आले असल्यास त्याची कारणे योग्य असल्याबद्दल खात्री करून घ्यावी. साधारणपणे लौकिक मूल्यावर घसारा आकारला जात नाही. परंतु लौकिक मूल्य ठराविक काळामध्ये खातेबाद करणे योग्य आहे असा सल्ला हिशेबतपासनीस देऊ शकतो.

२) जमीन व इमारत (Land and Building): जमीन व इमारतीचे सत्यापन करताना हिशेबतपासनीसाने या जमिनीवर व इमारतीवर संस्थेचा ताबा व पूर्ण मालकी आहे किंवा नाही,हे पाहावे.त्यासाठी व्यवसायसंस्थेच्या मालकीची कागदपत्रे पहावीत. मालकी योग्य व निर्दोष असल्याबद्दल खात्री करून घ्यावी.इमारती व जमीन खरोखरच अस्तित्वात आहे किंवा नाही याची पाहणी करावी.जमीन व इमारत सावकाराकडे गहाण देऊन कर्ज काढले असल्यास त्याबाबत सावकाराकडून प्रमाणपत्र घ्यावे.व्यवसायसंस्थेने इमारत स्वतः बांधली असल्यास ताळेबंदाच्या तारखेपर्यंत त्या इमारतीसाठी किती खर्च झाला हे पाहावे.इमारत भाड्याने दिलेली असल्यास तिचे भाडे नियमितपणे मिळते किंवा नाही ते पाहावे.

   ताळेबंदामध्ये जमीन मूळ किमतीला दाखविली आहे की, घसारा वजा करून पुस्तकी मूल्याने दर्शविली आहे, ते पाहावे. वास्तविक जमीन परत विकण्याच्या उद्देशाने खरेदी केलेली नसते आणि जमिनीची झीजही होत नाही; त्यामुळे जमिनीवर घसारा आकारण्याची आवश्यकता नसते; म्हणून जमीन ताळेबंदात मूळ किमतीलाच दाखविणे इष्ट ठरते. काही कारणामुळे जमिनीची किंमत वाढली तरी पुस्तकी मूल्यात वाढ करण्यात आलेली नाही, हे हिशेबतपासनीसाने पाहावे.

इमारतीचे मूल्यांकन करताना तिचे उपयुक्तता मूल्य विचारात घ्यावे. इमारतीवर योग्य दराने घसारा आकारण्यात आला पाहिजे. हा घसारा ताळेबंदाच्या तारखेपर्यंत आकारण्याचे आला किंवा नाही ते पाहावे. इमारतीचे वास्तविक मूल्य वाढले तरी तिचे पुस्तकी मूल्य वाढविण्यात येऊ नये; जर इमारतीचे मूल्य वाढवून दाखविले असेल तर त्या कारणांची हिशेबतपासनीसाने चौकशी करावी.

३) भाडेपट्ट्याने घेतलेली जमीन व इमारत (Leasehold Land and Building) : सरकारी जमीन किंवा विश्वस्त संस्थेच्या मालकीची जमीन किंवा व्यक्तींच्या मालकीची जमीन व इमारती, काही वर्षांसाठी वापरण्याचे अधिकार जेव्हा प्राप्त होतात; तेव्हा त्या कराराला 'भाडेपट्टी करार' असे म्हणतात. या करारानुसार जमीन व इमारती वापरण्याचा अधिकार व्यवसायसंस्थाला मिळतो. ही जमीन व इमारत पक्षकाराच्या

ताब्यात असली तरी तिचा मालकी हक्क मात्र मूळ मालकाकडेच असतो. कराराची मुदत संपल्यावर जमीन व इमारत मूळ मालकाकडे परत द्यावी लागते. अशा भाडेपट्ट्याने घेतलेल्या जमिनीचे व इमारतीचे सत्यापन करण्यासाठी हिशेबतपासनीसाने भाडेपट्टी कराराची तपासणी करावी. या करारातील तारीख, मुदत, रक्कम व अटी समजून घ्याव्यात. अशा मालमत्तेचे मूल्यांकन करताना खालील बाबी विचारात घ्याव्यात –

अ) भाडेपट्ट्याने घेतलेली जमीन व इमारत पुस्तकी मूल्यानेच ताळेबंदात दाखविण्यात आलेली आहे किंवा नाही ते पाहावे. पुस्तकी मूल्य काढताना मूळ किमतीमध्ये संपादन खर्च, मूलभूत दुरुस्तीचा खर्च मिळवून त्यातून घसाऱ्याची रक्कम वजा करण्यात यावी.

ब) जमीन व इमारतीच्या मूळ किमतीची तपासणी भाडेपट्टी करारावरून विचारात घ्यावी.

क) भाडेपट्टी कराराची मुदत संपल्यावर या संपत्तीचे मूल्य शून्य राहील अशा पद्धतीने दरवर्षी घसारा आकारला पाहिजे.

ड) भाडेपट्टी करारानुसार त्या संपत्तीचा विमा, दुरुस्ती इ. करण्यात येत आहे किंवा नाही, हे पाहावे. कधी कधी भाडेपट्टी कराराची मुदत संपल्यावर त्या मालमत्तेसाठी काही जास्तीची रक्कम द्यावी लागते. त्यासाठी पुरेशी तरतुद केली किंवा नाही ते पाहावे.

४) पेटंट अधिकार (Patents): एखाद्या वस्तूच्या उत्पादनाबाबत एकट्यालाच मिळालेला अधिकार म्हणजे 'पेटंट' होय. असा अधिकार एखाद्या संशोधकाकडून, तंत्रज्ञानाकडून किंवा संशोधन संस्थेकडून खरेदी करण्यात येतो. पेटंट अधिकाराचे सत्यापन करण्यासाठी हिशेबतपासनीसाने यासंबंधी झालेल्या कराराची तपासणी करावी. पेटंट अधिकाराची नोंदणी करणे हिताचे ठरते. पेटंट अधिकाराची मालकी व्यवसायसंस्थेच्या नावानेच आहे किंवा नाही याची खात्री करून घ्यावी. पेटंट अधिकार ही अदृश्य संपत्ती असल्यामुळे तिचे अस्तित्व कागदपत्रांवरूनच सिद्ध होऊ शकते. व्यवसाय संस्थेजवळ अनेक पेटंट असतील तर त्यांची हिशेबतपासनीसाने यादी तयार करावी. त्यामध्ये पेटंटचे नाव, नोंदणी क्रमांक, तारीख, मुदत इ. बाबतीत माहिती नमूद करावी. नोंदणी केल्यानंतर सरकारी अधिकाऱ्यांनी दिलेले प्रमाणपत्र पाहावे.

पेटंट अधिकार ताळेबंदात मूळ किमतीला (Cost Price) दाखविण्यात यावा व त्यातून घसाऱ्याची योग्य रक्कम कमी करून दाखविण्यात यावी. पेटंट अधिकारावर झालेला सर्व खर्च त्याच्या एकूण मुदतीमध्ये पूर्णपणे बाद होईल अशा पद्धतीने त्यावर दरवर्षी घसारा आकारण्यात यावा. घसाऱ्याचा दर एकूण मुदतीवर अवलंबून राहील. व्यवसायसंस्थेकडे अनेक प्रकारचे पेटंट असतील तर प्रत्येकाचे वेगळे खाते ठेवून, त्यांचे आयुष्य किंवा मुदत व त्यावर केलेला खर्च विचारात घेऊन, प्रत्येकाचा घसारा निश्चित करण्यात यावा.

५) व्यापारी चिन्हे (Trade Marks) : व्यवसायातील उत्पादनाचे स्वतंत्र अस्तित्व व दर्जा ताबडतोब ओळखता यावा यासाठी उपयोगात आणलेल्या विशिष्ट चिन्हांना 'व्यापारी चिन्हे' असे म्हणतात. या व्यापारी चिन्हांची सरकारी दप्तरी नोंद करण्यात येते. व्यापारी चिन्हांचे सत्यापन करण्यासाठी हिशेबतपासनीसाने व्यापारी चिन्हांची यादी तयार करण्यास सांगावी. या यादीमध्ये चिन्हांच्या नोंदणीची तारीख, नोंदणी क्रमांक, अवधी व त्यावर केलेला खर्च इ. माहिती असावी. व्यापारी चिन्हांच्या नोंदणीबाबत सरकारी अधिकाऱ्यांनी दिलेली प्रमाणपत्रे पाहावीत. व्यापारी चिन्हांचे मूल्यांकन व्यवसायाच्या नफा कमाविण्याच्या शक्तीच्या आधारे करण्यात येते. साधारणपणे दरवर्षी पुनर्मूल्यांकन करून व्यापारी चिन्हांचे मूल्यांकन करण्यात येते.

६) यंत्रसामग्री (Plant and Machinery) : उत्पादनाचे कार्य करण्यासाठी व्यवसायसंस्थाकडे यंत्रसामग्री असते व यंत्रसामग्रीमध्ये बरेचसे भांडवल गुंतलेले असते. या संपत्तीचे सत्यापन करताना खालील बाबी लक्षात घ्याव्या लागतात -

१) साधारणपणे यंत्रसामग्रीची माहिती ठेवण्यासाठी यंत्रसामग्री रजिस्टर ठेवण्यात येते. या रजिस्टरमध्ये यंत्राचे नाव, खरेदीची तारीख, खरेदी किंमत, घसारा इ. बाबींची नोंद असते. हिशेबतपासनीसाने या रजिस्टरची तपासणी करावी.

२) यंत्रसामग्री बँकेकडून कर्ज घेऊन विकत घेतली असल्यास, त्या कर्जावर नियमितपणे व्याज दिले जाते किंवा नाही, ते पाहावे.

३) ताळेबंदात व त्यानुसार यंत्रसामग्री रजिस्टारमध्ये दर्शविलेली सर्व यंत्रसामग्री प्रत्यक्षात अस्तित्वात आहे किंवा नाही, याबद्दल हिशेबतपासनीसाने खात्री करून घ्यावी. याबाबत संस्थेतील जबाबदार अधिकाऱ्याकडून त्याला प्रमाणपत्र घेता येईल.

४) नवीन यंत्रसामग्री खरेदी केलेली असल्यास, त्या खरेदीबाबत मिळालेले बीजक, पावत्या. इ. ची तपासणी करावी.

५) यंत्रसामग्री गहाण टाकली असल्यास, सावकाराकडून त्याबद्दलचा दाखला घ्यावा.

यंत्रसामग्रीचे मूल्यांकन करताना खालील बाबी लक्षात घ्याव्यात -

१) यंत्रसामग्री ही स्थिर मालमत्ता समजण्यात येते व ती परत विकण्यासाठी खरेदी केलेली नसते. त्यामुळे यंत्र सामग्रीचे मूल्यांकन तिच्या उपयोगिता मूल्यानुसार करण्यात यावे.

२) यंत्रांची खरेदी करताना करण्यात आलेला वाहतूक खर्च व यंत्रे उभारणीचा खर्च हा भांडवली खर्च दर्शविला आहे किंवा नाही ते पाहावे. हा खर्च यंत्राच्या मूळ खरेदी किंमतीमध्ये मिळविण्यात यावा.

३) यंत्रांची उपयुक्तता विचारात घेऊन घसाऱ्याचा योग्य दर ठरविण्यात आला

आहे, याची खात्री करून घ्यावी.

४) यंत्रांची किंमत ताळेबंदात दाखविताना त्या किमतीतून घसारा वजा करून किंमत दर्शविली आहे, याची खात्री करून घ्यावी.

५) घसारा आकारण्याची पद्धत वेळोवेळी बदलण्यात येत नाही याची खात्री करून घ्यावी.

६) यंत्रसमाग्रीचे मूल्यांकन अधिक शास्त्रीय पद्धतीने होण्यासाठी यंत्राचा प्रकार, स्वरूप व आयुष्य लक्षात घेऊन, योग्य ती घसाऱ्याची पद्धती उपयोगात आणणे आवश्यक ठरते.

७) एखादी यंत्रसामग्री जुनी झाल्यानंतर विकण्यात आली, तर विक्रीची रक्कम यंत्रखात्यात जमा बाजूवर दर्शविली आहे याची खात्री करून घ्यावी. तसेच यंत्रसामग्री विकल्यावर झालेला नफा किंवा तोटा नफा–तोटा पत्रकात दाखविला नाही, याची खात्री करुन घ्यावी.

७) फर्निचर (Furniture): फर्निचर ही व्यवसायातील स्थिर मालमत्ता मानली जाते. फर्निचरच्या सत्यापनासाठी फर्निचर खरेदी करताना विक्रेत्यांकडून मिळालेल्या बीजकांचा उपयोग करता येतो. फर्निचरच्या दुरुस्तीवर केलेला खर्च फर्निचर खात्यावर नावे टाकता येत नाही; जर दुरुस्तीचा खर्च फर्निचर खात्यात नावे नोंदला असेल तर ती चूक दुरुस्त करण्यास सांगावी. फर्निचरच्या आकारण्यात आलेला घसारा कशाच्या आधारावर आकारला आहे, मागील वर्षामध्ये किती दराने घसारा आकाराला इ. तपशील हिशेबतपासनीसाने मागवून घ्यावा व त्याच्या आधारावर फर्निचरचे मूल्यमापन करावे. घसारा आकारताना त्या वस्तूंचे आयुष्य, किंमत, दर्जा, मिळणारी उपयुक्तता इ. बाबी विचारात घ्याव्यात व त्यावरून घसाऱ्याचा योग्य दर ठरविण्यात यावा. सर्वसाधारणपणे व्यवसायसंस्था डेड स्टॉक (Dead Stock) नावाचे रजिस्टार ठेवतात. या रजिस्टारमध्ये प्रत्येक वस्तूचे नाव, संख्या, खरेदीची तारीख, किंमत, पावती क्रमांक इ. ची फर्निचरच्या संबंधात नोंद केलेली असते. या रजिस्टारमध्ये फर्निचरच्या प्रत्येक वस्तूचा तपशील असला तरी खातेपुस्तकांमध्ये या सर्वांसाठी एकच फर्निचर खाते असते. डेड स्टॉक रजिस्टारमधील नोंद सर्व वस्तूंच्या नोंदीची बेरीज फर्निचर खात्यावरील एकूण रकमेशी जुळते किंवा नाही हे हिशेबतपासनीसाने पहावे. फर्निचर सत्यापन करताना डेड स्टॉक रजिस्टर व फर्निचर खाते यांची तपासणी करावी. तसेच हे फर्निचर प्रत्यक्षात अस्तित्वात असल्याचे जबाबदार अधिकाऱ्याकडून प्रमाणपत्र घ्यावे.

८) गुंतवणूक (Investments): व्यवसायसंस्था आपला जास्तीचा पैसा सरकारी रोखे, निरनिराळ्या कंपन्यांचे भाग, कर्जरोखे, सरकारी कर्ज इ. मध्ये गुंतवीत असतात.

या गुंतविलेल्या पैशांवर व्याज व लाभांशाच्या स्वरूपात काही उत्पन्न मिळावे, असा हेतू असतो. गुंतवणुकीचे सत्यापन करण्यासाठी हिशेबतपासनीसाने कर्जरोखे प्रमाणपत्रे इ. कागदपत्रे तपासावीत. ही सर्व गुंतवणूक व्यवसायसंस्थेच्या मालकीची आहे याची खात्री करून घ्यावी. सर्वसाधारणपणे व्यवसायसंस्था गुंतवणूक पुस्तक (Investment Book) ठेवत असतात. या पुस्तकामध्ये गुंतवणुकीचा संपूर्ण तपशील दिलेला असतो. हिशेबतपासनीसाने या पुस्तकाचे बारकाईने परीक्षण करावे. कधी कधी गुंतवणुका व्याजासहित खरेदी केल्या जातात. अशा वेळी खरेदी किमतीत समाविष्ट केलेले व्याज वेगळे दर्शविले आहे किंवा नाही याची तपासणी रोकड पुस्तकातील नोंदीवरून करावी. गुंतवणूक सावकराकडे गहाण टाकली असल्यास किंवा सुरक्षिततेसाठी बँकेकडे दिली असल्यास त्यासंबंधी योग्य दाखले हिशेबतपासनीसांना मिळावेत. गुंतवणुकीवर घसारा आकारण्यात आलेला नाही, याकडे हिशेबतपासनीसाने लक्ष द्यावे.

व्यवसायसंस्थांच्या स्वरूपावरून साधारणपणे गुंतवणूका दोन प्रकारच्या असतात- १) स्थिर संपत्तीमधील गुंतवणूक व २) पुनः विक्री करण्याच्या हेतूने खरेदी केलेली गुंतवणूक. गुंतवणुकीचे मूल्यमापन वरील दोन्ही प्रकारांमध्ये वेगवेगळे केले जाते. स्थिर संपत्तीमधील गुंतवणुकीचे मूल्यमापन खरेदी मूल्यानुसार केले जाते. परंतु पुनः विकण्याच्या उद्देशाने खरेदी केलेल्या गुंतवणुकीचे मूल्यांकन खरेदी किंमत व बाजार मूल्य यांपैकी कमी असणाऱ्या किमतीवर केले जाते. गुंतवणुकीचे मूल्यांकन योग्य पद्धतीचा उपयोग करून केले आहे किंवा नाही याबद्दल हिशेबतपासनीसाने खात्री करून घ्यावी.

९) व्यापारी कर्जदार (Sundry Debtors) : व्यवसायाच्या कार्यामध्ये खरेदी-विक्रीच्या व्यवहारांमुळे व्यापारी कर्जदार निर्माण होतात.

या पदाचे सत्यापन व मूल्यांकन करण्यासाठी खालील बाबीकडे लक्ष द्यावे -

अ) प्रारंभिक खर्चातील प्रत्येक खर्चासाठी पावती आहे किंवा नाही हे पाहावे.

१) हिशेबतपासनीसाने पक्षकारांकडून व्यापारी कर्जदारांची यादी मागवून घ्यावी. या यादीवरून प्रत्येक ग्राहकाकडून येणे असलेली रक्कम कळून येईल.

२) कर्जदारांच्या यादीमध्ये त्याच्या नावासमोर दाखविलेली रक्कम त्याच्या खात्यावर असणाऱ्या शिलकीएवढी आहे याची तपासणी करावी.

३) कर्जदारांच्या खात्यात नोंदलेले विक्रीचे व्यवहार बरोबर आहेत किंवा नाहीत हे समजून घेण्यासाठी कर्जदारांना विवरणे पाठवावीत व त्यांची उत्तरे मागवून घ्यावीत.

४) ज्या कर्जदारांकडून खातेबाकी बरोबर आल्याबद्दलची पत्रं आलेली नाहीत अगर उपलब्ध नाहीत, अशा खात्यांबद्दल हिशेबतपासनीसाने जास्त चौकशी

व तपासणी करावी.

५) संशयित व बुडीत खाती दाखविलेली रक्कम योग्य आहे व त्या रकमेला जबाबदार वरिष्ठ अधिकाऱ्याची मान्यता असल्याबद्दलची खात्री करून घ्यावी.

६) कंपनी कायदा, १९५६ मधील तरतुदींनुसार कंपनीच्या ताळेबंदामध्ये कर्जदारांचे योग्य प्रकारे वर्गीकरण दाखविलेले असावे.

हे वर्गीकरण खालीलप्रमाणे आहे –

१) चांगले मानलेले व पूर्णतः हमी असलेली कर्जे (Debts considered good in respect of which the company is fully secured.)

२) चांगले मानलेले परंतु कर्जदाराच्या वैयक्तिक हमीशिवाय इतर हमी नसलेले ऋण. (Debts considered good for which the company holds no security other than the debtor's personal security.)

३) संशयित मानलेले कर्ज (Debts considered doubtful or bad.)

१०) बुडीत व संशयित कर्जनिधी (Provision for Bad and Doubtful):

व्यापारी व्यवहारातून निर्माण होणाऱ्या कर्जदारांचे, चांगले जे बुडण्याची शक्यता आहे असे व जे निश्चितपणे बुडणार आहे, असे वर्गीकरण करण्यात येते. या कर्जदारांकडील काही कर्ज बुडण्याची शक्यता निर्माण होऊ शकते; त्याकरिता बुडीत व संशयित कर्जनिधी पुरेशा प्रमाणात निर्माण करून, तो ताळेबंदाच्या संपत्ती बाजूला दर्शविलेली व्यापारी कर्जे यामधून वजा करून दाखविला जातो. बुडीत व संशयित कर्जनिधीचे सत्यापन करताना पुढील बाबी लक्षात घ्याव्यात –

ब) तेरीजपत्रक तयार करून ठेवणे.

१) सर्वप्रथम हिशेबतपासनीसाने व्यवसायसंस्थेकडून कर्जदारांची यादी मागवावी. व या यादीनुसार कर्जदारांची, चांगले व पूर्णपणे वसूल होणारे, संशयित कर्जदार आणि बुडील कर्जदार अशी वर्गवारी व्यवसायसंस्थेकडून करून घ्यावी.

२) व्यवसायसंस्थेच्या कर्जदारांची चांगले कर्ज, संशयित कर्ज व बुडीत कर्ज अशी वर्गवारी हिशेबतपासनीसाने स्वतः करावी व ही यादी संस्थेने केलेल्या यादीशी पडताळून पाहावी. काही शंका किंवा फरक आढळल्यास त्याची बारकाईने तपासणी करावी.

३) व्यवसाय संस्थेने जे कर्ज बुडीत म्हणून दाखविले आहे त्याची कसून तपासणी करावी व त्याबद्दल खात्री करून घ्यावी व ही बुडीत कर्जाची रक्कम ताळेबंदात

दाखविलेल्या कर्जाच्या रकमेत समाविष्ट केलेली नाही, याची खात्री करून घ्यावी.

४) कर्जदारांच्या यादीमधील बुडीत कर्जाच्या संदर्भात संस्थेच्या जबाबदार अधिकाऱ्याशी चर्चा करावी.

५) जर एखादा कर्जदार दिवाळखोर घोषित झाला असेल तर त्याच्याकडून येणे असलेली रक्कम संशयित कर्ज म्हणून समजण्यात यावी.

६) जर तीन वर्षापासून अधिक काळासाठी येणे बाकी असेल, तर ती सर्व साधारणपणे बुडीत कर्ज समजण्यास हरकत नाही.

वरील प्रकारे कर्जाच्या संदर्भात योग्य वर्गीकरण केल्यावर त्यावर पुरेशा प्रमाणात संशयित कर्जनिधी निर्माण करण्यात आलेला आहे किंवा नाही ते पाहावे. सर्वसाधारणपणे एकूण कर्जाच्या रकमेच्या ५% किंवा संशयित कर्जाच्या रकमेच्या ५०% रक्कम संशयित कर्जनिधी उभारण्याची प्रथा प्रचलित आहे.

११) दिलेली कर्जे (Loans): काही व्यापारी संस्था कर्ज देण्याचे कार्य करतात. साधारणपणे दिली जाणारी कर्जे मुदतीच्या दृष्टिकोनातून दीर्घ मुदतीची, मध्यम मुदतीची व अल्प मुदतची असतात. त्याचप्रमाणे तारणाच्या दृष्टिकोनातून 'तारणातून दिलेली कर्जे' व 'विनातारण कर्जे' असे त्यांचे वर्गीकरण करण्यात येते.

कर्जाचे सत्यापन करताना खालील बाबी विचारात घ्याव्यात –

१) संस्थेने दिलेल्या कर्जासाठी झालेला करार व कर्जदारांकडून मिळालेल्या पावत्या तपासण्यात याव्यात.

२) जर तारणावर कर्ज दिले असेल तर तारणसंपत्ती रजिस्टार (Mortage deed Register) तपासण्यात यावे.

३) जर तारण न घेता कर्ज दिले तर त्यांच्या परतफेडीसंबंधीची माहिती जबाबदार अधिकाऱ्यांकडून घ्यावी व त्याबद्दल समाधान करून घ्यावे.

४) तारणावरील कर्जासाठी तारण म्हणून दिलेली मालमत्ता कर्जदाराच्या मालकीची आहे याबद्दल खात्री करून घ्यावी.

५) देण्यात आलेली कर्जे योग्य अधिकाराचा वापर करून देण्यात आलेली आहेत याची खात्री करून घ्यावी. अधिकार नसताना मंजूर केलेल्या कर्जाबाबत कसून चौकशी करावी.

६) अशा प्रकारच्या कर्जाची रक्कम (Loans) ताळेबंदामध्ये स्वतंत्रपणे दर्शविण्यात यावी. व्यापारी कर्जामध्ये अशी कर्जे समाविष्ट करू नयेत.

७) संचालकांना व कंपनीच्या अधिकाऱ्यांना दिलेली कर्जे स्वतंत्रपणे व स्पष्टपणे

ताळेबंदात दर्शविण्यात आली पाहिजेत.

१२) येणे हुंड्या (Bills Receivable) : येणे हुंड्याचे सत्यापन करताना हिशेबतपासनीसाने सर्वप्रथम येणे असलेल्या हुंड्याची यादी तयार करून घ्यावी. या यादीची येणे हुंड्या पुस्तकावरून (Bills Receivable Book) तपासणी करावी. येणे हुंड्यांपैकी मिळालेल्या रकमेची तपासणी रोकड पुस्तकावरून करावी. व्यवसायसंस्थेच्या येणे हुंड्या प्रत्यक्षात अस्तित्वात आहेत व संस्थेच्याच नावाच्या आहेत, याची खात्री करून घ्यावी. येणे हुंड्याचे मूल्यांकन पुस्तकी मूल्यानुसार करण्यात येते व ताळेबंदात दाखविण्यात येते.

१३) प्रारंभिक खर्च (Preliminary Expenses): प्रारंभिक खर्च हा भांडवली स्वरूपाचा खर्च मानण्यात येतो व तो ताळेबंदामध्ये मालमत्ता बाजूला दर्शवण्यात येतो. या पदाचे सत्यापन करण्यासाठी हिशेबतपासनीसाने संस्थेकडून प्रारंभिक खर्चाची यादी मागवून घ्यावी. या यादीमध्ये प्रारंभिक खर्च समाविष्ट करता न येण्यासारखा खर्च असेल तर तो निदर्शनास आणून द्यावा. प्रारंभिक खर्च हळूहळू काही काळानंतर खातेबाद (Written Off) करण्यात येतो. त्यामुळे हा खर्च नियमाप्रमाणे खातेबाद करण्यात आला आहे व शिल्लक रक्कम बरोबर ताळेबंदात दर्शविला आहे, याबद्दल हिशेबतपासनीसाने खात्री करून घ्यावी.

१४) रोख शिल्लक (Cash in Hand): रोख शिलकीचे सत्यापन करताना हिशेबतपासनीसाने ताळेबंदाच्या तारखेला संस्थेच्या कार्यालयात जाऊन रोख रकमेची प्रत्यक्ष मोजणी करावी. संस्थेतील मुख्य रोखपाल, लघुरोखपाल इ. च्या ताब्यात असलेली रोख रक्कम हिशेबतपासनीसाने एकाच वेळी मोजून घ्यावी. रोख रकमेच्या सत्यापनाच्या संदर्भात वेळेला महत्त्व आहे. ताळेबंदाच्या दिवशी किंवा त्याच्या दुसऱ्या दिवशी रोख रकमेची प्रत्यक्ष मोजणी करणे महत्त्वाचे आहे; जर प्रत्यक्षपणे रोख रकमेची मोजणी करणे शक्य नसेल उदा. शाखांकडे असलेली रोख रक्कम, एजंटांकडे असलेली रोख रक्कम इ. तर योग्य कागदपत्रांचा पुरावा तपासण्यात यावा. कार्यालयातील रोख रक्कम व रोकड पुस्तकातील शिल्लक रक्कम जुळत असल्याबद्दल हिशेबतपासनीसाने खात्री करून घ्यावी; जर व्यवसायसंस्था रोजची रोख रक्कम बँकेत रोजच्या रोज जमा करीत असेल, तर सत्यापन करणे सुलभ जाते.

१५) बँकेतील शिल्लक (Cash at Bank) : बँकेतील शिल्लक या पदाचे सत्यापन करताना हिशेबतपासनीसाने ताळेबंदाच्या तारखेला रोखकिर्दीच्या बँक रकान्याची शिल्लक आणि पासबुकातील जमा बाकी यांची पडताळणी करून पाहावी. जर याची पडताळणी

होत नसेल तर त्यातील फरकाची कारणे शोधून काढावीत. बँक मिळवणी पत्रक तयार करुन फरकाची कारणे शोधावीत. बँकेमध्ये ठेवी ठेवल्या असल्यास त्यांची तपासणी ठेव-पावत्यांवरून करावी. आवश्यकता असल्यास बँक अधिकाऱ्याकडून बँकेत जमा असलेल्या रकमेबाबत प्रमाणपत्र घ्यावे.

१६) शिल्लक माल (Closing Stock): व्यवसायासंस्थेतील शिल्लक मालाचे सत्यापन करणे हे अत्यंत गुंतागुंतीचे व अवघड काम आहे. त्यासाठी हिशेबतपासनीसाला योग्य खबरदारी घ्यावी लागते. शिल्लक मालाच्या बाबतीत अनेक अफरातफरीचे व्यवहार होण्याची शक्यता असते; तसेच शिल्लक मालाच्या योग्य मूल्यमापनावर नफा-तोटापत्रक व ताळेबंद यांची शुद्धता अवलंबून असते. शिल्लक मालाची मोजणी करणे व त्याचे मूल्यमापन करणे हे हिशेबतपासनीसाचे काम नाही. या बाबतीत सत्यापन करीत असताना हिशेबतपासनीस जबाबदार अधिकाऱ्यांच्या प्रमाणपत्रावर विसंबून राहू शकतो. परंतु शिल्लक मालाच्या सत्यापनाबाबत त्याने आपले कार्य प्रामाणिकपणे पार पाडले पाहिजे. शिल्लक मालाचे सत्यापन करताना पुढील बाबी लक्षात घ्याव्यात.

१) सर्वप्रथम हिशेबतपासनीसाने संस्थेतील शिल्लक माल मोजण्याची पद्धती लक्षात घ्यावी व शिल्लक मालाची मोजणी योग्य नियमानुसार करण्यात आलेली आहे याची खात्री करून घ्यावी.

२) शिल्लक मालाच्या यादीची गणितीय अचूकता तपासून पाहावी व यादीतील काही महत्त्वाच्या पदांचे स्वतः सत्यापन करावे.

३) शिल्लक मालाच्या मूल्यांकनासाठी योग्य अशा प्रचलित पद्धतीचा अवलंब केला आहे किंवा नाही ते पहावे.

४) शिल्लक मालाचे सत्यापन व मूल्यांकन करण्यासाठी हिशेबतपासनीसाने खरेदी पुस्तक, विक्री पुस्तक, खरेदी परत पुस्तक, विक्री परत पुस्तक इ. ची तपासणी करावी.

५) हिशेबतपासनीसाने शिल्लक मालसाठा पुस्तक (Stock Register) तपासावे. शिल्लक मालसाठा पुस्तकातील शिल्लक व संस्थेने तयार केलेली शिल्लक मालाची यादी यांची जुळणी करून पाहावी.

६) वर्षाअखेर खरेदी केलेला माल खरेदी पुस्तकात नोंदविण्यात आलेला असेल, तर त्याचा समावेश शिल्लक मालातही करण्यात आलेला आहे याची खात्री करून घ्यावी.

७) पसंतीवर विक्री पद्धतीने ग्राहकांना पाठविलेला माल विकला गेला असल्यास त्याचा समावेश शिल्लक मालात केलेला नाही, याची खात्री करून घ्यावी.

८) शिल्लक मालाची मोजणी करताना व्यवसायसंस्थेच्या इतर शाखांकडील शिल्लक मालाचाही समावेश करण्यात आला पाहिजे.

शिल्लक मालाचे मूल्यांकन : व्यवसायसंस्थेमध्ये वर्षाअखेरीस सर्वसाधारणपणे कच्चा माल, अर्धतयार माल व तयार किंवा पक्का माल, अशा प्रकारचा माल शिल्लक राहतो. शिल्लक माल ही व्यापारातील अस्थिर संपत्ती आहे. या मालाचे पैशांत रूपांतर करण्यात येते; म्हणून शिल्लक मालाचे मूल्यांकन करताना लागत मूल्य (Cost Price) व बाजार मूल्य यांपैकी कमी किंमत विचारात घेण्यात येते. तयार माल व अर्धतयार मालाचे मूल्यांकन लागत मूल्य (Cost Price) विचारात घेऊन करण्यात आले आहे व शिल्लक मालाचे मूल्यांकन खरेदी मूल्य व बाजार मूल्य यांपैकी कमी किमतीने करण्यात आले आहे, याबाबत हिशेबतपासनीसाने खात्री करून घ्यावी. मालाचे मूल्यांकन करताना एकदा स्वीकारलेली तत्त्वे व पद्धती दरवर्षी स्वीकारली जातात व त्यात बदल केला जात नाही. या बाबतीत हिशेबतपासनीसाने लक्ष द्यावे. शिल्लक मालाचे मूल्यांकन करणे हे हिशेबतपासनीसाचे कार्य नसले, तरी व्यवसायाचा ताळेबंद आर्थिक परिस्थितीचे योग्य दिग्दर्शन करतो, असे प्रमाणपत्र हिशेबतपासनीसाला द्यावे लागते. त्यामुळे शिल्लक मालाचे योग्य मूल्यमापन करण्यात आलेले आहे. याबद्दल हिशेबतपासनीसाने आपली खात्री करून घेतली पाहिजे. मूल्यांकनाच्या संदर्भात संस्थेतील जबाबदार व जाणकार अधिकाऱ्यांच्या प्रमाणपत्रावर त्याला विसंबून राहता कामा येते.

२.८ ताळेबंदातील विविध 'देणी' यांचे सत्यापन व मूल्यांकन (Verification and Valuation of various liabilities)

ताळेबंदातील संपत्तीचे सत्यापन व मूल्यांकन जितके महत्त्वाचे आहे तितकेच विविध देणी यांचे सत्यापन व मूल्यांकन महत्त्वाचे आहे; जर देणी कमी किंवा जास्त दाखविली तर ताळेबंद योग्य आर्थिक स्थिती दर्शविणार नाही; म्हणून ताळेबंदात दर्शविलेली देणी ही वास्तविक आहेत, कोणतीही देणी ताळेबंदातून वगळली नाहीत व देण्यांचे योग्य मूल्यांकन केलेले आहे. याची खात्री करून घेण्यासाठी 'विविध देणी' यांचे सत्यापन करावे लागते.

ताळेबंदातील काही देण्यांचे (Liabilities) सत्यापन व मूल्यांकन पुढीलप्रमाणे करण्यात येते –

१) भांडवल (Capital): भांडवल हे ताळेबंदात देणी बाजूला दाखविण्यात येते. व्यवसाय कोणत्याही प्रकारचा असला तरी तो भांडवलाशिवाय चालू शकणार नाही. परंतु भांडवल दाखविताना निरनिराळ्या प्रकारच्या व्यवसायांमध्ये निरनिराळ्या प्रकारे

दाखविण्यात येते. व्यक्तिगत व्यापारी, भागीदारी, कंपन्या, सहकारी संस्था इ. व्यक्तिगत व्यापारी, भागीदारी व कंपनी यांच्या भांडवलाचे सत्यापन निरनिराळ्या कागदपत्रांच्या आधारे करण्यात येते. व्यक्तिगत व्यापाऱ्याने जर व्यवसायातून काही पैसा खाजगी कामासाठी उचलला, तर ती उचल भांडवलातून कमी केली जाते; अशी उचल बँक पासबुक व रोकड पुस्तक यावरून तपासावी लागेल.

भागीदारी संस्थेमध्ये भांडवलाचे सत्यापन करण्यासाठी भागीदारीचा करारनामा पाहावा लागतो. या करारनाम्यात प्रत्येक भागीदाराने किती भांडवल आणायचे याचा उल्लेख असतो. त्याचबरोबर करारनाम्यात नफावाटणीचे प्रमाणही दिलेले असते. भागीदार देखील व्यवसायातून काही रकमेची उचल करतात. ही उचल वजा करूनच भांडवलाचे सत्यापन करावे लागते.

कंपनीच्या भागभांडवलांचे सत्यापन करण्यासाठी कंपनीचे घटनापत्रक व नियमावली यातील नियम व तरतुदी पहाव्या लागतात. कंपनीच्या भांडवलाचे सत्यापन करताना मागील वर्षाचे भांडवल पाहावे व त्यात नवीन भागविक्रीने काही भर पडली असल्यास त्यासंबंधी तपासणी करण्यात यावी.

२) राखीव निधी (Reserves) : भविष्यकाळातील अनपेक्षित किंवा अपेक्षित नुकसानीच्या पूर्ततेकरिता किंवा कर्जाच्या परतफेडीकरिता आर्थिक तरतूद करण्यासाठी राखीव निधी निर्माण करण्यात येतो. राखीव निधीचे सत्यापन करण्यासाठी कंपनीच्या संचालक मंडळाच्या सभा व त्यांचे अहवाल, नफा-तोटा नियोजन खाते इ. ची हिशेबतपासनीसाने तपासणी करावी.

३) विविध सावकार (Sundry Creditors) : व्यवसाय चालवीत असताना अनेक प्रकारचा माल उधारीवर विकावा लागतो. विविध संस्थांकडून, बँकांकडून कर्जे घ्यावी लागतात. अशा व्यवहारांतून विविध सावकार निर्माण होतात. विविध सावकार या पदाचे सत्यापन करीत असताना हिशेबतपासनीसाने त्यांची एक यादी व्यवसाय संस्थेकडून तयार करून घ्यावी. या यादीच्या साहाय्याने खरेदी पुस्तक, खरेदी परत पुस्तक, देय हुंड्यांचे पुस्तक, खाते विवरण यांची तपासणी करावी. बँका, इतर संस्था किंवा सरकारी संस्था यांचेकडून कर्जे घेतलेली असतील, तर त्यांचे सत्यापन करण्यासाठी कर्जाचे करार, गहाणाची कागदपत्रे तपासावीत. त्याचबरोबर भागीदारी संस्थाच्या भागीदारांच्या सभा व संचालक मंडळाच्या सभांची इतिवृत्ते यांची तपासणी करावी.

४) कर्जरोख (Debentures) : कर्जरोख्यांची विक्री करून कंपन्या कर्जाऊ भांडवल उभारीत असतात. कर्जरोख्यांचे सत्यापन करताना खालील मुद्दे विचारात घ्यावेत-

१) कंपनीच्या घटनापत्रकातील तरतुदी पाहाव्या व कंपनीच्या कार्ड काढण्याच्या अधिकाराची खात्री करून घ्यावी. या अधिकारमर्यादेतच कर्ज काढले आहे किंवा कर्जरोखे विकले आहेत याची खात्री करून घ्यावी.

२) हिशेबतपासनीसाने कर्जरोखे विश्वस्त कराराची (Debenture Trust) तपासणी करावी.

३) कर्जरोखेधारकांकडून मिळविलेली प्रमाणपत्रे तपासून पहावीत.

४) कसर देऊन कर्जरोखे विकण्यास आले असतील तर हिशेबतपुस्तकातील नोंदींची तपासणी करावी.

५) मालमत्तेवर बोजा ठेवून जर कर्जरोखे विकले असतील तर त्याबाबत गहाण नोंदणीपुस्तकातील तपशील पाहावा.

५) देणे हुंड्या (Bills Payable): देणे हुंड्यांचे सत्यापन करण्यासाठी प्रथम देणे हुंड्यांची यादी तयार करावी. या यादीनुसार देणे हुंड्या, पुस्तक, रोकड पुस्तक, देणे हुंड्या खाते इ. ची तपासणी करावी. देणे हुंड्यांचे पैसे दिले असतील, तर त्यासाठी रोकड पुस्तकातील नोंदी तपासाव्यात. देणे हुंड्यांच्या बाबतीत आलेली पत्रे पाहून त्यानुसार सर्व देणी दाखविली आहेत. याची खात्री करून घ्यावी.

६) संभाव्य देणी (Contingent Liability) : ज्या देण्यांचे पैसे द्यावे लागणार आहेत किंवा नाहीत हे अनिश्चित असते, त्या देण्यास 'संभाव्य देणे' असे म्हणतात. एखादी घटना घडल्यानंतर असे देणे द्यावे लागते. संभाव्य देण्याची परतफेड करावीच लागेल असे निश्चित नसते. भविष्यकाळातील घडणाऱ्या ठराविक बाबींवर या देण्यांची परतफेड अवलंबून असते. हे देणे अनिश्चित आणि परिस्थितीनुसार निर्माण होत असल्यामुळे त्याला संभाव्य देणे असे म्हणतात. ताळेबंदाच्या तारखेला सर्व देण्यांची खाते-पुस्तकामध्ये नोंद झाली आहे आणि ताळेबंदात ते स्वतंत्रपणे दाखविले आहे किंवा नाही हे पाहणे हिशेबतपासनीसाचे कर्तव्य आहे. संभाव्य देण्यांची काही उदाहरणे खालीलप्रमाणे सांगता येतील -

१) बँकेत वटविलेल्या हुंड्यांवरील संभाव्य देणे (Liability on Bills Discounted): प्राप्त हुंड्या बँकेकडे वटविल्यानंतर त्या हुंड्यांच्या देणे तारखेला संबंधित व्यक्तीकडून बँक रक्कम वसूल करते. जर ती रक्कम काही कारणामुळे वसूल झाली नाही तर त्या हुंडीची रक्कम हुंडी वटविणाऱ्याने बँकेकडे दिली पाहिजे; म्हणून याबाबतीत संभाव्य देणे निर्माण होत असते.

२) इतर कंपन्यांच्या भागांवरील देणे रकमेची जबाबदारी : जर व्यवसायसंस्थेने इतर कंपन्याने भाग खरेदी केले असतील तर त्यावरील शिल्लक देणे व्यवसाय संस्थेला द्यावे लागेल. त्या भागांवरील हप्ते मागणी केल्यावर अशी रक्कम द्यावी लागले. ही रक्कम किती आहे, हे त्या भागांच्या संख्येवरून व भागप्रमाणपत्रांवरून हिशेबतपासनीसाला निश्चित करता येईल.

३) कोर्टात चालू असलेले नुकसानभरपाईचे दावे : बऱ्याच वेळा कामगार वर्गाकडून किंवा इतर त्रयस्थ व्यक्ती किंवा संस्थांकडून व्यवसायाच्या चालकांविरुद्ध नुकसानभरपाई मिळावी म्हणून न्यायालयात दावे दाखल करण्यात येतात. या दाव्यांचा निकाल लागल्यावरच त्यासंबंधी देणे निश्चित होत असते. परंतु ताळेबंदाच्या तारखेपर्यंत निकाल न लागल्यास हे संभाव्य देणे म्हणून मानले जाते.

४) जामीन राहिल्याबद्दलचे देणे : इतर व्यक्ती कर्ज घेताना पक्षकार जामीन राहिला असेल व त्या कर्जाची नियमितपणे फेड झाली नसेल तर त्याबद्दल पक्षकारावर जबाबदारी निर्माण होते. अशा कर्जाची परतफेड कितपत शक्य आहे याबद्दल हिशेबतपासनीसाने खात्री करून घ्यावी व त्याबाबत पुरेशी तरतुद केली आहे किंवा नाही ते पाहावे.

५) संचयी अग्रहक्काच्या भागांवरील संचित लाभांश : संचयी अग्रहक्काच्या भागांवरील लाभांशाची रक्कम कंपनीला नफा झाला नाही, तर संचित राहात जाते. ज्या वर्षी नफा होईल त्या वर्षी अग्रहक्काने हा लाभांश देण्यात येतो ह्या बाबतीत लाभांशाच्या देण्यासाठी व्यवसायसंस्थेने पुरेशी तरतूद केली आहे किंवा नाही हे हिशेबतपासनीसाने पाहावे.

सर्व संभाव्य देण्यांचे सत्यापन करताना हिशेबतपासनीसाने अशा देण्याची एक यादी व्यवसायसंस्थेला तयार करण्यास सांगावी. या यादीवर संस्थेतील जबाबदार अधिकाऱ्यांची सही असावी. कोणतेही संभाव्य देणे यादीतून वगळलेले नाही, याची खात्री करून घ्यावी. संभाव्य देण्यासंबंधी पुरेशी तरतुदी केली नाही, तर ताळेबंद व्यवसायाची वास्तव आर्थिक स्थिती दाखवू शकणार नाही. साधारणपणे संभाव्य देण्यांचा उल्लेख ताळेबंदामध्ये टीप देऊन करण्यात येतो.

७) द्यावयाचा किंवा देणे असलेला खर्च (Outstanding Expenses): चालू वर्षाशी संबंधित असणाऱ्या परंतु त्यांची रक्कम अजून दिलेली नाही, अशा खर्चांना देणे असलेला खर्च असे म्हणतात. अशा प्रकारचा किती खर्च द्यावयाचा राहिला आहे, याबद्दल एक यादी तयार करण्यास सांगावी व त्याबद्दल संस्थेच्या जबाबदार अधिकाऱ्याचे प्रमाणपत्र घ्यावे.

८) करांबद्दल देणे (Tax Liability) : व्यवसायसंस्थांना, उत्पन्नकर, उत्पादन कर, विक्रीकर इ. करांबाबत पूर्तता करावी लागते. हे कर भरण्यासाठी व्यवसायसंस्थेला पुरेशी तरतूद करावी लागते. ही तरतूद आवश्यकतेपेक्षा कमी किंवा जास्त असू नये. या पदाचे सत्यापन करताना वरील बाबीसंबंधी हिशेबतपासनीसाने कर सल्लागाराच्या मदतीने निर्णय घ्यावेत व संस्थेने करांबद्दलची जबाबदारी पूर्ण करण्यासाठी पुरेशा तरतुदी केल्या आहेत किंवा नाही याची खात्री करून घ्यावी.

२.९ हिशेबतपासणी अहवाल (Audit Reports)

कंपनीच्या हिशोबाची पुस्तके, जमाखर्च यांची तपासणी केल्यानंतर कंपनीच्या वार्षिक खात्यांची (नफा-तोटा पत्रक व ताळेबंद) तपासणी हिशोब तपासणीसाचा करतो व हिशोब तपासणीसाचे कार्य पूर्ण झाल्यावर त्याला आपला हिशोब तपासणीसाचा अहवाल तयार करावा लागतो. हिशेबतपासनीसाच्या कामाचा अहवाल देणे हे हिशोब तपासणीसाचे अत्यंत महत्त्वाचे कार्य आहे. हा अहवाल कंपनी कायद्याच्या कलम २२७ (२) नुसार त्याला सादर करावा लागतो.

अर्थ व व्याख्या (Meaning and Defination)

हिशोब तपासणी अहवालाच्या व्याख्या पुढीलप्रमाणे सांगता येतील.

१. लँकास्टर यांच्या मते,

"हिशोबतपासणी अहवाल म्हणजे एक प्रकारचे निवेदन असते की, ज्यामध्ये अंकेक्षण जमा केलेली विविध माहिती, विचारात घेतले जाणारे विविध घटक यांच्या आधारे काही गोष्टींचा शोध घेण्याचा प्रयत्न करतो की, ज्या गोष्टींची माहिती कंपनीच्या दैनंदिन व्यवस्थापनाशी नियमित संबंध येत नाही, अशांना उपलब्ध नसते अथवा कंपनीतील आर्थिक व्यवहारांचे ज्ञान नसते."

" A statement of collected and considered facts, so drawn up as to give clear and concise information to persons who are not already in possession of the full facts of the subject matter of the report."

२. श्री डिपॉला यांच्या मतानुसार,

"हिशोब तपासणी अहवाल म्हणजे कंपनीने तयार केलेल्या ठराविक नमुन्यातील जमा खर्चाच्या व्यवहारांशी संबंधित असलेल्या सत्यतेचे प्रतिबिंब होय. अनभिज्ञ माणसाला कंपनीच्या वार्षिक लेख्यांची वास्तविक स्थिती योग्य त्या टिकेसह समजण्यास हिशोब तपासणी अहवाल मदत करतो."

"Auditor report is a reflection of truth relating to accounting transaction in a regulated form. It helps to a layman to understand the real position of the final accounts with necessary critics."

३. जे. सी. रे यांच्या मतानुसार,

"कंपनी अहवालात अंकेक्षकाने हिशोबपत्रकाबाबत आपली मते मांडलेली असतात. आपले कंपनीच्या जमा-खर्च पद्धती विषयी जे मत आहे, त्या संबंधी काही वेळा तो कारणे स्पष्ट रीतीने देतो. ती कंपनीच्या भागधारकांना नेमणूक केलेली ती स्वतंत्र व्यक्ती असल्याने कंपनीचा व नोकर नसल्याने निःसंदिग्धपणे त्या संदर्भात नैतिक जबाबदारी भागधारकांनी हिशोब तपासणीवर टाकलेली असते."

४) "हिशोब तपासणीसाचे कार्य संपल्यानंतर कंपनी कायद्यातील कलम १४३ (२) नुसार हिशोब तपासणीसाला तपासलेली जमाखर्चाची पुस्तके, नियामक पुस्तके, ताळेबंदासोबत जोडलेली महत्त्वाची कागदपत्रे, व्यापारी पत्रक, नफा-तोटा पत्रक व ताळेबंद यांच्या सत्यतेबद्दल भागधारकांना एक स्वतंत्र अहवाल द्यावा लागतो. तेव्हा अहवालास 'कंपनी हिशोब तपासणीसाचा अहवाल' असे म्हणतात."

५) "व्यवसायाच्या आर्थिक परिस्थितीवर आणि व्यापारविषयक कार्यावर प्रकाश टाकणारी वार्षिक विवरणे, लेखा कर्माच्या मान्यताप्राप्त सिद्धान्तानुसार, दर्जानुसार आणि रीती रिवाजानुसार तयार करण्यात आली किंवा नाहीत याबद्दल अंकेक्षकाने त्या व्यवसायातील लेखापुस्तकाचे परीक्षण केल्यावर दिलेले महत्त्वपूर्ण आणि प्रामाणिक मत म्हणजे अंकेक्षण अहवाल होय."

हिशेबतपासनीस आपला अहवाल भागधारकांना सादर करीत असतो. कंपनीच्या भागधारकांना कंपनीचे हिशेब व जमाखर्चाविषयी माहिती नसते; कारण ते कंपनीचे मालक असले तरी कंपनीच्या दैनंदिन कारभारात भाग घेत नाहीत; म्हणून त्यांना कंपनीत ठेवलेल्या हिशोबासंबंधी स्पष्ट माहिती अहवालाद्वारे देण्यात येते. हिशोब तपासणीसाने कंपनीच्या जमाखर्चासंबंधी व अंतिम खात्यासंबंधी आपले मत अहवालात व्यक्त करावयाचे असते. कंपनीचा ताळेबंद व नफा-तोटापत्रक कंपनीची खरी आर्थिक स्थिती दर्शवते किंवा नाही याबद्दल हिशोब तपासणीस आपले स्पष्ट मत देत असतो. हिशोब तपासणीसाला आपला अहवाला काळजीपूर्वक तयार करावा लागतो. निरनिराळ्या कंपन्यांचा व्यवसाय भिन्न भिन्न असतो. त्यामुळे अहवालामध्ये कंपनीचे स्वरूप, व्यवहारांची व्याप्ती व कायद्यातील तरतुदी यांचा विचार करून आवश्यक बाबींचा समावेश करावा लागतो.

२.१० हिशोब तपासणी अहवालातील समाविष्ट बाबी (Contents of the Audit Report)

भारतीय कंपनी कायद्याच्या कलम १४३ (२) नुसार कंपनीची सर्व खाती व जमाखर्च, नफा-तोटा पत्रक व ताळेबंद तपासल्यानंतर हिशोब तपासणीसाने आपला अहवाल सादर केला पाहिजे. या अहवालामध्ये खालील गोष्टी नमूद केल्या पाहिजेत.

१) हिशोब तपासणीसाच्या माहितीनुसार आणि विश्वासानुसार त्याच्या हिशोब तपासणीसाच्या कामात आवश्यक ती माहिती व स्पष्टीकरण त्याला कंपनीकडून मिळाले आहे किंवा नाही.

२) हिशोब तपासणीसाच्या मते त्याने केलेल्या तपासणीवरून कंपनीने कलम १२८ नुसार आवश्यक ती सर्व लेखा पुस्तके ठेवली आहेत किंवा नाहीत.

३) कंपनीच्या शाखा असल्यास हिशोब तपासणीसाने त्यांच्या हिशोबखात्याची तपासणी केली काय? तसेच शाखा तपासणीसाच्या कामात आवश्यक ती माहिती व स्पष्टीकरण त्याला मिळाली किंवा नाहीत.

४) कंपनीचे नफा-तोटा पत्रक व ताळेबंद कंपनीच्या हिशेबपुस्तकावरून व शाखांकडून मिळालेल्या माहितीपत्रकानुसार तयार केलेले आहेत किंवा नाही.

५) हिशोब तपासणीसाच्या मतानुसार व त्याला देण्यात आलेल्या स्पष्टीकरणावरून कंपनीची हिशेब खाती कायद्याने आवश्यक असलेली सर्व माहिती देतात किंवा नाही.

६) वर्षाअखेरीस तयार केलेले नफा-तोटा पत्रक व ताळेबंद कंपनीची योग्य खरी आर्थिक परिस्थिती दर्शवतो किंवा नाही.

७) अहवालासोबत कंपनीचा ताळेबंद व नफा-तोटापत्रक जोडलेले असते.

८) कंपनी कायद्याच्या कलम १३४ नुसार अहवालासोबत आवश्यक परिशिष्ट जोडलेले असावे.

९) तपासलेल्या खात्यांमध्ये कोणत्याही प्रकारच्या त्रुटी किंवा अयोग्य व्यवहार आढळल्यास त्याची नोंद हिशोब तपासणीसाने अहवालात केली पाहिजे.

१०) कंपनीने दिलेले तारणावरील कर्ज प्रत्यक्षात तारणावर दिलेले आहे काय व कर्जाच्या सर्व अटी भागधारकांच्या हितास बाधा आणणाऱ्या नाहीत याची माहिती.

११) कंपनीचे सर्व व्यवहार हिशोबाच्या व जमाखर्च शास्त्रांच्या तत्त्वांविरुद्ध नाहीत व व्यवसायाच्या आवश्यकतेनुसार आहेत याबद्दलची स्पष्ट माहिती.

१२) उत्पादक व इतर कंपन्यांचा हिशोब तपासणी अहवाल आदेष, १९७५ नुसार आवश्यक ती माहिती अहवालात नमूद करणे आवश्यक आहे. (Manufacturing and other Companies (Auditor's Report) order, 1975) हा आदेश १ जानेवारी १९७६ पासून लागू आहे. या आदेशानुसार उत्पादन, खाण उत्पादन, सेवा देणाऱ्या कंपन्या, गुंतवणूक इत्यादी संस्थांच्या बाबतीत विशिष्ट बाबीसंबंधीची माहिती स्पष्टपणे नमूद करण्यात आली पाहिजे. ही माहिती कलम १४३ नुसार अहवालात नमूद करणे आवश्यक आहे.

कंपनी कायद्याच्या कलम २२९ नुसार ज्या व्यक्तीची नेमणूक हिशोब तपासणीस म्हणून केलेली आहे. त्या व्यक्तीने अहवाल सादर करावा व त्यावर स्वतःची सही करावी. इतर कोणत्याही व्यक्तीला अहवालावर सही करण्याचा अधिकार नाही.

२.११ हिशोब तपासणीसाच्या अहवालाची गुण–वैशिष्ट्ये (Characteristics of Audit Report)

हिशोब तपासणीसांचा अहवाल भागधारक व इतर व्यक्ती व संस्था यांच्या दृष्टीने महत्त्वपूर्ण असल्यामुळे तो काळजीपूर्वक व योग्य दक्षता घेऊन तयार करण्यात आला पाहिजे. हिशोब तपासणीसाने कायद्यातील नियम व व्यवसाय संस्थेचे स्वरूप, व्यवसायाशी संबंधित आवश्यक बाबी विचारात घेऊन स्पष्ट शब्दात व थोडक्यात आपला अहवाल तयार केला पाहिजे. हिशोब तपासणीसाचा अहवाल कंपनी कायद्याच्या कलम १४५ नुसार अनिवार्य असून, यावर हिशोब तपासणीसाची स्वाक्षरी असणे आवश्यक आहे. सर्वसाधारणपणे हिशोब तपासणीसाच्या अहवालामध्ये पुढील गुण वैशिष्ट्ये असावीत –

१) संपूर्ण हिशोबाची तपासणी केल्यानंतरच अहवाल तयार केला पाहिजे.
२) अहवाल थोडक्यात, स्पष्टपणे व प्रामाणिकपणे तयार केला असला पाहिजे.
३) अहवालावरून व्यवसायाची खरी आर्थिक स्थिती समजून आली पाहिजे.
४) अहवालातील वर्णनावरून हिशोब तपासणीसाला अभिप्रेत असणारा अर्थच प्रगट झाला पाहिजे.
५) अहवाल टिकात्मक व परिणामकारक असावा.
६) हिशोबतपासणीसाचा अहवाल कधीही पूर्वग्रहदूषित असू नये.
७) अहवाल विधायक दृष्टीने मार्गदर्शन करणारा असला पाहिजे.

२.१२ अंकेक्षण अहवालाचे महत्त्व (Importance of Audit Report)

हिशेबतपासणीचा अहवाल अनेक दृष्टिकोनातून महत्त्वाचा ठरतो. भागधारकांचा बाबतीत अंकेक्षक अहवालाचे अनन्यसाधारण महत्त्व आहे. अंकेक्षक हा भागधारकांचा प्रतिनिधी म्हणून कार्य करीत असतो. अंकेक्षक आपला अहवाल भागधारकांना सादर करीत असतो. भागधारकांना कंपनीची सत्य व वास्तव आर्थिक स्थिती समजावी, यासाठी अहवाल देण्यात येतो. अहवालावरून भागधारकांना संचालक मंडळाच्या योग्यतेविषयी व भागधारकाच्या गुंतवणुकीविषयक सत्य व वास्तव परिस्थिती समजते.तसेच या अहवालामुळे गैरव्यवहार,अफरातफर,लबाड्या इ.बाबत माहिती भागधारकांना मिळते.

भागधारकांव्यतिरिक्त इतरही व्यक्तींना तपासणीसाचा अहवाल उपयुक्त ठरतो. उदा. सावकारांना कंपनीच्या आर्थिक स्थितीसंबंधी माहिती मिळते. कंपनीत गुंतवणूक करू इच्छिणाऱ्या व्यक्तींनादेखील कंपनीच्या कार्यक्षमतेविषयी व हिशेबखात्यांच्या शुद्धतेविषयी माहिती मिळते. थोडक्यात, हिशेबतपासनीसाच्या अहवालाचे महत्त्व कंपनी, कंपनी व्यवस्थापन, भागधारक, गुंतवणूकदार, सरकार, पुरवठा संस्था, वित्तपुरवठा संस्था, ठेवीदार व इतर त्रयस्थ व्यक्ती व संस्था यांच्या दृष्टीने असते. म्हणून हा अहवाल योग्य व परिपूर्ण असला पाहिजे. हिशेबतपासणी अहवाल कंपनीच्या आर्थिक परिस्थितीचे सत्य दर्शन घडविणारे एक साधन आहे. हिशेबतपासणी अहवालास कंपनीच्या व्यवस्थापनात अनन्यसाधारण महत्त्व आहे.

हिशेबतपासणी अहवालाचे महत्त्व श्री.डिपॉला या लेखकाने पुढीलप्रमाणे दिलेले आहे. 'हिशेबतपासणी अहवाल म्हणजे कंपनीने तयार केलेल्या ठराविक नमुन्यातील जमा-खर्चाच्या व्यवहारांशी संबंधित असलेल्या सत्यतेचे प्रतिबिंब होय. अनभिज्ञ माणसाला कंपनीच्या वार्षिक लेख्यांची वास्तविक स्थिती योग्य त्या टीकेसह समजण्यास हिशेबतपासणी अहवाल मदत करतो.'

"Auditor's Report is a reflection of truth relating to accounting transaction in a regulated form. It helps for a layman to understand the real position of the final accounts with necessary critics."

यावरून कंपनीचा हिशेबतपासणी अहवाल अनेक कारणांमुळे विविध घटकांसाठी महत्त्वपूर्ण ठरतो. त्यापासून अनेक फायदे विविध सामाजिक घटकांना मिळतात. हिशेबतपासणी अहवालाचे महत्त्व पुढीलप्रमाणे सांगता येईल –

अ) सभासदांच्या दृष्टिकोनातून महत्त्व :

सभासदांच्या दृष्टिकोनातून हिशेबतपासणी अहवालाचे महत्त्व पुढीलप्रमाणे देता येईल.

१) सभासदांचा प्रतिनिधी : सभासदांचे कंपनीच्या व्यवस्थापनावर नियंत्रण नसते. अशा वेळी अंकेक्षक हा भागधारकांचा प्रतिनिधी म्हणून कार्य करतो. जमा-खर्चाची पुस्तके तपासून त्याने दिलेल्या अहवालावरून भागधारकांना कंपनीच्या आर्थिक व सांपत्तिक स्थितीची कल्पना येते. कंपनीची आर्थिक स्थिती समजण्यास हिशेबतपासनीसाचा अहवाल दीपस्तंभाप्रमाणे मदत करतो.

२) लाभाचे सत्य दर्शन : भागधारकांना संचालकांच्या पात्रतेविषयी आणि प्रामाणिकसंबंधी अहवालावरून खरी माहिती मिळते. कंपनीच्या लाभदायकतेविषयी खरी स्थिती समजते.

३) गुंतवणुकीसंबंधी निर्णय : कंपनीच्या भागभांडवलात गुंतविलेला पैसा सुरक्षित आहे किंवा नाही, याविषयीचा अंदाज हिशेबतपासणी अहवालावरून ते घेऊ शकतात.

४) व्यवस्थापकीय नियंत्रण : सभासदांना कंपनीवर नियंत्रण ठेवण्याची इच्छा ते अंकेक्षकांची नियुक्ती करून अहवालाच्या माध्यमातून पूर्ण करतात.

५) गैरमार्गाला प्रतिबंध : हिशेबतपासनीसाच्या अहवालामुळे गैरव्यवहार, अफरातफर या प्रकारांवर प्रकाश पडून अकार्यक्षम व गैरमार्गाचा उपयोग करणाऱ्या संचालकांना, अधिकाऱ्यांना भागधारक काढू शकतात.

६) सभासदांत जागरूकता निर्माण होते : अंकेक्षकांचा अहवाल परखड असल्याने सभासदांत जागृती निर्माण होते. त्यामुळे कंपनीच्या कार्यात ते अधिकाधिक लक्ष देऊ शकतात.

ब) सावकारांच्या दृष्टिकोनातून महत्त्व :
१) धनकोंना कंपनीच्या स्थितीसंबंधी माहिती मिळते. तपासणी केलेला ताळेबंद व नफा-तोटा पत्रक यांच्यावरून कंपनीच्या खऱ्या व वास्तव सांपत्तिक स्थितीची माहिती त्यांना मिळते. त्यावरून किती कर्जाचा पुरवठा करावा, याविषयीचा अंदाज त्यांना बांधता येतो.

२) सावकारांना कंपनीची आर्थिक स्थिती अहवालावरून कळते व त्यावरून त्यांची कंपनीकडे असलेली रक्कम कंपनी देऊ शकते की नाही, याबद्दल सावकारांना अंदाज बांधता येतो.

३) बँका, वित्तीय संस्था, सावकार इत्यादी कंपन्या कर्जाचा पुरवठा करतात. कर्जाचा पुरवठा करताना कंपनीची सांपत्तिक स्थिती त्यांना विचारात घ्यावी लागते. अन्यथा दिलेले कर्ज बुडेल याची भीती त्यांना वाटते. अशा वेळी हिशेबतपासणी अहवालावरून

कंपनीच्या खऱ्या व वास्तव आर्थिक आणि सांपत्तिक परिस्थितीची माहिती त्यांना मिळते. कर्जाऊ रक्कम देण्याबाबतचा अंदाज त्यांना घेतो येतो.

क) कंपनीच्या दृष्टिकोनातून महत्त्व :

१) कंपनीच्या हिताच्या विरुद्ध संचालकांनी कारभार केल्यास, हिशेबतपासणी अहवालाच्या माध्यमातून त्यावर प्रकाश टाकला जातो. त्यामुळे ती बाब भागधारकांच्या त्वरित लक्षात येऊ शकते. कंपनीचे व्यवस्थापन स्वच्छ व कार्यक्षम होण्यास त्यामुळे मदत होते.

२) कंपनीची कार्यक्षमता वाढविण्याकरिता नफ्याचे प्रमाण, लाभांश किती तसेच राखीव निधी यावर हिशेबतपासणीचा अहवाल योग्य प्रकाश टाकतो.

३) कंपनीच्या खातेपुस्तकातील सर्व नोंदी गणितीय शास्त्राप्रमाणे.

४) हिशेबतपासनीसावर कायदेशीर बंधने असल्यामुळे तो अहवालाच्या रूपाने कंपनीच्या कारभारातील सत्यता, अचूकता यावर निःपक्षपातीपणे प्रकाश टाकू शकतो. त्यामुळे कंपनीला दीर्घकाळ आयुष्य लाभून कंपनीची प्रगती होण्यास मदत होते.

ड) गुंतवणूकदारांच्या दृष्टिकोनातून महत्त्व :

१) **सांपत्तिक स्थितीचे आकलन :** हिशेबतपासणी अहवालावरून कंपनीची सांपत्तिक स्थिती गुंतवणूकदाराला कळते. त्यावरून कोणते क्षेत्र लाभप्रद आहे, याचा अंदाज येतो. त्यामुळे कोणत्या कंपनीत आपल्या पैशांची गुंतवणूक करावी याचा निर्णय त्यांना घेता येतो.

२) **गुंतवणुकीबद्दल विश्वास :** हिशेबतपासणी अहवालावरून आपली गुंतवणूक सुरक्षित आहे किंवा नाही, याचा अंदाज त्यांना घेता येतो.

इ) कंपनी व्यवस्थापनाच्या दृष्टिकोनातून महत्त्व :

कंपनी व्यवस्थापनाच्या किंवा संचालकाच्याही दृष्टिकोनातून हिशेबतपासणी अहवाल महत्त्वाचा असतो. ते महत्त्व पुढीलप्रमाणे देता येईल –

१) **कर्मचाऱ्यांचे अवलोकन :** संचालक कंपनीचे धोरण ठरविणारे असतात. दैनंदिन व्यवस्थापनात ते सहभागी होऊ शकत नाहीत. अशा वेळी हिशेबतपासणी अहवालावरून कंपनीच्या कर्मचाऱ्यांच्या प्रामाणिकपणाविषयी त्यांना अंदाज घेता येतो, तसेच लाभांश दर निश्चित करण्यासाठीही फायदा मिळतो.

२) **कायदेशीर विश्वासर्हता :** कंपनीच्या व्यवहारांची कायदेशीर योग्यता

तपासण्याकरिता कंपनीच्या नोंदणी अधिकाऱ्याला हिशेबतपासणी अहवाल प्रकर्षाने मदत करीत असतो.

२.१३ अंकेक्षण अहवालातील तपशील (Content of Audit Report)

कंपनीच्या सर्व हिशेब पुस्तकांची, खात्यांची, जमा-खर्चाची, नफा-तोटा पत्रक व ताळेबंदाची तपासणी केल्यानंतर कंपनी हिशेबतपासनीसाने आपला अहवाल तयार केला पाहिजे. हिशेबतपासणी अहवाल कंपनी कायद्याच्या कलम २२७(२) आणि कलम २२७(४ (अ)) नुसार आवश्यक असणाऱ्या सर्वसाधारण बाबी व विशेष बाबी नमूद केलेल्या असल्या पाहिजेत. त्यानुसार हिशेबतपासणी अहवालातील मजकुरांचे किंवा तपशिलाचे दोन भागात वर्गीकरण करता येईल -

अ) सर्वसाधारण तपशील :
कंपनी कायदा कलम १४३(२) नुसार हिशेबतपासनीसाच्या अहवालात सर्वसाधारणपणे पुढीलप्रमाणे तपशील असला पाहिजे -

१) माहितीबद्दल परिपूर्णता : कंपनीची हिशेबतपासणी करीत असताना हिशेबतपासनीसाला आवश्यक ती माहिती व खुलासा मिळाला किंवा नाही ही गोष्ट त्याने आपल्या अहवालात नमूद केली पाहिजे.

२) हिशेब पत्रकांची अचूकता : अंकेक्षकाच्या मताने त्यास मिळालेली माहिती व खुलाशाप्रमाणे कंपनीची हिशेब पुस्तके, कंपनी कायद्याप्रमाणे द्यावयाची आवश्यक माहिती, कायद्याने सूचित केलेल्या पद्धतीप्रमाणे देतात किंवा नाही हेही हिशेबतपासणी अहवालात त्याला नमूद करावे लागते.

३) परिस्थितीचे स्पष्ट अवलोकन : कंपनीच्या आर्थिक वर्षाच्या अखेरचा ताळेबंद व नफा-तोटा पत्रक कंपनीच्या खऱ्या व वास्तव आर्थिक स्थितीचे दर्शन घडवितात किंवा नाही हेसुद्धा हिशेबतपासनीसाने आपल्या अहवालात नमूद केले पाहिजे.

४) हिशेब पत्रकांची परिपूर्णता : अंकेक्षकाने कंपनीने ठेवलेल्या हिशेब पुस्तकांच्या तपासणीवरून कंपनीने कंपनी कायद्यानुसार आवश्यक ती हिशेबांची पुस्तके ठेवली आहेत किंवा नाही, याविषयक माहिती आपल्या अहवालात नमूद करावी.

५) शाखांचे व्यवहार : हिशेबतपासनीसाने भेट न दिलेल्या शाखांकडून आवश्यक ती हिशेबांची पुस्तके, कागदपत्रे, अहवाल, इत्यादीची हिशेबतपासणी पूर्ण करण्यासाठी त्यास आवश्यक ती माहिती वेळोवेळी मिळाली किंवा नाही ही बाब त्याने आपल्या अहवालात नमूद करावी.

६) शाखांचा अहवाल : कंपनी कायदा कलम १४३ नुसार एखाद्या शाखेचे हिशेब मुख्य कार्यालयाव्यतिरिक्त अन्य हिशेबतपासनीसाने तपासले असतील, तर त्याचा हिशेबतपासणी अहवाल त्यास वेळेवर उपलब्ध झाला की नाही व त्यांची हिशेबतपासणी पूर्ण करण्यासाठी त्याने तो कितपत उपयोगात आणला. याबाबतची माहिती त्याने आपल्या अहवालात नमूद केली पाहिजे.

७) नफा–तोटा पत्रक व ताळेबंद : कंपनीचा ताळेबंद व नफा–तोटा पत्रक हे दोन्ही कंपनीच्या हिशेब पत्रकांबरोबर मिळतेजुळते आहे किंवा नाही हेसुद्धा त्याने आपल्या अहवालात नमूद केले पाहिजे.

८) अहवालाच्या सत्यतेबद्दल मत : कंपनी कायदा कलम २२७(२) नुसार परीक्षण करण्यात आलेल्या खात्यांमध्ये, खातेपुस्तकांमध्ये कोणत्या प्रकारचा अनियमितपणा किंवा अनुचित व्यवहार आढळल्यास त्याची नोंद करणे तसेच प्रस्तुत अहवाल सत्य व उचित माहिती देत असल्याचे प्रमाणित करणे.

९) व्यवहाराबद्दल सत्य प्रकटन : कंपनीचे सर्व व्यवहार लेखाकर्माच्या कोणत्याही सिद्धान्ताविरुद्ध नाहीत व व्यवसायाच्या आवश्यकतेनुसार आहेत, ही बाब त्याने आपल्या अहवालात नमूद केली पाहिजे.

वरील सर्व बाबी हिशेबतपासणी अहवालात समाविष्ट कराव्या लागतात. त्याशिवाय वरील माहिती असलेल्या अहवालासोबत खालील गोष्टी असणे अत्यंत आवश्यक असते.

अ) कंपनी कायदा १९५६ च्या कलम १३४ नुसार अहवालासोबत आवश्यक परिशिष्ट जोडले पाहिजे.

ब) कंपनी कायदा १९५६ च्या कलम १३६ नुसार हिशेबतपासणी अहवालासोबत कंपनीचा ताळेबंद व नफा–तोटा पत्रक असणे आवश्यक असते.

ब) विशेष तपशील (कलम १४३ (४अ))

व्यापारी, उत्पादन करणाऱ्या कंपन्या, खाणकाम करणाऱ्या कंपन्या, सेवा देणाऱ्या कंपन्या, व्यापारी कंपन्या, भांडवलपुरवठा करणाऱ्या कंपन्या, गुंतवणूक करणाऱ्या कंपन्या इत्यादी व्यवसायसंस्थांच्या बाबतीत असणारा हिशेबतपासनीसाचा अहवाल 'उत्पादन करणाऱ्या व इतर कंपन्या (हिशेबतपासणी अहवाल) आदेश १९७५' नुसार तयार करण्यात येत असे. परंतु कंपनी कायदे मंडळाने १९८८ साली उपरोक्त आदेश रद्द केला आणि 'उत्पादन करणाऱ्या आणि इतर कंपन्या (हिशेबतपासणी अहवाल) १९८८' असा नवीन आदेश काढण्यात आला. या आदेशांची अंमलबजावणी १ नोव्हेंबर १९८८

पासून सुरू झाली. ज्या कंपन्यांना हा आदेश (The manufacturing and other companies (Audit Report) order 1988) लागू करण्यात आलेला आहे. त्या कंपन्यांच्या हिशेबतपासनीसाने आपला अहवाल कंपनी कायद्याच्या कलम १४३ नुसार सादर केला पाहिजे. अशा हिशेबतपासणी अहवालात पुढील प्रकारे तपशील असला पाहिजे.

१) उत्पादन, खाणकाम किंवा प्रक्रिया करणाऱ्या कंपन्यांचा हिशेबतपासणी अहवाल :

१) कंपनीच्या संपत्तीची संपूर्ण माहिती दर्शविणारे कागदपत्र कंपनीने ठेवले आहेत. किंवा नाही, कंपनी व्यवस्थापनाकडून संपत्तीची भौतिक तपासणी योग्यवेळी केली जाते किंवा नाही, भौतिक तपासणी अगर सत्यापन करताना काही महत्त्वाच्या त्रुटी आढळून आल्या काय ? आणि तसे असेल तर जमा-खर्चाच्या किंवा हिशेबाच्या पुस्तकात त्यांची योग्य ती दखल घेतली आहे किंवा नाही.

२) कंपनीच्या आर्थिक वर्षात कंपनीच्या स्थिर मालमत्तेचे पुनर्मूल्यांकन करण्यात आले आहे किंवा नाही. पुनर्मुल्यांकन करण्यात आले असेल, तर ते पुनर्मूल्यांकन कोणत्या पद्धतीने केलेले आहे हे नमूद करावे.

३) कंपनीचा पक्का माल, गोदामातील माल, कच्चा माल आणि उत्पादित वस्तूचे सुटे भाग इत्यादींची भौतिक तपासणी व्यवस्थापनाकडून ठराविक मुदतीने केली जाते किंवा नाही.

४) कंपनीच्या व्यवसायाचे स्वरूप आणि आकार लक्षात घेता शिल्लक मालाच्या सत्यापनासाठी व्यवस्थापनाने अवलंबलेली पद्धती योग्य आणि अचूक आहे काय ? जर नसेल तर त्या पद्धतीमधील दोष व त्रुटी नमूद करण्यात याव्यात.

५) कंपनीचा शिल्लक माल आणि त्याची हिशेब पुस्तकातील नोंद यामध्ये काही तफावत दिसून येते किंवा नाही आणि जर तसे असेल, तर त्याची योग्य ती दखल हिशेबांच्या पुस्तकात घेतलेली आहे काय ?

६) शिल्लक मालाचे केलेले मूल्यांकन लेखाशास्त्राच्या तत्त्वानुसार वास्तव आणि योग्य असल्याबद्दल हिशेबतपासनीस समाधानी आहे काय ? शिल्लक मालाचे मूल्यांकन करण्याच्या तत्त्वात काही बदल करण्यात आला आहे काय ? बदल करण्यात आला असेल, तर त्याचा शिल्लक मालाच्या किमतीवर कितपत परिणाम झाला ही बाब अहवालात नमूद करावी.

७) कंपनीने कलम १८९ नुसार घेतलेल्या कर्जाची स्वतंत्र नोंदवही ठेवलेली आहे किंवा नाही, नोंदवहीत कर्जाची नोंद केली आहे किंवा नाही, कंपनी, भागीदारी संस्था अथवा

इतरांकडून घेतलेली सुरक्षित किंवा असुरक्षित कर्जे आणि त्याच व्यवस्थापनाखाली असलेल्या कंपन्यांकडून कर्जे घेतलेली असतील, तर त्या कर्जावरील व्याज दर आणि इतर अटी सकृतदर्शनी कंपनीच्या हितसंबंधाला बाधा आणणाऱ्या आहेत किंवा नाहीत.

८) कंपन्या, भागीदारी संस्था आणि इतर संस्था किंवा त्याच व्यवस्थापनेखाली असलेल्या इतर कंपन्या यांना कर्जे पुरविण्यात आली असतील, तर त्यावरील व्याज दर आणि इतर अटी कंपनीच्या हितसंबंधाला हानिकारक आहेत किंवा नाहीत.

९) कंपनीने दिलेल्या कर्जाची वसुली (मुद्दल व व्याज) वेळेवर होत आहे किंवा नाही, कर्जाची वसुली वेळेवर झालेली नसेल, तर त्यासाठी कंपनीने योग्य कार्यवाही केलेली आहे किंवा नाही.

१०) कंपनीला आवश्यक असलेल्या मालाची आणि कच्च्या मालाची खरेदी-विक्री करार पद्धतीने अथवा कलम १८९ नुसार ज्याची नोंदणी करावी लागते आणि एकाच पक्षाकडून रु.५०,००० पेक्षा जास्त रकमेच्या (एकाच वर्षात) खरेदी-विक्रीचा व्यवहार झालेला असेल, तर तो योग्य किमतीने झालेला आहे किंवा नाही दोन पक्षाकडे केलेल्या व्यवहारांच्या किमतीत वाजवीपेक्षा जास्त तफावत आहे किंवा नाही.

११) कंपनीने उपयोगात आणता न येणारा कच्चा माल, पक्का माल किंवा दोषयुक्त गोदामासाठी योग्य रकमेची तरतूद केलेली आहे किंवा नाही.

१२) कंपनीने जर ठेवी स्वीकारलेल्या असतील तर रिझर्व बँकेने घातलेली मार्गदर्शक तत्त्वे, कंपनी कायदा कलम ६०(ब) मधील तरतुदी व ठेवी स्वीकारण्याबाबतचे नियम इत्यादींचे कंपनीकडून पालन झालेले आहे किंवा नाही, जर पालन झालेले नसेल तर ते कोणत्या बाबतीत नाही ते नमूद करण्यात यावे.

१३) कंपनी आपला खराब माल किंवा विकता येणार नाही असा कच्चा माल व तयार वस्तू इत्यादींची विक्री आणि विल्हेवाट याबाबत योग्य कागदपत्रे ठेवलेली आहेत किंवा नाही.

१४) ज्या कंपनीत आर्थिक वर्षाच्या सुरुवातीपासून २५ लाख रुपयांपेक्षा जास्त भरणा झालेले भांडवल आहे किंवा चालू आर्थिक वर्षीच्या लगतच्या मागील तीन वर्षे २ कोटी रुपयांपेक्षा जास्त उलाढाल आहे. अशा कंपनीमध्ये त्या कंपनीच्या व्यवसायाचे स्वरूप व कंपनीचा आकार या अनुरोधाने योग्य अशी अंतर्गत हिशेबतपासणी पद्धती आहे किंवा नाही.

१५) कंपनी कायदा कलम १२८ नुसार उत्पादन खर्चाबाबतची कागदपत्रे ठेवणे आवश्यक आहेत किंवा नाही, कंपनीने ती ठेवली आहे किंवा नाही.

१६) कंपनी सेवकांच्या भविष्य निर्वाह निधीला आणि राज्य विमा योजनेला द्यावयाची

वर्गणी योग्य त्या अधिकाऱ्यांकडे जमा करते किंवा नाही जर त्यासंबंधी काही थकबाकी असेल तर ती नमूद करण्यात यावी.

१७) कंपनीला भरावयाचा प्राप्ती कर, संपत्ती कर, विक्री कर, जकात शुल्क, उत्पादन शुल्क इत्यादीसंबंधी वर्षाअखेरीला काही थकबाकी आहे किंवा नाही. थकीत रक्कम असल्यास ती नमूद करण्यात यावी.

१८) वैयक्तिक/खासगी खर्च हा कंपनीचा महसुली खर्च म्हणून दाखविण्यात आलेला आहे किंवा नाही, जर असेल तर त्यासंबंधीची माहिती देण्यात यावी.

१९) आजारी उद्योगीय कंपनी १९८५ कलम ३ नुसार कंपनी 'आजारी उद्योग कंपनी' आहे काय? जर असेल तर तसा अहवाल उद्योग आणि वित्तीय पुनर्बांधणी मंडळ (Board for Industrial and Financial Reconstruction) यांच्याकडे देण्यात आलेला आहे काय?

२) सेवा कंपन्यांचा हिशेबतपासणी अहवाल :

१) उत्पादन, खाणकाम किंवा प्रक्रिया करणाऱ्या कंपन्यांचा हिशेबतपासणी अहवालातील तपशील.

२) कंपनीचा आकार आणि व्यवसायाचे स्वरूप लक्षात घेता, माल आणि गोदाम यांची जमा, उत्पादन आणि उपयोगासाठी खर्च इत्यादी बाबतच्या नोंदणीसाठी योग्य पद्धती आहे किंवा नाही.

३) मनुष्यबळ वापराची माहिती ठेवण्याची पद्धती योग्य आहे किंवा नाही.

४) योग्य पातळ्यांवर अधिकारांचे वाटप अगर अधिकाराची पद्धती योग्य आहे किंवा नाही, कंपनीचा आकार आणि व्यवसायाचे स्वरूप लक्षात घेता अंतर्गत नियंत्रणाची पद्धती योग्य व समाधानकारक आहे किंवा नाही.

३) व्यापारी कंपन्यांचा हिशेबतपासणी अहवाल :

१) उत्पादन, खाणकाम किंवा प्रक्रिया करणाऱ्या कंपन्यांचा हिशेबतपासणी अहवालातील तपशील.

२) नाश पावलेला माल आणि त्याचे मूल्य विचारात घेण्यासारखे असेल, तर त्यासाठी योग्य रकमेची तरतूद केलेली आहे किंवा नाही.

४) वित्तीय, गुंतवणूक करणाऱ्या, चिट फंड आणि निधी इत्यादी कंपन्यांचा हिशेबतपासणी अहवाल :

१) उत्पादन, खाणकाम किंवा प्रक्रिया करणाऱ्या कंपन्यांचा हिशेबतपासणी अहवालातील तपशील.

२) भाग, कर्जरोखे आणि त्यासारख्याच प्रतिभूतींच्या तारणावर कर्जपुरवठा केलेला असेल, तर त्यासंबंधीच्या योग्य दस्तऐवजाची माहिती ठेवली आहे किंवा नाही.

३) चिट फंड, निधी यासाठी विशेष आध्यादेश (Statute) लागू असतील, तर त्यांची पूर्तता कंपनीकडून झालेली आहे किंवा नाही.

४) जर कंपनी भाग, कर्जरोखे आणि इतर गुंतवणुकीची साधने यांचा व्यापार किंवा हाताळणी करीत असेल, तर त्यासंबंधीच्या व्यवहारांची योग्य प्रकारे माहिती ठेवलेली आहे किंवा नाही. कंपनीने आपल्या नावावर काही भाग, कर्जरोखे धारण केलेले आहेत किंवा नाहीत.

उपरोक्त उल्लेखलेला तपशील हा जर नकारात्मक किंवा सदोष असेल, तर त्या संबंधीची कारणमीमांसा अंकेक्षकाने आपल्या अहवालात स्पष्टपणे नमूद केली पाहिजे. जर अंकेक्षकास एखाद्या बाबीसंबंधी आपले मत स्पष्टपणे नमूद करणे अशक्य असेल, तर त्यासंबंधीची कारणे अंकेक्षकाने आपल्या अहवालात स्पष्टपणे नमूद केली पाहिजेत.

२.१४ अंकेक्षण दाखला आणि अंकेक्षण अहवाल यातील फरक (Difference between Audit Certificate and Audit Report)

अ.नं.	मुद्दा	अंकेक्षण दाखला	अंकेक्षण अहवाल
१	अर्थ	आर्थिक पत्रकासंबंधीच्या तंतोतंतपणाबद्दल व अचूकतेबद्दल हमी देऊन स्वतःच्या सहीनिशी जे प्रमाणपत्र दिले जाते, त्याला हिशेब तपासणी दाखला म्हणतात.	आर्थिक पत्रकासंबंधी हिशेब तपासनीसाने एक स्वतंत्र अहवालात स्वतःचे व्यक्त केलेले मत म्हणजे 'हिशेब तपासणी' अहवाल होय.
२	हेतू	अंकेक्षणाचा दाखला किंवा प्रमाणपत्र हे संबंधित अधिकाऱ्यांसाठी तयार केला जातो.	अंकेक्षण अहवाल प्रामुख्याने कंपनीच्या भागधारकांसाठी तयार केला जातो.
३	अचूकता	हिशेब तपासणी दाखला किंवा प्रमाणपत्र तयार करताना आर्थिक पत्रकातील अचूकतेवर व तंतोतंतपत्रकावर अधिक भर	हिशेब तपासनीसाचा अहवाल तयार करताना कंपनीच्या पत्रकांची वरवर पाहणी करून हिशेब तपासणी कार्याच्या

अ.नं.	मुद्दा	अंकेक्षण दाखला	अंकेक्षण अहवाल
		दिला जातो. हिशेब तपासनीसाचा दाखला देताना हिशेब तपासनीसास तपासलेल्या गोष्टीबाबत अधिक खोलवर जावे लागते.	साहाय्याने हिशेबतपासणीस केवळ आपले मत व्यक्त करतो.
४	उपयोग	हिशेब तपासणी दाखल्याचा उपयोग अशाच ठिकाणी केला जातो की, जेथे हिशेब तपासणीसाने विशिष्ट बाबींच्या वास्तवतेची आणि तंतोतंतपणा विषयी पडताळणी केलेली असेल. उदा. आयात मालाच्या किमती बाबत दाखला फक्त आयात परवाना मिळवण्यासाठी उपयुक्त ठरतो. तसेच हिशेब तपासणीसाच्या दाखल्याचा उपयोग प्रामुख्याने अनुदान, देणग्या, शुल्क, उत्पन्न, इत्यादी बाबी प्रमाणित करण्यासाठी केला जातो.	हिशेब तपासणीसाचा अहवाल प्रामुख्याने कंपनीच्या भाग धारकांना उपयुक्त ठरतो. तसेच भागधारकांव्यतिरिक्त इतरही व्यक्तींना हिशेब तपासणी करताना तपासनीसाचा अहवाल उपयोगी ठरतो. उदा. सावकारांना कंपनीच्या आर्थिक परिस्थितीबद्दल माहिती कळते. त्याचप्रमाणे कंपनीत गुंतवणूक करणाऱ्या व्यक्तींनादेखील उपयुक्त ठरतो.
५	मत किंवा विचार	हिशेब तपासणीसाचा दाखला देताना हिशेब तपासणीसास आपले मत स्पष्ट करता येत नाही.	हिशेब तपासणीसाचा अहवाल देताना हिशेब तपासणीसास आपले मत स्पष्ट मांडता येते.

२.१५ अंकेक्षण अहवालांचे प्रकार (Types of Audit Reports)

हिशेबतपासनीसाच्या अहवालाचे स्वरूपानुसार साधारणतः दोन प्रकार पडतात. ते पुढील तक्त्याच्या साहाय्याने दर्शविता येतात –

अहवालाचे प्रकार

Types of Audit Report

१) स्वच्छ किंवा निर्दोष अहवाल (Clean or Unqualified Report)	२) सदोष किंवा हरकतीचा अहवाल (Qualified Audit Report)

१) स्वच्छ अहवाल : कंपनीच्या हिशेबाची व जमा-खर्चाची तपासणी करताना कोणत्याही प्रकारची संदिग्धता, त्रुटी, अयोग्यता किंवा दोष आढळून आले नाहीत, तर अंकेक्षक स्वच्छ अहवाल सादर करीत असतो. जेव्हा अंकेक्षकाला हिशेबतपासणीचे वेळी सर्व माहिती, खुलासा व स्पष्टीकरणे योग्य व समाधानकारक आणि वेळेवर मिळतात. तसेच हिशेबामध्ये व जमा-खर्चामध्ये कोणत्याही प्रकारची अफरातफर, चुका किंवा लबाडीचे व्यवहार दिसत नाहीत आणि नफा-तोटा व ताळेबंद व्यवसायाची खरी आर्थिक स्थिती दर्शवितात, याची अंकेक्षकाला खात्री पटते, तेव्हा अंकेक्षक स्वच्छ अहवाल देत असतो.

२) मर्यादित अहवाल : हिशेबतपासनीसाठी आवश्यक असलेली माहिती, खुलासा व स्पष्टीकरणे, हिशेब लिहिण्याची पद्धती, नफा-तोटा पत्रक किंवा ताळेबंद, काही दस्तऐवज इत्यादी बाबतीत काही गोष्टींबद्दल अंकेक्षकाचे समाधान झाले नाही, तर अंकेक्षक ती बाब आपल्या अहवालात नमूद करतो. अशा अहवालास 'मर्यादित अहवाल' (Qualified Report) असे म्हणतात. अंकेक्षकाला देण्यात आलेली माहिती, जमा-खर्च, काही विवरणे याबाबत काही दोष किंवा त्रुटी असतात, तेव्हा मर्यादित अहवाल देण्यात येतो; असा अहवाल तयार करण्यापूर्वी अंकेक्षक कंपनीच्या अधिकाऱ्यांशी संबंधित दोष किंवा त्रुटींबाबत चर्चा करीत असतो व त्यानंतरच आपले योग्य व स्पष्ट मत अहवालामध्ये नमूद करीत असतो.

थोडक्यात, हिशेबतपासणी करीत असताना मागितलेली माहिती व स्पष्टीकरण, जमा-खर्चाची पुस्तके ठेवण्याची पद्धत, नफा-तोटा पत्रक आणि ताळेबंदातील समाविष्ट बाबी, ताळेबंदासोबत जोडलेली अन्य कागदपत्रे, इतर हिशेबांची पुस्तके इत्यादींपैकी एक अथवा अनेक गोष्टींबाबत अंकेक्षकाचे समाधान न झाल्यास तो आपले असमाधान व त्याबद्दलचे तसेच हिशेबातील त्रुटी यांचा आपल्या अहवालात उल्लेख करतो, तेव्हा अशा प्रकारच्या अहवालाला 'सदोष' किंवा 'हरकतीचा अहवाल' असेही म्हणतात.

सदोष किंवा मर्यादित अहवाल तयार करताना अंकेक्षकाने खालील मुद्दे लक्षात घेतले पाहिजेत –

अ) मर्यादित अहवाल स्पष्ट व निःसंदिग्ध असला पाहिजे.

ब) अहवाल निश्चित स्वरूपाचा व मुद्देसूद असला पाहिजे.

क) अहवाल संक्षिप्त असला पाहिजे.

ड) अहवाल गैरसमज निर्माण करणारा असू नये.

इ) अहवालामध्ये निदर्शनास आलेल्या बाबींमुळे जमा-खर्चावर काय परिणाम होऊ शकेल, याबाबत उल्लेख केलेला असावा.

कंपनीच्या आर्थिक व्यवहारांची तसेच हिशेब पुस्तकांची, जमा-खर्चाची, नफा-तोटा पत्रक व ताळेबंदाची तपासणी करीत असताना खालील बाबतीत हिशेबतपासनीसाचे समाधान न झाल्यास हिशेबतपासनीस सदोष अहवाल सादर करतो.

१) कंपनीची जमा-खर्चाची पुस्तके तयार करताना लेखाकर्माच्या मूलभूत सिद्धान्ताचा स्वीकार केलेला नसल्यास

२) कंपनीच्या आर्थिक विवरणात अपुरी माहिती दिलेली असल्यास.

३) सर्वसामान्यपणे स्वीकारलेल्या अंकेक्षण तत्त्वांचे व नियमांचे अंकेक्षण करताना उल्लंघन झाल्यास किंवा अंकेक्षण कार्यासाठी आवश्यक असलेली माहिती अगर त्याने मागितलेले स्पष्टीकरण देण्यात आलेले नसल्यास.

४) कंपनीचा ताळेबंद कंपनीच्या सांपत्तिक स्थितीचे सत्य आणि वास्तव चित्र दर्शवित नाही अथवा नफा-तोटा पत्रकावरून त्या आर्थिक वर्षाचा खरा व बिनचूक नफा किंवा तोटा दाखविला जात नसल्यास.

५) कंपनीच्या विशिष्ट जमा-खर्चाच्या पुस्तकाची अथवा दस्तऐवजाची तपासणी करण्यास नकार देण्यात आल्यास.

६) पक्षकाराने घातलेल्या निर्बंधामुळे परीक्षणाची व्याप्ती मर्यादित झाल्यास.

७) कंपनी कायद्याप्रमाणे आवश्यक असलेली हिशेबांची पुस्तके अगर नोंदवह्या कंपनीने ठेवलेल्या नसल्यास.

८) कंपनीच्या मालमत्तेचे किंवा देयतांचे सत्यापन (Verification) करण्यास हिशेबतपासनीसाला नकार देण्यात आल्यास.

९) कायमस्वरूपी मालमत्तेवर करण्यात आलेली घसाऱ्याची तरतूद पुरेशी नसल्यास.

१०) मालमत्तांचे आणि कर्जाच्या करण्यात आलेल्या मूल्यांकनाबाबत हिशेब तपासणीसाचे समाधान न झाल्यास.

११) कंपनीच्या बऱ्याचशा मालमत्तांचे मूल्यमापन बरोबर झाले नसल्यास, म्हणजेच अधिमूल्यन अथवा अवमूल्यन झाल्यास.

१२) बाजारभावापेक्षा गुंतवणुकीची खरेदी किंमत जास्त असूनही गुंतवणुकीचे मूल्यांकन खरेदी भावाने करण्यात आल्यास.

१३) कंपनी कायदा १९५६ च्या तरतुदीची अंमलबजावणी न झाल्यास.

१४) कंपनीने पुरेसा बुडीत कर्ज-निधी उभारला नसल्यास.

१५) 'देय असलेल्या करासाठी' योग्य रकमेची तरतूद कंपनीने केलेली नसल्यास.

१६) 'संभाव्य देयतांबद्दल' योग्य रकमेची तरतूद करण्यात न आल्यास.

वरील परिस्थिती अथवा कारणे आढळून आल्यास हिशेबतपासनीसाला सदोष अथवा हरकतीचा अहवाल तयार करावा लागतो.

२.१६ अंकेक्षण दाखला (Audit Certificate)

अर्थ (Meaning)

कंपनीचा हिशेबतपासनीस कंपनीच्या जमा-खर्चाच्या पुस्तकांची तपासणी करतो. ताळेबंद आणि नफा-तोटा पत्रक यांची कसून तपासणी केली जाते आणि त्यांच्या सत्यतेबद्दल एक स्वतंत्र दाखला दिला जातो. त्यास 'हिशेबतपासणी दाखला' असे म्हणतात.

व्याख्या (Defination)

कंपनीच्या ताळेबंदावरून कंपनीची खरी व वास्तविक सांपत्तिक स्थिती प्रगट होते आणि नफा-तोटा पत्रकावरून त्या आर्थिक वर्षाचा खरा व तंतोतंत नफा किंवा तोटा दाखविला जात आहे, असा एक स्वतंत्र दाखला हिशेबतपासनीस देतो, तेव्हा त्या दाखल्याला हिशेबतपासणी दाखला किंवा अंकेक्षण दाखला (Audit Certificate) असे म्हणतात.

कंपनीच्या ताळेबंदावरून कंपनीच्या आर्थिक व सांपत्तिक स्थितीचे खरे व वास्तव स्वरूप नष्ट होते आणि नफा-तोटा पत्रकावरून त्या आर्थिक वर्षाचा खरा व वास्तव किंवा तोटा दाखविला जात आहे, असा एक दाखला ऑडिटरला आपल्या लेखापरीक्षणानंतर द्यावा लागतो. त्या दाखल्यास 'ऑडिटरचा दाखला' (Audit Certificate) असे म्हणतात.

थोडक्यात, आर्थिक विवरणाच्या तंतोतंतपणाबद्दल व अचूकतेबद्दल हमी देऊन स्वतःच्या सही-शिक्क्यानिशी जे प्रमाणपत्र दिले जाते, त्याला हिशेबतपासणी दाखला असे म्हणतात. हिशेबतपासणी दाखला देताना आर्थिक विवरणांच्या अचूकतेवर व तंतोतंतपणावर अधिक भर दिला जातो. कारण असा दाखला देताना हिशेबतपासनीस

तपासलेल्या गोष्टीबाबत अधिक खोलवर जातो.

हिशेबतपासणी दाखल्याचा उपयोग अशाच ठिकाणी केला जातो की, जेथे हिशेबतपासनीसाने विशिष्ट बाबींच्या वास्तवतेची आणि तंतोतंतपणाविषयी पडताळणी केलेली असेल व तो जमा-खर्चाची पुस्तके, संबंधित प्रमाणके (Vouchers) व इतर कागदपत्रे यांच्या तपासणीवरून, त्या बाबींची अचूकता सिद्ध करू शकेल. याचाच अर्थ हिशेबतपासणी अहवालापेक्षाही हिशेबतपासणी दाखल्याचा वापर मर्यादित उद्दिष्टासाठी व ध्येयासाठी केला जातो.

हिशेबतपासनीसाचा अहवाल (Specimen of Audit Report)

नमुना क्र. १

कंपनी हिशेबतपासनीसाचा स्वच्छ अहवाल

प्रति,
सभासद,
अमृत ट्रेडिंग कंपनी लि.,
पुणे.

आम्ही आपल्या कंपनीचे सोबत जोडलेले ३० मार्च, २०१५ रोजी संपणाऱ्या आर्थिक वर्षासाठी तयार करण्यात आलेले नफा-तोटा पत्रक व वरील तारखेचा ताळेबंद यांची पूर्ण हिशेबतपासणी केली आहे. त्यावरून आम्ही खालीलप्रमाणे अहवाल सादर करत आहोत -

१) हिशेबतपासनीसाच्या काळात ज्या सूचना, माहिती व स्पष्टीकरणांची आम्हाला आवश्यकता होती अशा सर्व सूचना, माहिती व स्पष्टीकरणे आमच्या माहिती व विश्वासाप्रमाणे आम्हास मिळालेली आहेत.

२) हिशोब तपासणीसाच्या काळातील तपासणीवरून आमच्या असे निदर्शनास आले आहे की, कंपनीने सर्व हिशेबाची पुस्तके कंपनी कायद्यातील नियमानुसार लिहिलेली आहेत.

३) श्री. पुरंदरे ॲण्ड कंपनी (चार्टर्ड अकौंटन्ट्स) पुणे यांनी आपल्या श्रीरामपूर शाखेचा तयार केलेला अहवाल (कलम १४३ नुसार) आम्हास योग्य वेळी मिळाला. त्याचा आम्ही अहवालात आवश्यकतेनुसार योग्य समावेश केलेला आहे.

४) कंपनीचा ताळेबंद आणि नफा-तोटापत्रक कंपनीच्या खातेपुस्तकानुसार पूर्णपणे तयार केलेले आहेत.

५) आमच्या मते आणि आमच्या संपूर्ण माहितीनुसार तसेच आम्हाला देण्यात आलेल्या खुलाशावरून हे हिशेब कंपनी कायदा २०१३ त्यामधील नियमानुसार अपेक्षित अशा रीतीने आवश्यक अशी सर्व माहिती देतात आणि–

अ) ताळेबंदाचे बाबतीत दिनांक ३१ मार्च २०१५ची संस्थेच्या परिस्थितीची तसेच

ब) नफा तोटा पत्रकाच्या बाबतीत त्या तारखेस संपणाऱ्या वर्षाच्या नफ्याची सत्य व योग्य स्थिती दर्शवतात.

दिनांक – १५ एप्रिल, २०१५
स्थळ – पुणे

कुलकर्णी आणि कंपनी
चार्टर्ड अकौंटंटस्‌करिता
उदय कुलकर्णी
भागीदार.

नमुना नं. २

कंपनी हिशेबतपासनीसाचा मर्यादित अहवाल

किंवा

कंपनी हिशेबतपासणीचा सदोष अहवाल

(Qualified Report of Company Auditor)

प्रति,
सभासद,
उदय ट्रेडिंग कंपनी लि.,
पुणे.

आम्ही आपल्या कंपनीचे सोबत जोडलेले ३१ मार्च, २०१५ रोजी संपणाऱ्या आर्थिक वर्षासाठी तयार करण्यात आलेले नफा–तोटा पत्रक व वरील तारखेचा ताळेबंद यांची पूर्ण हिशोब तपासणी केली आहे. त्यावरुन आम्ही खालीलप्रमाणे अहवाला सादर करत आहोत.

१) हिशोब तपासणीसाच्या काळात ज्या सूचना, माहिती व स्पष्टीकरणाची आम्हाला आवश्यकता होती, अशा सर्व सूचना, माहिती व स्पष्टीकरणे आमच्या माहिती व विश्वासाप्रमाणे आम्हाला मिळालेली आहेत.

२) हिशोब तपासणीच्या काळातील तपासणीवरून आमच्या असे निदर्शनास

आले आहे की, कंपनीने सर्व हिशेबाची पुस्तके कंपनी कायद्यातील नियमानुसार लिहिलेली आहेत.

३) श्री. जोशी आणि कंपनी (चार्टर्ड अकौंटंट्स) पुणे यांनी आपल्या पुणे शाखेचा तयार केलेला हिशोब तपासणीसाचा अहवाल (कलम १४३ नुसार) आम्हास योग्य वेळी मिळाला. त्याचा आम्ही आमच्या अहवालात आवश्यकतेनुसार समावेश केलेला आहे.

४) कंपनीचा ताळेबंद आणि नफा-तोटापत्रक कंपनीच्या खातेपुस्तकावरुन पूर्णपणे तयार केलेले आहेत.

५) खाली उल्लेख केलेल्या मर्यादा वगळता आमच्या मते आणि आमच्या संपूर्ण माहितीनुसार तसेच आम्हाला देण्यात आलेल्या खुलाशावरून हे हिशेब कंपनी कायदा २०१३ व त्याखालील नियमानुसार अपेक्षित अशा रीतीने आवश्यक अशी सर्व माहिती देतात; आणि -

१) ताळेबंदाचे बाबतीत दिनांक ३१ मार्च २०१५ ची संस्थेची परिस्थितीची तसेच

२) नफा-तोटापत्रकाच्या बाबतीत त्या तारखेस संपणाऱ्या वर्षाच्या नफ्याची सत्य व योग्य स्थिती दर्शवतात.

त्रुटी :

अ) यंत्रसामग्रीवर आकारण्यात आलेला घसारा पुरेसा नाही.

ब) शिल्लक मालाचे मूल्यांकन बाजारमूल्यांनुसार करण्यात आले आहे. ते लागत मूल्यापेक्षा ३०,००० रुपयाने जास्त आहे.

क) संशयित कर्जाबद्दल संशयित कर्ज निधी म्हणून कोणत्याही प्रकारची तरतूद केलेली नाही. वास्तविक काही कर्जे दीर्घ काळापासून येणे आहेत.

दिनांक - १५ एप्रिल, २०१५
स्थळ - पुणे.

लिमये ॲण्ड कंपनी
चार्टर्ड अकौंटंट्स करता
एस. पी. लिमये
भागीदार

सराव प्रश्न

खालील प्रश्नांची उत्तरे २० शब्दांत लिहा.

१) हिशेब तपासणी कार्यक्रम म्हणजे काय ?

१) पावती परीक्षण म्हणजे काय ?

२) नैमित्तिक तपासणी व्याख्या सांगा.

३) चाचणी तपासणी म्हणजे काय ?

४) सत्यापन म्हणजे काय ?

५) मूल्यांकन म्हणजे काय ?

६) मूळ पावती म्हणजे काय ?

७) दुय्यम पावती म्हणजे काय ?

८) रोख विक्री म्हणजे काय ?

९) रोख खरेदी म्हणजे काय ?

१०) पावत्यांची तपासणी म्हणजे काय ?

११) हिशेब तपासणी अहवाल म्हणजे काय ?

१२) हिशेब तपासणी अहवालाची गुणवैशिष्ट्ये सांगा.

१३) सदोष अहवाल म्हणजे काय ?

खालील प्रश्नांची उत्तरे ५० शब्दांत लिहा.

१) पावती-परीक्षणाचे उद्देश सांगा.

२) नैमित्तिक तपासणीबद्दल म्हणजे काय ? तिचे उद्देश सांगा.

३) चाचणी तपासणीचे फायदे सांगा.

४) मालमत्तेच्या मूल्यांकनाचे उद्देश सांगा.

५) मालमत्तेच्या मूल्यांकनाचे प्रकार कोणते ?

६) पावती-परीक्षणाचे महत्त्व स्पष्ट करा.

७) पावती-परीक्षणाची दोन उदाहरणे सांगा.

८) पावती-परीक्षण कसे केले जाते ?

९) नैमित्तिक तपासणी व चाचणी तपासणीतील फरक सांगा.

१०) हिशेब तपासणी अहवालाचे महत्त्व सांगा.

११) निर्दोष अहवाल म्हणजे काय ?

खालील प्रश्नांची उत्तरे १५० शब्दांत सांगा.

१) पावती-परीक्षण करताना कोणत्या गोष्टी लक्षात ठेवल्या पाहिजेत ?

२) रोख पुस्तकाचे प्रमाणन कसे केले जाते ?

३) बँक पास बुकाचे प्रमाणन कसे केले जाते?

४) सत्यापनात समाविष्ट असणाऱ्या बाबी कोणत्या?

५) सत्यापन व मूल्यांकनातील फरक स्पष्ट करा.

६) मालमत्तेच्या मूल्यांकनाबाबत हिशेब तपासणीसाची कर्तव्ये कोणती?

७) संपत्तीच्या सत्यापनाच्या संदर्भात हिशेब तपासणीसाची जबाबदारी स्पष्ट करा.

८) पावती-परीक्षण व सत्यापन यातील फरक स्पष्ट करा.

९) चाचणी तपासणी म्हणजे काय? चाचणी तपासणी व नैमित्तिक तपासणीमधील फरक स्पष्ट करा.

१०) हिशेब तपासणी अहवालातील समाविष्ट बाबी सांगा.

११) हिशेब तपासणी अहवाल व दाखला यातील फरक सांगा.

खालील प्रश्नांची उत्तरे ३०० ते ५०० शब्दांत लिहा.

१) मालमत्तेचे सत्यापन व मूल्यांकन कसे केले जाते ते थोडक्यात लिहा.

२) देयतांचे सत्यापन व मूल्यांकन कसे केले जाते ते थोडक्यात लिहा.

३) हिशेब तपासणी अहवालातील तपशील सविस्तर स्पष्ट करा.

४) हिशेब तपासणी अहवालाचे प्रकार सांगून सदोष अहवाल तयार करा.

५) हिशेब तपासणीचा निर्दोष अहवाल म्हणजे काय ते सांगून निर्दोष अहवाल तयार करा.

३ | कंपनी हिशेबतपासनीस
(Company Auditor)

३.१ कंपनीचा हिशेबतपासनीस (Company Auditor)

भारतीय कंपनी कायदा, २०१३ नुसार सार्वजनिक कंपनीने हिशेबतपासनीसाची नेमणूक करणे आवश्यक आहे. हिशेबतपासनीसाने कंपनीच्या हिशेबांची तपासणी केल्यावर हिशेबतपासनीसाचा अहवाल भागधारकांना सादर करण्यात येतो. भागधारक कंपनीचे

मालक असले, तरी ते कंपनीच्या दैनंदिन कारभारात हस्तक्षेप करीत नाहीत. हिशेबतपासणी हा भागधारकांचा प्रतिनिधी म्हणून कार्य करीत असतो. कंपनीने ठरविलेल्या हिशेबांची व कंपनीच्या आर्थिक परिस्थितीची माहिती हिशेबतपासनीस आपल्या अहवालाद्वारे भागधारकांना देत असतो. कंपनीच्या व्यवस्थापनामध्ये हिशेबतपासनीसाची भूमिका अत्यंत महत्त्वपूर्ण समजण्यात येते. कंपनी कायद्यामध्ये हिशेबतपासणीची नेमणूक, पात्रता, कर्तव्ये, अधिकार व जबाबदाऱ्यांबद्दलही खालील तरतुदी केलेल्या आहेत.

३.२.कंपनीच्या हिशेबतपासनीसाची पात्रता (Qualification of an Company Auditor)

२०१३ च्या कंपनी कायद्यातील कलम १४१ (१) व (२) नुसार खालील पात्रता असलेल्या व्यक्तीची कंपनीचा हिशेबतपासनीस म्हणून नेमणूक करता येते.

१) व्यक्ती : १९४९ च्या चार्टर्ड अकौंटंट्स कायद्यानुसार, त्या व्यक्तीत चार्टर्ड अकौंटंट्सची अंतिम परीक्षा पास केलेली असावी व ती व्यक्ती या संस्थेचा सभासद असावी.

२) भागीदारी संस्था : वरीलप्रमाणे नेमणूक करण्यास योग्य असलेल्या व भारतात हिशेबतपासनीसाचा व्यवसाय करणाऱ्या भागीदारी संस्थेची देखील कंपनीचे हिशेबतपासनीस म्हणून नेमणूक करता येते. मात्र अशा भागीदारीमधील सर्व भागीदार चार्टर्ड अकौंटंट्सची अंतिम परीक्षा पास झालेले असावेत म्हणजेच ते सी. ए. असावेत. व ते इन्स्टिट्यूट ऑफ चार्टर्ड अकौंटंट ऑफ इंडिया या संस्थेचे सभासद असावेत.

३)१९५६ च्या मर्यादित हिशेबतपासणीच्या प्रशस्तीपत्रक कायद्यानुसार (Restricted Auditor Certificate Rules): ज्या व्यक्तींना प्रशस्तीपत्रक दिलेले असेल, त्या व्यक्ती कंपनीचा हिशेबतपासनीस म्हणून काम करू शकतात, असे हिशेबतपासनीस अधिकृत हिशेबतपासनीस म्हणून ओळखले जातात. अशा व्यक्तींना हिशेबतपासनीस म्हणून पात्रता पत्रके देण्याबाबत, नूतनीकरण करण्याबाबत, रद्द करण्याबाबत केंद्र सरकार अधिकृत सरकारी पत्रकामध्ये सूचना देऊन नियम तयार करू शकते.

३.३.कंपनी हिशेबतपासनीसाची अपात्रता (Disqualification of Company Auditor)

२०१३ च्या कंपनी कायद्याच्या कलम १४१ नुसार कंपनीचा हिशेबतपासनीस म्हणून कार्य करण्यास खालील व्यक्ती अपात्र ठरतात –

१) कंपनी (Body Corporate)

२) संबंधित कंपनीचा अधिकारी किंवा नोकर.

३) कंपनीच्या अधिकाऱ्याचा नोकर किंवा त्याचा भागीदार.

४) संबंधित कंपनीने ज्या व्यक्तीला १,००० रुपयांपेक्षा जास्त रक्कम कर्ज म्हणून दिली आहे किंवा अशा प्रकारच्या कर्जाला ती व्यक्ती जामीन राहिली आहे अशी व्यक्ती.

५) जी व्यक्ती संबंधित कंपनीचा व्यवस्थापकीय प्रतिनिधी, सचिव व खजिनदार या नात्याने कार्य करणाऱ्या एखाद्या भागीदारी संस्थेचा भागीदार असेल.

६) जी व्यक्ती संबंधित कंपनीचा संचालक असेल आणि त्याने कंपनीच्या मागणी केलेल्या भांडवलाच्या ५% पेक्षा जास्त भांडवल खरेदी केलेले असेल.

७) वरील कारणांमुळे जी व्यक्ती सूत्रधारी कंपनीचा हिशेबतपासनीस म्हणून नेमली जाऊ शकत नाही, ती व्यक्ती दुय्यम किंवा साहाय्यक कंपनीचा हिशेब तपासणीस म्हणून देखील नियुक्त करता येत नाही.

८) हिशेबतपासनीसाची नेमणूक केल्यावर कोणत्याही कारणामुळे त्यात अयोग्यता निर्माण झाली, तर त्यावेळेपासून त्याची नेमणूक रद्द समजण्यात येते.

३.४. कंपनीच्या हिशेबतपासनीसाची नेमणूक (Appointment of an Company Auditor)

२०१३ च्या कंपनीच्या कायद्यातील कलम १३९ मधील तरतुदीनुसार हिशेबतपासनीसाची नेमणूक खालीलप्रमाणे करता येते –

१) पहिल्या किंवा प्रथम हिशेबतपासनीसाची नेमणूक (First Auditor): कंपनीची नोंदणी झाल्यानंतर एक महिन्याच्या आत कंपनीच्या पहिल्या हिशेबतपासनीसाची नेमणूक संचालक मंडळ करीत असते; असे संचालक मंडळाने नेमलेले पहिले हिशेबतपासनीस पहिल्या सर्वसाधारण सभेपर्यंत कार्य करीत असतात.

२) सर्वसामान्य हिशेबतपासनीसाची नेमणूक : साधारणपणे कंपनीच्या वार्षिक सर्वसाधारण सभेमध्ये हिशेबतपासनीसाची नेमणूक करण्यात येते. वार्षिक सर्वसामान्य सभेमध्ये ठराव संमत करून त्यानुसार हिशेबतपासनीसाची नेमणूक करण्यात येते. असे हिशेबतपासनीस पुढील वार्षिक सर्वसाधारण सभेपर्यंत अधिकार पदावर राहतात. वार्षिक सर्वसाधारण सभेत हिशेबतपासनीसाची नेमणूक झाल्यावर सात दिवसांचे आत त्या नेमणुकीसंबंधी लेखी सूचना हिशेबतपासनीसाकडे पाठविण्यात येते. अशा सूचना मिळाल्यानंतर हिशेबतपासनीसाने नेमणूक झाल्यापासून ३० दिवसांचे आत नेमणुकीसाठी आपली स्वीकृती लेखी स्वरूपात नोंदणी अधिकाऱ्याकडे कळविली पाहिजे. प्रत्येक

वार्षिक सभेत जुन्या हिशेबतपासनीसाची फेरनेमणूक करण्याचा अधिकार भागधारकांना आहे. परंतु खालील परिस्थितीत हिशेबतपासनीसाची फेरनेमणूक होऊ शकत नाही.

अ) जर तो हिशेबतपासनीस नेमणुकीसाठी अपात्र ठरत असेल तर;

ब) त्याने स्वतःहून फेरनेमणुकीस नकार दिला असेल तर?

क) जर त्याचा मृत्यू झाला असेल किंवा तो अकार्यक्षम झाले असेल तर;

ड) कंपनीच्या वार्षिक सर्वसाधारण सभेत दुसऱ्या हिशेबतपासनीसाची नेमणूक करण्याचा ठराव संमत झाला असेल तर.

३) जर वार्षिक सर्वसाधारण सभेत हिशेबतपासनीसाची नेमणूक होऊ शकली नाही तर अशा परिस्थितीत हिशेबतपासनीसाची नेमणूक : जर कंपनीच्या वार्षिक सर्वसाधारण सभेत हिशेबतपासनीसाची नेमणूक होऊ शकली नाही, तर केंद्र सरकाराला हिशेबतपासनीस नेमण्याचा अधिकार आहे. अशा परिस्थितीत कंपनी हिशेबतपासनीसाची नेमणूक करण्यास असमर्थ आहे असे केंद्र सरकारला सात दिवसांचे आत कळविणे आवश्यक आहे. अशी सूचना केंद्र सरकाराला दिली नाही तर कंपनीला आणि कंपनीच्या प्रत्येक अधिकाऱ्याला ५००रु. पर्यंत दंडाची शिक्षा होऊ शकते.

४) हिशेबतपासनीसाची आकस्मिकरीत्या नेमणूक (Auditor in Casual Vacancy) : २०१३ च्या कंपनी कायद्याच्या कलम १३९ नुसार जर काही आकस्मिक किंवा नैमित्तिक कारणाने हिशेबतपासनीसाचे पद रिकामे झाले, तर त्या जागेवर हिशेबतपासनीसाची नेमणूक संचालक मंडळ करू शकते. परंतु हिशेबतपासनीसाने राजीनामा दिल्यामुळे पद रिकामे झाले, तर अशा वेळी त्या पदावर संचालक मंडळ हिशेबतपासनीसाची नेमणूक करू शकत नाही.

५) हिशेबतपासनीसाने राजीनामा दिल्यास रिकाम्या पदावर नेमणूक: जर सध्या कार्य करीत असलेल्या हिशेबतपासनीसाने आपला राजीनामा दिला, तर ते पद नैमित्तिकरीत्या रिकामे होते. अशा परिस्थितीत कंपनी कायद्याच्या कलम १३९ (अ) नुसार कंपनीच्या सर्वसाधारण सभेमध्ये हिशेबतपासनीसाची नेमणूक करून रिक्त पद भरण्यात येते. त्यासाठी कंपनीला विशेष सर्वसाधारण सभा बोलवावी लागेल व त्या सभेत ठराव संमत करून हिशेबतपासनीसाची नेमणूक करावी लागेल.

६) विशेष ठरावाद्वारे हिशेबतपासनीसाची नेमणूक (Appointment of Auditor by Special Resolution): कंपनी कायद्यातील २०१३ च्या दुरुस्तीनुसार कलम १३९ नुसार खालील परिस्थितीत हिशेबतपासनीसाची नियुक्ती किंवा फेरनियुक्ती कंपनीच्या वार्षिक सर्वसाधारण सभेमध्ये विशेष ठराव संमत करून करता येते.

ज्या कंपनीच्या अधिकृत भाग-भांडवलापैकी कमीत कमी २५ टक्के भाग खालील प्रकारच्या एका संस्थेने किंवा संयुक्तरीत्या धारण केले असतील, तर विशेष ठरावाने हिशेबतपासनीसाची नेमणूक करता येते.

७) सरकारी कंपन्यांच्या हिशेबतपासनीसाची नेमणूक (Appointment of Auditor of Government Companies) : २०१३ च्या कंपनी कायद्याच्या कलम १३९ नुसार सरकारी कंपन्याच्या हिशेबतपासनीसाची नेमणूक करण्याचा अधिकार केंद्र सरकारला आहे. अशा कंपन्यांच्या हिशेबतपासनीसाची नेमणूक करण्यासाठी किंवा फेरनेमणूक करण्यासाठी केंद्र सरकार Comptroller and Auditor General of India चा सल्ला घेते.

८) विशेष हिशेबतपासनीसाची नेमणूक (Special Auditor) : कंपनी कायद्याच्या २०१३ च्या दुरुस्तीनुसार कायद्यातील कलम १४७ नुसार एखाद्या कंपनीची विशेष हिशेबतपासणी करण्यासाठी विशेष हिशेबतपासनीसाची नेमणूक केंद्र सरकार करू शकते. खालील परिस्थितीनुसार विशेष हिशेबतपासनीसाची नेमणूक केंद्र सरकार करू शकते.

अ) जर एखाद्या कंपनीचे व्यवहार योग्य, व्यावसायिक तत्त्वानुसार किंवा उद्योगांच्या धोरणानुसार चालत नसतील तर.

ब) कंपनीचे व्यवस्थापन त्या व्यवसायाच्या हितसंबंधास धोक्यात आणणारे असेल तर.

क) कंपनीची आर्थिक स्थिती कर्जाची परतफेड करण्यास योग्य नसेल तर.

वरील परिस्थितीत केंद्र सरकार त्या कंपनीची विशेष तपासणी करण्याचे आदेश देऊ शकते. त्यासाठी दुसऱ्या एखाद्या चार्टर्ड अकौंटंट्सची किंवा कंपनीच्याच हिशेबतपासनीसाची नेमणूक विशेष हिशेबतपासनीस म्हणून केंद्र सरकार करू शकते. अशा हिशेबतपासनीसांना विशेष हिशेबतपासनीस (Special Auditor) असे म्हणतात. विशेष हिशेबतपासनीसाचे अधिकार व कर्तव्ये २०१३च्या कंपनी कायद्याच्या कलम १४३ नुसार इतर कायदेशीर हिशेबतपासनीसांप्रमाणेच असतात. विशेष हिशेबतपासनीस आपला अहवाल केंद्र सरकाला सादर करतो. या अहवालावरून योग्य ती कारवाई केंद्र सरकार करू शकते. तसेच या अहवालावर योग्य सूचना देऊन त्याची प्रत कंपनीकडे केंद्र सरकार पाठवू शकते व हा अहवाल सभासदांना वाटण्याची व तो कंपनीच्या पुढील सभेमध्ये वाचण्याची आज्ञा केंद्र सरकार देऊ शकते. अशा विशेष हिशेबतपासनीसाचा मोबदला केंद्र सरकार निश्चित करते.

९) संयुक्त हिशेबतपासनीस (Joint Auditors) : मोठ्या व्यवसाय संस्थामध्ये

उदा. बँका, विमा, कंपन्या इत्यादींमध्ये दोन किंवा त्यापेक्षा जास्त हिशेबतपासनीसांची नेमणूक करता येते. अशा वेळी त्या हिशेबतपासनीसाची जबाबदारी वैयक्तिक व संयुक्त असते. परंतु जर संयुक्त हिशेबतपासनीसांनी आपसात करार करून कामाची विभागणी केलेली असेल, तर त्या विभागणीनुसार त्यांच्यावर जबाबदारी असते. संयुक्त हिशेबतपासनीस आपला संयुक्त अहवाल (Joint Report) देऊ शकतात. तसेच प्रत्येक हिशेबतपासनीस आपले स्वतंत्र मत अहवालात नमूद करू शकतो.

हिशेबतपासनीसाच्या नेमणुकींच्या तरतुदीवरुन हे लक्षात येईल की, हिशेबतपासनीसाची नेमणूक १ वर्षासाठी करण्यात येते. परंतु हिशेबतपासणीचे कार्य त्याला स्वतंत्रपणे व निर्भीडपणे करता यावे यासाठी त्याच्या नेमणुकीमध्ये पुरेसे सातत्य असणे जरुरीचे ठरते. मागील ४-५ वर्षांमध्ये सतत त्याच हिशेबतपासनीसाची फेरनियुक्ती करणे हिशेबतपासणीच्या कामाच्या दृष्टीने योग्य ठरते.

३.५.कंपनीच्या हिशेबतपासणीच्या संख्येवरील मर्यादा (Ceiling on Number of Company Audits)

कंपनी कायद्यात २०१३ मध्ये दुरुस्ती करण्यात येऊन कलम १३९ नुसार हिशेबतपासणीच्या कार्यसंख्येवर मर्यादा घालण्यात आलेली आहे. भारतामध्ये हिशेबतपासणीच्या कार्याचे काही ठराविक हिशेबतपासनीसांच्याकडे केंद्रीकरण होऊ नये, हा या दुरुस्तीचा उद्देश आहे. वरील सुधारित कलमानुसार एक हिशेबतपासनीस २० कंपन्यांपेक्षा जास्त कंपन्यांची हिशेबतपासणी करु शकणार नाही. या २० कंपन्यांपैकी किमान १० कंपन्यांचे वसूल भांडवल २५ लाखांपेक्षा कमी असावे; जर हिशेबतपासणी करणारी भागीदारी संस्था असेल तर ही संख्या प्रत्येक भागीदाराच्या प्रमाणात राहील. या १९७४ च्या दुरुस्तीप्रमाणे जो हिशेबतपासनीस २० पेक्षा जास्त कंपन्यांची हिशेबतपासणी करीत आहे. अशा हिशेबतपासनीसाला कोणतीही कंपनी हिशेबतपासनीस म्हणून नेमणूक देऊ शकणार नाही.

३.६.कंपनीच्या हिशेबतपासनीसाला पदावरून दूर करणे किंवा पदच्युती किंवा हकालपट्टी किंवा काढून टाकणे (Removal of Company Auditor)

२०१३ च्या कंपनी कायद्याच्या कलम १४० मध्ये हिशेबतपासनीसाला काढून टाकण्यासंबंधी तरतुदी आहेत. या कलमानुसार हिशेबतपासनीसाला त्याच्या नेमणुकीचा कार्यकाळ संपण्यापूर्वीच पदावरून दूर करता येते. परंतु त्यासाठी कंपनीच्या सर्वसाधारण सभेमध्ये ठराव संमत करावा लागतो व केंद्र सरकारच्या कंपनी लॉ बोर्डाची पूर्वसंमती असावी लागते.

परंतु कंपनीच्या पहिल्या हिशेबतपासनीसाला त्याचा कार्यकाल संपण्यापूर्वीच

काढून टाकावयाचे असल्यास केंद्र सरकारच्या लॉ बोर्डाची परवानगी घेण्याची आवश्यकता नसते.

एखाद्या हिशेबतपासनीसाला काढून टाकण्यासाठी कंपनी कायदा २०१३च्या कलम १४० नुसार विशिष्ट पद्धतीचा अवलंब करण्यात येतो. एखाद्या भागधारकाला नवीन हिशेबतपासनीस नेमण्यासंबंधी ठराव मांडायचा असल्यास त्याने सर्वसाधारण सभेच्या १४ दिवस अगोदर सूचना दिली पाहिजे. सभासदांकडून अशी सूचना मिळाल्यावर त्या सूचनेची प्रत हिशेबतपासनीसाकडे पाठविण्यात येते. सर्वसाधारण सभेमध्ये हिशेबतपासनीस हजर राहून आपले मत मांडू शकतो. त्या सभेमध्ये नंतर नवीन हिशेबतपासनीस नेमण्याबद्दलचा ठराव संमत करण्यात येतो.

३.७. कंपनीच्या हिशेबतपासनीसाचा मोबदला (Remuneration of Company Auditor)

कंपनीच्या हिशेबतपासनीसाचा मोबदला खालील प्रकारे ठरविण्यात येतो –

१) जर वार्षिक सर्वसाधारण सभेमध्ये हिशेबतपासनीसाची नेमणूक झालेली असेल, तर वार्षिक सर्वसाधारण सभेमध्ये हिशेबतपासनीसाचा मोबदला ठरविण्यात येतो.

२) जेव्हा हिशेबतपासनीसाची नेमणूक संचालक मंडळ करते तेव्हा संचालक मंडळच हिशेबतपासनीसाचा मोबदला ठरविते.

३) ज्या वेळी केंद्र सरकारकडून हिशेबतपासनीसाची नेमणूक केली जाते. त्या वेळी केंद्र सरकार त्याचा मोबदला ठरविते.

४) कंपनी हिशेबतपासनीसाचा खर्च म्हणून काही रक्कम हिशेबतपासनीसाला देते, तेव्हा ती रक्कम हिशेबतपासनीसाच्या मोबदल्यामध्ये समाविष्ट असते.

५) ज्या वेळी हिशेबतपासणीच्या कार्याव्यतिरिक्त एखाद्या हिशेबतपासनीसाच्या जास्ती सेवेचा उपयोग करून घेण्यात येतो. त्या वेळी हिशेबतपासनीसाला जास्तीचा मोबदला द्यावा लागतो. हा मोबदला हिशेबतपासणी फी च्या व्यतिरिक्त जास्तीचा असतो. उदा. आयकराबद्दल सल्ला.

३.८. कंपनी हिशेबतपासनीसाचे स्थान (Status of Company Auditor)

कोणत्याही कंपनीच्या व्यवस्थापनामध्ये हिशेबतपासनीसाचे स्थान अत्यंत वैशिष्टेपूर्ण व महत्त्वाचे आहे. कंपनी हिशेबतपासनीसाचे स्थान खालील मुद्यांवरुन स्पष्ट होईल –

१) भागधारकांचा प्रतिनिधी (Agent of Shareholders) : हिशेबतपासनीस

हा भागधारकांचा प्रतिनिधी समजला जातो. कंपनीची हिशेब पुस्तके व खातेपुस्तक तपासून त्या बाबतीत तो भागधारकांना योग्य माहिती पुरवीत असतो. त्याचबरोबर कंपनीच्या हिशेबखात्यासंबंधी व आर्थिक स्थितीसंबंधी आपला अहवाल तो भागधारकांना सादर करतो. या अहवालाचे वाचन कंपनीच्या भागधारकांच्या सभेमध्ये होते. त्यावरून भागधारकांना कंपनीची आर्थिक स्थिती समजते; म्हणून सर्वसाधारणपणे हिशेबतपासनीसाची नेमणूक भागधारक कंपनीच्या सर्वसाधारण सभेत करतात. या संदर्भात Spackman Vs.G.Evans या खटल्याचा निकाल देताना न्यायमूर्ती लॉर्ड क्रेनबर्थ यांनी पुढील वर्णन केलेले आहे - "The auditor may be the agent of shareholders so far as it relates to the audit of accounts for the purpose of the audit, the auditors will bind the shareholders."

२) कंपनीचा अधिकारी (Officer of Company) : हिशेबतपासनीस हा कंपनीचा एक अधिकारी मानला जाऊ शकतो. कंपनी कायद्यातील काही कलमातील तरतुदींनुसार त्याला अधिकारी समजले जाऊ शकते. जरी खऱ्या अर्थाने सर्वसामान्यपणे तो कंपनीचा अधिकारी मानला जात नाही; तरी काही विशिष्ट उद्देशांसाठी व विशिष्ट परिस्थितीत कायद्यातील तरतुदींनुसार काही मर्यादेपर्यंत तो कंपनीचा अधिकारी म्हणून मानला जाऊ शकतो. २०१३ च्या कंपनी कायद्याच्या कलम २९९, ३००, ३३६, ३४०, ३४२, ४३९ व ४६३ नुसार त्याला अधिकारी म्हणून समजण्यात येते; कारण त्याला खाते-पुस्तकातील लबाडीबद्दल दंड करणे, कंपनीच्या अधिकाऱ्यांना न्यायालयात बोलावणे, नुकसानभरपाई वसूल करणे, इ. अधिकार मिळतात. या संदर्भात न्या. लिंडले यांनी London and General Bank (1895) या खटल्याचा निर्णय देताना पुढील वर्णन केले आहे - "It seems impossible to deny that for some purposes and to some extent, an auditors is an officer of the company." परंतु हिशेबतपासणी हा संचालक मंडळाचा नोकर नाही. उलटपक्षी संचालक मंडळावर नियंत्रण ठेवण्यासाठी त्याची नियुक्ती कंपनीने केलेली असते.

३.९ हिशेबतपासनीसाचे अधिकार (Rights of Auditor)

हिशेबतपासनीसाला आपले कर्तव्य व जबाबदाऱ्या व्यवस्थित पार पाडता याव्यात म्हणून कंपनी कायद्याने काही अधिकार त्यास दिले आहेत. २०१३ च्या कंपनी कायद्याच्या कलम १४३ नुसार हिशेबतपासनीसाला पुढील अधिकार मिळतात.

१) हिशेबपुस्तके, पावत्या व खातीपुस्तके तपासण्याचा अधिकार (Right to access to Books and Vouchers) : हिशेबतपासनीसाला कंपनीची सर्व हिशेबाची

पुस्तके, वह्या, खाती, पावत्या, दस्तऐवज, करार इ. पाहण्याचा व तपासण्याचा अधिकार असतो. हिशेबतपासनीस व्यवसायाच्या कामकाजाच्या वेळात कोणतीही पूर्वसूचना न देता कंपनीच्या कार्यालयात जाऊन हिशेबाची व जमाखर्चाची पुस्तके तपासू शकतो. हिशेबाची पुस्तके यामध्ये केवळ जमाखर्चाची पुस्तके यांचाच समावेश नसून व्यवसायाच्या जमाखर्चाशी संबंधित असे सर्व कागदपत्र, वह्या, करार, टिपण वह्या, सांख्यिकीय माहिती पत्रव्यवहार इ. सर्व बाबींचा त्यात समावेश होतो. कंपनीची हिशेबपुस्तके व जमाखर्च नोंदणीकृत कार्यालयात ठेवली असतील किंवा अन्य ठिकाणी जाऊन हिशेबतपासनीस ती तपासू शकतो.

२) माहिती व स्पष्टीकरण मिळविण्याचा अधिकार (Right to receive information and Explanation):
हिशेबतपासणीच्या कामात आवश्यक वाटेल ती माहिती व स्पष्टीकरण कंपनीच्या संचालकांकडून किंवा अधिकाऱ्यांकडून मिळविण्याचा हक्क हिशेबतपासनीसाला आहे, कोणती माहिती व स्पष्टीकरण आवश्यक आहे, ते हिशेबतपासनीसाच्या कार्यावरून हिशेबतपासनीस ठरवीत असतो; जर कंपनीच्या अधिकाऱ्याकडून जरूर ती माहिती व स्पष्टीकरण मिळाले नाही, तर आपल्या अहवालात तो तसा उल्लेख करू शकतो.

३) विवरणे मिळविण्याचा अधिकार (Right to Receive Particulars):
कंपनीच्या ताळेबंदात व नफा–तोटा पत्रकात दर्शविलेल्या बाबींच्या संदर्भात आवश्यक ती विवरणे (Particulars) कंपनीच्या अधिकाऱ्याकडून मिळविण्याचा अधिकार त्याला आहे. यामध्ये काही कागदपत्रे, दस्तऐवज यांचा समावेश असू शकतो.

४) सर्वसाधारण सभेची सूचना मिळण्याचा अधिकार (Right to Receive Notice):
२०१३ च्या कंपनी कायद्याच्या कलम १४६ नुसार सर्वसाधारण सभेविषयी जी सूचना व माहिती कंपनीच्या सभासदांस पाठविणे आवश्यक असते, ती सूचना व माहिती हिशेबतपासनीसाला मिळण्याचा अधिकार आहे.

५) सर्वसाधारण सभेस उपस्थित राहण्याचा अधिकार (Right to Attend General Meeting):
कंपनी कायदा २०१३ कलम १४६ नुसार कंपनीच्या कोणत्याही सर्वसाधारण सभेस उपस्थित राहण्याचा हिशेबतपासनीसाला अधिकार आहे. या सभेस हिशेबतपासणीविषयीच्या मुद्यांची चर्चा होत असेल तर त्यात भाग घेण्याचा त्याला अधिकार आहे. साधारणपणे सर्व साधारण सभेत सर्वच प्रकारच्या प्रश्नांची उत्तरे तो देत असतो. परंतु त्याचबरोबर सभेमध्ये कंपनीच्या जमाखर्चासंबंधी संचालक चुकीची माहिती देत असतील तर त्यासंबंधी खरी माहिती तो सभेमध्ये सांगू शकतो.

६) कंपनीच्या शाखा तपासण्याचा अधिकार (Right to Access to Branch Accounts) : एखाद्या कंपनीच्या अनेक शाखा असतील, तर त्या सर्व शाखांची हिशेबाची पुस्तके, पावत्या, जमाखर्च इ. तपासण्याचा त्याला अधिकार आहे. व्यवसायाच्या कामकाजाच्या वेळेत केव्हाही पूर्वसूचना न देता तो शाखा कार्यालयात जाऊ शकतो व हिशेबपुस्तके तपासू शकतो.

७) मोबदला मिळण्याचा अधिकार (Right to Receive Remuneration): हिशेबतपासणीच्या कामाचा मोबदला कंपनीला मागण्याचा त्याला पूर्ण अधिकार आहे; जर वार्षिक फी च्या स्वरूपात त्याचा मोबदला ठरला असेल आणि जरी मुदतीपूर्वी त्याला काढून टाकले असेल, तरी ठरविलेला पूर्ण मोबदला मिळण्याचा त्याला अधिकार आहे.

८) सभासदांना अहवाल सादर करण्याचा अधिकार (Right to Present Report) : हिशेबतपासनीसाने तपासलेल्या जमाखर्चासंबंधी, ताळेबंद नफा-तोटा पत्रकासंबंधी आपला अहवाल तयार करून, तो सभासदांना सादर केला पाहिजे. अहवाल सादर करणे हा हिशेबतपासनीसाचा अधिकार आहे तसेच ते त्याचे कर्तव्यही आहे.

९) कंपनीची वार्षिक खाती तयार करून घेण्याचा अधिकार (Right to Prepare Books of Accounts) : आर्थिक वर्षाच्या शेवटी कंपनीची वार्षिक खाती (Final Accounts) तयार करण्याची जबाबदारी संचालकांची आहे; जर संचालकांनी सादर केलेली अंतिम खाती योग्य स्वरूपात व नियमानुसार नसतील तर हिशेबतपासनीस ती पुन्हा तयार करण्यास सांगू शकतो किंवा ती दुरुस्त करण्यास सांगू शकतो. अंतिम खाती तयार करणे हिशेबतपासनीसाचे काम नाही, परंतु त्यांची तपासणी करणे त्याचे काम आहे.

१०) तज्ज्ञ व्यक्तींचा सल्ला घेण्याचा अधिकार (Right to take expert Advice): हिशेबतपासनीस हा सर्व क्षेत्रांतील तज्ज्ञ किंवा जाणकार असतो असे समजण्यात येत नाही. म्हणून तो आवश्यकता भासल्यास आपल्या कार्यामध्ये इतर क्षेत्रांतील तज्ज्ञ व्यक्तींचा सल्ला देऊ शकतो. उदा.वकील, इंजिनिअर्स, बँकर्स इ.

११) कंपनीचे घटनापत्रक, नियमावली व उद्देशपत्रक तपासण्याचा अधिकार (Right to inspect Memorandum and Articles of Association) : हिशेबतपासनीस आपल्या हिशेबतपासणीच्या कार्यामध्ये आवश्यकता भासल्यास कंपनीचे घटनापत्रक, नियमावली व उद्देशपत्रक या दस्तऐवजांची तपासणी करु शकतो.

१२) नुकसानभरपाई वसूल करण्याचा अधिकार (Right to take compensation) : हिशेबतपासणीचे कार्य करताना हिशेबतपासनीसाचा काही दोष नसताना त्याला जर काही नुकसानभरपाई द्यावी लागली, तर त्याची भरपाई तो कंपनीकडून करून घेऊ शकतो. परंतु हिशेबतपासनीसाने आपले कार्य प्रामाणिकपणे व दक्षतेने केले आहे असे सिद्ध झाले पाहिजे.

१३) अहवालावर सही करण्याचा अधिकार (Right to Authorise Reports): कंपनी कायदा २०१३ कलम १४५ नुसार हिशेबतपासनीसाने आपला अहवाल तयार केल्यानंतर त्यावर सही करण्याचा त्याला अधिकार आहे.

३.१० कंपनी हिशेबतपासनीसाची कर्तव्ये (Duties of Company Auditor)

कंपनी हिशेबतपासनीसाची कर्तव्ये पुढील तीन प्रकारांमध्ये वर्णन करता येतील–

अ) कंपनी कायद्यानुसार कर्तव्ये

ब) चार्टर्ड अकौंटंट्स ॲक्टनुसार कर्तव्ये

क) न्यायालयाच्या निर्णयावरून कर्तव्ये

(अ)भारतीय कंपनी कायदा २०१३ नुसार हिशेबतपासनीसाची कर्तव्ये

१) अहवाल सादर करणे (Duties of Submit Report) : कंपनीच्या हिशेबतपासणीच्या बाबतीत अहवाल सादर करणे हे हिशेबतपासनीसाचे महत्त्वाचे कर्तव्य आहे. २०१३ च्या कंपनी कायद्याच्या कलम १४३ नुसार त्याने आपल्या हिशेब तपासणीच्या कामाचा अहवाल तयार करून तो सभासदांना सादर केला पाहिजे. हिशेबतपासनीसाची नेमणूक केंद्र सरकार, संचालक मंडळ किंवा कंपनीच्या सर्वसाधारण सभेद्वारे होत असली, तरी हिशेबतपासनीस हा भागधारकांचे प्रतिनिधी म्हणून कार्य करीत असतो. सभासदांना कंपनीच्या आर्थिक परिस्थितीसंबंधी माहिती देणे आवश्यक असते, ही माहिती हिशेबतपासनीस आपल्या अहवालाद्वारे देत असतो. हिशेबतपासनीस आपला अहवाल कंपनीच्या सचिवाकडे देत असतो. त्यानंतर कंपनी त्या अहवालाची प्रत प्रत्येक सभासदाला देण्याची व्यवस्था करते. हिशेबतपासनीसाच्या अहवालामध्ये खालील माहिती असावी लागते –

अ) हिशेबतपासणी करताना हिशेबतपासनीसाला मिळालेली माहिती व स्पष्टीकरणे समाधानकारक आहेत किंवा नाहीत.

ब) कंपनी कायद्यातील तरतुदींप्रमाणे कंपनीने सर्व हिशेबांची पुस्तके ठेवली आहेत व त्यांचे योग्य वर्गीकरण केले आहे किंवा नाहीत.

क) कंपनीच्या इतर सर्व शाखांकडून हिशेबतपासनीसाठी आवश्यक सर्व माहिती,

विवरणे व स्पष्टीकरणे मिळाली आहेत किंवा नाहीत.

ड) कंपनीचे नफा-तोटा पत्रक व ताळेबंद कंपनी कायद्यातील तरतुदीप्रमाणे तयार केला आहे किंवा नाही.

इ) कंपनीचा ताळेबंद कंपनीची खरी आर्थिक स्थिती दर्शवितो किंवा नाही.

हिशेबतपासनीसाने आपला अहवाल दिल्यानंतर तो भागधारकांच्या सभेमध्ये मांडण्यात येतो. वर वर्णन केलेले अहवालातील मुद्यांचे उत्तर नकारात्मक असेल तर त्यासंबंधी हिशेबतपासनीसाने आपल्या अहवालामध्ये कारणे दिली पाहिजेत.

२) नियामक अहवाल प्रमाणित करणे (Duty to Certify Statutory) : कंपनी कायद्याच्या कलम १६५ (४) नुसार हिशेबतपासनीसाला कंपनीचा नियामक अहवाल बरोबर आहे असे प्रमाणपत्र द्यावे लागते. नियामक अहवाल बरोबर असल्याबद्दल प्रथम कमीत कमी दोन संचालक त्यावर सह्या करतात. या दोन संचालकांपैकी एक व्यवस्था-संचालक असतो. त्यानंतर हिशेबतपासनीस तो अहवाल प्रमाणित करतो. त्या संदर्भात त्याला खालील बाबींची सत्यता पाहावी लागते.

अ) कंपनीने वाटप केलेल भाग.

ब) कंपनीने वाटप केलेल्या भागांवर मिळालेली रक्कम.

क) कंपनीला भाग-वाटपाच्या संदर्भात मिळालेला पैसा व कंपनीने खर्च केलेला पैसा. खाजगी कंपनीच्या बाबतीत नियामक अहवाल प्रमाणित करण्याचा प्रश्न निर्माण होत नाही.

३) माहितीपत्रकात दिलेली माहिती प्रमाणित करणे (Duty to certify Statement in Prospectus) : २०१३ च्या कंपनी कायद्याच्याच कलम २६ नुसार माहितीपत्रकात दिलेल्या विशिष्ट बाबींसंबंधी हिशेबतपासनीसाला आपला अहवाल द्यावा लागतो. माहितीपत्रक प्रसिद्धीस देताना त्यामध्ये नफा-तोटा, कंपनीची संपत्ती व देणी याबद्दल माहिती असते. या बाबी हिशेबतपासनीसाला प्रमाणित कराव्या लागतात. यामध्ये पुढील बाबींसंबंधी हिशेबतपासनीसाला आपला अहवाल सादर करावा लागतो.

अ) संबंधित कंपनीचा मागील पाच आर्थिक वर्षातील नफा किंवा तोटा.

ब) संबंधित कंपनीच्या मागील पाच आर्थिक वर्षाच्या शेवटच्या दिवशीची मालमत्ता व देणी.

क) संबंधित कंपनीच्या प्रत्येक प्रकारच्या भागांवर मागील पाच वर्षामध्ये देण्यात आलेला लाभांशाचा दर.

ड) मागील पाच वर्षांमध्ये एखाद्या किंवा काही वर्षी एखाद्या प्रकारच्या भागांवर

लाभांश दिलेला नसेल त्या संदर्भात दिलेले स्पष्टीकरण –

इ) मागील पाच वर्षांमध्ये एखाद्या वर्षी कंपनीने खाती तयार केली नसतील तर त्यासंबंधीचे स्पष्टीकरण अहवालात नमूद करावे.

४) कर्जफेडीच्या निवेदनाबाबत अहवाल तयार करणे (Duty to Report Regarding Declaration of Insolvency) : एखादी कंपनी स्वतःहून कारभार बंद करते आणि कर्जफेड करण्याबाबत स्वतःची आर्थिक कुवत २०१३ च्या कंपनी कायद्याच्या कलम ३०५ नुसार जाहीर करते. अशा निवेदनाच्या बाबतीत हिशेबतपासनीसाने आपला अहवाल देऊन स्पष्टीकरण देणे आवश्यक असते. हिशेबतपासनीसाच्या अहवालाशिवाय कर्जफेड करण्याबाबतच्या निवेदनास अर्थ प्राप्त होत नाही.

५) कंपनीची चौकशी होत असतानाची कर्तव्ये (Duty During the Investigation of Company) : ज्या वेळी कंपनीच्या व्यवसायातील हिशेबखात्यांची चौकशी किंवा तपासणी (Investigation) करण्यात येते. त्या २०१३ च्या वेळी कंपनी कायद्याच्या कलम २१७ नुसार हिशेबतपासनीसाचे कर्तव्य खालीलप्रमाणे असते –

अ) कंपनीच्या कारभाराची चौकशी करण्यासाठी केंद्र सरकारने निरीक्षकाची नेमणूक केलेली असल्यास, त्याला हिशेबतपासनीसाने आपल्या ताब्यात असलेली सर्व हिशेबपुस्तके, कागदपत्रे व इतर माहिती पुरविली पाहिजे.

ब) केंद्र सरकारने नेमलेल्या निरीक्षकाकडून चौकशी होत असताना त्याला चौकशीच्या संदर्भात सर्व प्रकारची मदत करणे व माहिती पुरविणे.

६) कंपनी कायद्याच्या कलम १४३ नुसार चौकशी करणे (Duty to make enquiry under Sect.143) : कंपनी कायद्यातील २०१३ च्या दुरुस्तीनुसार कलम १४३ मधील तरतुदीनुसार हिशेबतपासनीसाला खालील मुद्यांवर चौकशी करावी लागते–

अ) कंपनीने तारणावर दिलेली कर्जे किंवा आगाऊ रकमा योग्य तारण घेऊन दिलेल्या आहेत किंवा नाहीत आणि जर अटी घालून कर्जे दिलेली असतील तर त्या अटी कंपनीच्या आणि सभासदांच्या हितसंबंधास बाधा आणणाऱ्या नाहीत, याची चौकशी करणे.

ब) कंपनीने दिलेली कर्जे व आगाऊ रकमा ठेवी म्हणून दाखविल्या आहेत. काय, याची चौकशी करणे.

क) जी कंपनी बँकिंग कंपनी किंवा गुंतवणूक कंपनी नाही अशा कंपनीच्या संपत्तीमध्ये भाग, कर्जरोखे, रोखे इ. च्या खरेदीचा समावेश असेल, तर

कंपनीने ही संपत्ती खरेदी किमतीपेक्षा कमी किंमतीला विकलेली नाही याची चौकशी करणे.

ड) वैयक्तिक खर्च हा महसूल खर्च खात्यात (Revenue) दाखविला आहे काय?

इ) कंपनीने भागांचे वाटप केलेले आहे, हे कंपनीच्या पुस्तकांमध्ये व कागदपत्रांमध्ये नमूद केलेले आहे व भागवाटपाची रक्कम प्रत्यक्षात वसूल झाली आहे किंवा नाही, व जर प्रत्यक्षात रक्कम वसूल झाली नसल्यास, पुस्तकातील नोंदी व ताळेबंदावरून समजणारी आर्थिक स्थिती अचूक व गैरसमज न करणारी आहे किंवा कसे, याची चौकशी करणे.

वरीलप्रमाणे कंपनी कायद्यातील तरतुदींप्रमाणे असणाऱ्या हिशेबतपासनीसाच्या कर्तव्यांमध्ये वाढ होऊ शकते; परंतु कंपनीच्या नियमावलीद्वारे ही कर्तव्ये मर्यादित करता येत नाहीत; जर नियमावलीमध्ये हिशेबतपासनीसाची कर्तव्ये मर्यादित करणारे नियम असतील; तर ते नियम व्यर्थ समजण्यात येतात.

चार्टर्ड अकौंटंट्स ॲक्टनुसार हिशेबतपासणीतील कर्तव्ये

चार्टर्ड अकौंटंट्स ॲक्टमध्ये हिशेबतपासनीसाची खालीलप्रमाणे कर्तव्ये नमूद केलेली आहेत –

१) हिशेबतपासनीसाने कोणत्याही अपात्र व्यक्तीस हिशेबतपासणीचे काम देऊ नये.

२) हिशेबतपासनीसाने आपल्या कामाची जाहिरात करू नये.

३) हिशेबतपासनीसाने नेमणूक स्वीकारल्यानंतर पूर्वीच्या हिशेबतपासनीसाला सूचना दिली पाहिजे.

४) हिशेबतपासनीसाने इन्स्टिट्यूट स्वीकृत केलेल्या कार्याशिवाय इतर कोणतेही कार्य करू नये.

५) हिशेबतपासनीसाने आपल्या समव्यवसायी व्यक्तीशी स्पर्धा करु नये.

६) कंपनीचे नफा-तोटा पत्रक व ताळेबंद यावर आपल्या भागीदाराव्यतिरिक्त अन्य व्यक्तीस सही करून देऊ नये.

७) पक्षकाराने दिलेल्या सूचनांबाबत हिशेबतपासनीसाने गुप्तता पाळावी.

८) सत्य बाबी उघडकीस आणाव्यात.

९) खोटे हिशेब व लबाडीचे व्यवहार अहवालात नमूद करून उघडकीस आणावेत.

१०) हिशेबतपासनीसाने आपले काम जबाबदारीने पार पाडावे.

न्यायालयाच्या निर्णयावरून हिशेबतपासनीसाची कर्तव्ये

वेळोवेळी न्यायालयीन निकाल देताना अनेक न्यायमूर्तींनी हिशेबतपासनीसाच्या कर्तव्यावर प्रकाश टाकलेला आहे.

न्यायालयीन निर्णयावरुन हिशेबतपासनीसाची काही प्रमुख कर्तव्ये खालीलप्रमाणे सांगता येतील –

१) हिशेबतपासनीसाने आपले कार्य प्रामाणिकपणे केले पाहिजे : हिशेबतपासनीस हा प्रामाणिक असला पाहिजे व सत्य बाबी त्याने नेहमीच प्रमाणित केल्या पाहिजेत, असे लंडन अँड जनरल बँक खटल्याबाबतच्या निर्णयावरून स्पष्ट झाले आहे.

२) हिशेबतपासनीसाने आपले कार्य अत्यंत सावधगिरीने व हुशारीने करावे : अन्यथा तो दोषी समजला जातो; असे डाबर अँड सन्स विरुद्ध एस. एस. कृष्णस्वामी या खटल्याच्या निकालावरून स्पष्ट झाले आहे.

३) हिशेबतपासनीसाने हिशेब पुस्तकाची व ताळेबंदाची पुरेशी परिशुद्धता पाहावी : हिशेबतपासणी करताना त्याने केवळ गणितीय शुद्धताच पाहू नये. तर ताळेबंद व इतर हिशेबपुस्तकांवरून वास्तव आर्थिक स्थितीची बारकाईने तपासणी करावी.

४) हिशेबतपासनीसाने आपल्या अहवालाद्वारे भागधारकांना स्पष्ट सूचना देणे हे त्याचे कर्तव्य आहे. (लंडन व जनरल बँक खटला)

५) हिशेबतपासनीसाने कंपनीवर विश्वास ठेवून काम करावे. हिशेबतपासनीसाने कंपनीमध्ये काम करणाऱ्या कर्मचाऱ्यांकडे अविश्वासाने पाहू नये.

६) हिशेबतपासनीसाचे कायदेशीर कर्तव्य कोणत्याही कराराने मर्यादित करता येत नाही. न्यूटन विरूद्ध बर्मिंगहॅम स्मॉल आर्म्स कंपनी या खटल्यामध्ये कंपनीच्या नियमावलीतील नियमांमुळे हिशेबतपासनीसाचे कर्तव्य मर्यादित करता येत नाही; असा निर्णय दिलेला आहे. जर नियमावलीतील नियमामुळे त्याचे कायदेशीर कर्तव्य मर्यादित किंवा कमी होत असेल, तर ते नियम निरर्थक ठरतात.

७) हिशेबतपासनीसाने धोका देऊन आपला मोबदला वसूल करू नये. आर.बी. बसू विरुद्ध पी.के. मुखर्जी या खटल्यामध्ये न्यायालयाने श्री. पी. के. मुखर्जी यांनी धोका देऊन आपला मोबदला वसूल केल्यामुळे त्यांना दोषी ठरविले आहे.

८) हिशेबतपासनीस हा रक्षक असावा, भक्षक नसावा (Auditor is a watch-dog and not a blood hound) : १८९६ साली झालेल्या किंगस्टन कॉटन मिल्स लि. या खटल्यामध्ये न्यायमूर्ती लोप्स यांनी वरील उद्गार काढलेले आहेत. या

खटल्यासमध्ये शिल्लक मालाचे (Stock) मूल्यांकन करताना त्याचे मूल्य वाढवून दाखविण्यात आले होते. हिशेबतपासनीसाने शिल्लक मालाचे स्वतः सत्यापन व मूल्यांकन केले नाही, परंतु त्या संदर्भात कंपनीच्या अधिकाऱ्यांनी दिलेल्या प्रमाणपत्रावर विश्वास ठेवला. याबाबत हिशेबतपासनीस आपल्या निष्काळजीपणाबाबत दोषी ठरतो. काय ? असा प्रश्न निर्माण झाला. या निर्णयाच्या संदर्भात न्यायमूर्तींनी हिशेबतपासनीसाची कर्तव्ये वर्णन करताना खालील बाबी नमूद केलेल्या आहेत –

"An Auditor is not bound to be a detective or as was said to approach his work with suspicious or with a foregone conclusion that there is something wrong. He is a watch dog but not a blood hound."

या वर्णनावरून हिशेबतपासनीसाने शिकारी कुत्र्याप्रमाणे कार्य न करता रखवाली कुत्र्याप्रमाणे आपले कार्य करावे. हिशेबतपासनीसाने आपले कार्य करताना संशयवृत्तीने पाहू नये. परंतु गैरप्रकार किंवा लबाडीचे व्यवहार असतील तर त्याबाबत योग्य सूचना पत्रकाराला द्याव्यात. या खटल्यावरून पुढील कर्तव्यांवर प्रकाश पडतो.

अ) हिशेबतपासनीसाने संशयी वृत्तीने पाहू नये.

ब) हिशेबतपासनीसाने कंपनीच्या कर्मचाऱ्यांवर विश्वास ठेवावा.

क) हिशेबतपासनीस हेरगिरीचे काम करीत नसतो.

ड) हिशेबतपासनीसाने प्रामाणिकपणे काम करावे.

वरील खटल्यामध्ये हिशेबतपासनीसाने कंपनीच्या अधिकाऱ्याने दिलेल्या प्रमाणपत्रावर विश्वास ठेवून आपले कार्य केले आहे. अशा परिस्थितीत हिशेबतपासनीस दोषी ठरत नाही, असा निर्णय दिलेला आहे; कारण सर्वच प्रकारच्या लबाड्या व चुका हिशेबतपासनीसाकडून शोधल्या जातील असे नाही. कर्मचाऱ्यांनी योजनाबद्ध व चलाखीने केलेले गैरप्रकार हिशेबतपासनीसाकडून शोधून काढले जातीलच असे नाही. हिशेबतपासनीस कंपनीच्या जबाबदार अधिकाऱ्यांवर विश्वास ठेवू शकतो. हिशेबतपासनीसाने शंकेखोर वृत्तीने कार्य करू नये; असे असले तरी ज्या ठिकाणी त्याला गैरप्रकार व लबाडी आहे असा संशय येईल, त्या बाबतीत त्याने सखोल तपासणी करावी; गैरप्रकार शोधून काढावेत व आपले कर्तव्य प्रामाणिकपणे पार पाडावे. यावरून हिशेबतपासनीस हा रक्षक आहे भक्षक नाही, असे म्हणता येते.

३.११ कंपनी हिशेबतपासनीसाच्या जबाबदाऱ्या (Liabilities of the Auditor of a Company)

कंपनीच्या व्यवस्थापनामध्ये हिशेबतपासनीस हा जबाबदारीचे पद भूषवित असतो; व त्याला कायदेशीर व इतर महत्त्वाची कर्तव्ये पार पाडावी लागतात. त्याने

आपली कार्ये योग्य काळजी घेऊन व कौशल्याचा वापर करून केली पाहिजेत. हिशेबतपासनीसाच्या निष्काळजीपणामुळे व कर्तव्यभंगामुळे पक्षकाराचे किंवा कंपनीचे नुकसान झाल्यास त्याबद्दल हिशेबतपासनीसाला दोषी ठरविले जाऊ शकते व कंपनीचे नुकसान भरून देण्यास तो जबाबदार धरला जाऊ शकतो. हिशेबतपासनीस मोबदला घेऊन हिशेबतपासणीचे कार्य करीत असतो. संचालक मंडळ, केंद्र सरकार किंवा कंपनीच्या सर्वसाधारण सभेद्वारे हिशेबतपासणीची रितसर नेमणूक होत असते. त्याला आपल्या हिशेबतपासनीसाच्या कार्यामध्ये योग्य काळाजी व कौशल्य वापरावे लागते. परंतु हिशेबतपासनीसाने आपले कार्य योग्य रीतीने न केल्यास हिशेबतपासनीसाच्या अहवालावर विश्वास ठेवून कंपनीला काही नुकसान सहन करावे लागते, तर त्याबद्दल हिशेबतपासनीस जबाबदार असतो. म्हणून हिशेबतपासनीसाने आपले हिशेबतपासणीचे कार्य दक्षतापूर्वक, प्रामाणिकपणे व जबाबदारी ओळखून केले पाहिजे. तथापि हिशेबतपासनीसाची जबाबदारी निश्चित करणे हे अतिशय गुंतागुंतीचे काम आहे.

कंपनी हिशेबतपासनीसाच्या जबाबदाऱ्या खालीलप्रमाणे स्पष्ट करता येतील.

कंपनी हिशेबतपासनीसाच्या जबाबदाऱ्या

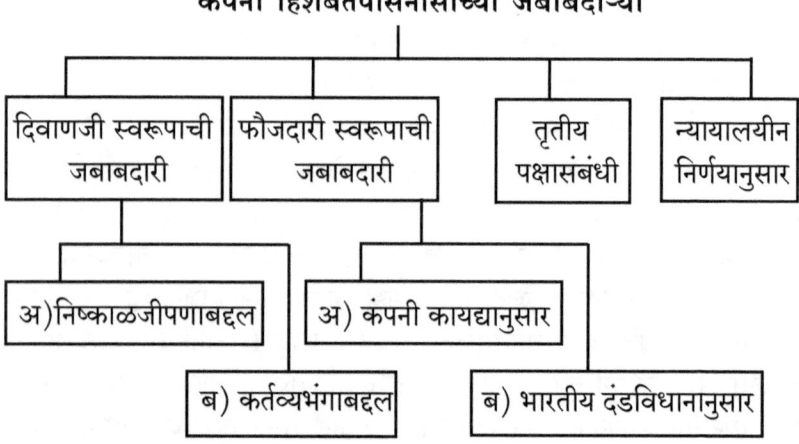

१) दिवाणी स्वरूपाची जबाबदारी (Civil Liability)

हिशेबतपासनीसाची दिवाणी स्वरूपाची जबाबदारी त्याने दाखविलेल्या निष्काळजीपणाबद्दल व कर्तव्यभंगाबद्दल निर्माण होते.

अ) निष्काळजीपणाबद्दल जबाबदारी (Liability of Negligence)

विशिष्ट कार्ये करण्यासाठी हिशेबतपासनीसाची नेमणूक करण्यात आलेली असते. हिशेबतपासनीसाला हिशेबाची तपासणी करावी लागते व नफा-तोटा पत्रक व ताळेबंद यांची तपासणी करून आपला अहवाल भागधारकांना सादर करावा लागतो.

हिशेबतपासनीस हा भागधारकांचा प्रतिनिधी म्हणून कार्य करीत असतो; म्हणून त्याने भागधारकांच्या हिताचे रक्षण केले पाहिजे. हिशेबतपासणी करीत असताना त्यात आढळून येणाऱ्या चुका, गैरप्रकार, लबाड्या, अफरातफरी याबाबत भागधारकांना माहिती द्यावयास पाहिजे. तसेच कंपनीचे नफा–तोटा पत्रक व ताळेबंद तपासून ते कंपनीची योग्य आर्थिक स्थिती दर्शवितात असा अहवाल त्याने द्यावयाचा असतो; अशा प्रकारचे त्याचे कर्तव्य त्याने दक्षतेने केले पाहिजे; जर त्याने कर्तव्यामध्ये चुका केल्या तर त्याच्यावर निष्काळजीपणाचा आरोप ठेवता येतो; असा आरोप सिद्ध झाल्यास त्यामुळे कंपनीचे जे नुकसान होईल ते त्याला भरून द्यावे लागते.

या संदर्भात प्रसिद्ध Leeds Estate Building and Investment Co.Vs Shephard या खटल्यातील निर्णय महत्त्वपूर्ण ठरतो.

खटल्याचे वर्णन : लीड्स इस्टेट बिल्डिंग व इनव्हेस्टमेंट कंपनी या कंपनीचा व्यवसाय कर्ज देण्याचा होता. या कंपनीमध्ये संचालक मंडळाचा मोबदला लाभांशाच्या प्रमाणात ठरविण्यात आला होता. कंपनीच्या नियमावलीनुसार लाभांश हा नफ्यातूनच देण्यात यावा, अशी तरतूद होती. परंतु कंपनीला फक्त एक वर्ष सोडून कोणत्याच वर्षी नफा झाला नाही. मात्र, लाभांशाचे वाटप दरवर्षी होतच राहिले. कंपनीने ताळेबंदात खोटी पदे दाखवून लाभांशाचे वाटप केले व संचालकांना मोबदला दिला. पर्यायाने या कंपनीमध्ये भांडवलातून लाभांश वाटण्यात आला; म्हणून या कंपनीचे संचालक, व्यवस्थापक व हिशेबतपासनीस यांच्यावर त्यांना मिळालेल्या लाभांशाच्या रकमेचा दावा दाखल करण्यात आला.

निर्णय : या खटल्याचा निर्णय देताना न्यायमूर्तींनी हिशेबतपासनीसाला त्याच्या निष्काळजीपणाबद्दल दोषी ठरविले. नुकसानभरपाईबद्दल त्याला जबाबदार धरण्यात आले. हिशेबतपासनीसाने नियमावलीतील तरतुदी न पाहता निष्काळजीपणे हिशेबतपासणीचे काम केले. माल नियमावलीची माहिती नव्हती व मला नियमावलीची प्रत दिली नव्हती असे हिशेबतपासनीसाचे म्हणणे ग्राह्य धरण्यात आले नाही. या संदर्भात हिशेबतपासनीसाने योग्य काळजी घेतली असती, तर हिशेबातील चूक त्याच्या लक्षात आली असती.

ब) कर्तव्यभंगाबद्दल जबाबदारी (Liability for Misfeasance)

आपल्या कर्तव्याचे पालन न करणे किंवा विश्वासघात करणे याला कर्तव्यभंग म्हणण्यात येते. हिशेबतपासनीसाला कर्तव्य न केल्यामुळे, विश्वासघात केल्यामुळे जबाबदार धरता येते. हिशेबतपासणीचे काम करीत असताना नियम व कर्तव्याचे पालन

न करणे व त्याच्यावर टाकलेल्या विश्वासाचा गैरफायदा घेऊन विश्वासघात करणे. याला 'कर्तव्यभंग' असे म्हणता येईल. हिशेबतपासनीसाने कर्तव्यभंग केला किंवा विश्वासघात केला, तर त्याच्यावर आरोप ठेवून खटला भरता येतो. निरनिराळ्या कायदेशीर तरतुदींनुसार हिशेबतपासनीसाची कर्तव्ये स्पष्ट करण्यात आलेली आहेत. उदा. कंपनी कायद्यानुसार निरनिराळ्या कलमांखाली हिशेबतपासनीसाची कर्तव्ये वर्णन केलेली आहेत. ही कर्तव्ये त्याला पार पाडली पाहिजेत. अन्यथा कर्तव्यभंगाबद्दल तो जबाबदार धरला जाईल.

लंडन अँड जनरल बँक खटला (१८९५) : या खटल्यामध्ये हिशेबतपासनीसाला कर्तव्यभंगाबद्दल दोषी ठरविण्यात आले आहे. या खटल्यामध्ये ताळेबंदात मालमत्तेचे मूल्य वाढवून दाखविण्यात आले होते. पर्यायाने लाभांश हा भांडवलातून देण्यात आला. परंतु हिशेबतपासनीसाने भागधारकांना योग्य व सत्य माहिती आपल्या अहवालाद्वारे दिली नाही म्हणून त्याने आपले कर्तव्य योग्यरितीने पार पाडले नाही, त्याबद्दल हिशेबतपासनीसाला जबाबदार धरण्यात आले.

२) फौजदारी स्वरूपाची जबाबदारी (Criminal Liability)

ज्या वेळी हिशेबतपासनीस जाणूनबुजून कायद्याच्या तरतुदीचे पालन करीत नाही. खोटे विधान करतो, लबाडी करतो तेव्हा तो फौजदारी स्वरूपाचा गुन्हा समजला जातो. अशा त्याच्या कृत्यामुळे कंपनीला काही नुकसान सोसावे लागले तर कंपनी हिशेबतपासनीसावर फौजदारी दावा लावू शकते, जर आरोप सिद्ध झाला तर हिशेबतपासनीसाला आर्थिक दंड व तुरुंगवासाची शिक्षा होऊ शकते; जर हिशेबतपासनीसाने ताळेबंदामध्ये किंवा इतर हिशेबपुस्तकांमध्ये खोटी विधाने जाणूनबुजून व त्याच्या परिणामांची कल्पना असताना केली असतील तर तो फौजदारी गुन्हा समजला जातो –

१) हिशेबतपासनीसाने आपला अहवाल सादर करताना जाणूनबुजून खोटे वर्णन करणे.

२) हिशेबपुस्तकांची तपासणी करताना लक्षात आलेले गैरप्रकार कंपनीच्या निदर्शनास न आणता ते लपविण्यास मदत करणे.

३) हिशेबांशी संबंधित असलेली कागदपत्रे, पावत्या, करारपत्रके, हिशेबवह्या नष्ट करणे.

अ) कंपनी कायद्यानुसार फौजदारी जबाबदारी (Criminal Liability under Company Law)

कंपनी कायद्यातील तरतुदीचे योग्य पालन केले नाही तर हिशेबतपासनीसावर

फौजदारी जबाबदारी येऊ शकते. कंपनी कायद्यामध्ये हिशेबतपासनीसाच्या फौजदारी जबाबदारीसंबंधी पुढील तरतुदी आढळून येतात –

१) जर हिशेबतपासनीस आपल्या अहवालामध्ये, विवरणामध्ये, दाखल्यामध्ये, माहितीपत्रकामध्ये (Prospectus) व इतर कागदपत्रांमध्ये जाणूनबुजून खोटी विधाने करीत असेल किंवा जाणूनबुजून काही विधाने वगळत असेल तर त्याच्यावर फौजदारी जबाबदारी येते. त्याला २ वर्षे तुरुंगवास व दंड होऊ शकतो.

२) कंपनीच्या तपासणीचेवेळी हिशेबतपासनीस शपथ घेऊन जाणूनबुजून खोटी साक्ष देत असेल, तसेच कंपनीच्या विसर्जनासंबंधी खोटे प्रतिज्ञापत्र लिहून देत असेल, तर कंपनीच्या कलम ६२९ नुसार त्याच्यावर फौजदारी जबाबदारी येते व त्याला सात वर्षेपर्यंत तुरुंगवास व दंड होऊ शकतो.

३) हिशेबतपासनीसाने सही केलेला हिशेबतपासणीचा अहवाल जर २०१३ च्या कंपनी कायद्याच्या कलम १४३ व १४५ नुसार नियमाप्रमाणे नसेल, तर त्याला १०००रु. पर्यंत दंडाची शिक्षा होऊ शकते.

४) हिशेबतपासनीसाने धोका देण्याच्या उद्देशाने कंपनीची हिशेब पुस्तके, कागद पत्रे, रोखे नष्ट केले किंवा त्यामध्ये खोट्या नोंदी करून बदल केले, तर तो जबाबदार धरला जातो.

५) जर कंपनीचे माहितीपत्रक (Prospectus) प्रसिद्ध करण्याची त्याच्यावर जबाबदारी असेल व त्याने माहितीपत्रकामध्ये खोटी व असत्य विधाने केली असतील तर त्याला २ वर्षे तुरुंगवास व ५००० रु. दंडापर्यंतची शिक्षा होऊ शकते.

६) एखाद्या कंपनीच्या गैरकारभाराबद्दल चौकशी करण्यासाठी केंद्र सरकारने निरीक्षक नेमला असेल आणि हिशेबतपासनीस निरीक्षकाच्या कार्यास योग्य मदत करीत नसेल, तर त्याच्यावर फौजदारी गुन्हा लावता येतो व अशा गुन्ह्यात त्याला सहा महिने तुरुंगवास व २०००रु. पर्यंत दंड होऊ शकतो.

७) कंपनीच्या विसर्जनाच्या वेळी हिशेबतपासनीसाजवळ असलेली हिशेबाची पुस्तके त्याने कंपनीला परत केली पाहिजेत. जर तो ती कागदपत्रे, हिशेबपुस्तके नष्ट करीत असेल किंवा कंपनीला परत करीत नसेल, तर त्याला कैद करून न्यायालयासमोर आणता येते.

८) जाणूनबुजून धोका देण्याच्या हेतुने हिशेबतपासनीस एखाद्या व्यक्तीस कंपनीचे भाग किंवा कर्जरोखे विकत घेण्यास भाग पाडत असेल, तर त्याला ५ वर्षे तुरुंगवास व १०,००० रु. पर्यंत दंड होऊ शकतो.

ब) भारतीय दंडविधान कायद्यानुसार हिशेबतपासनीसाची फौजदारी जबाबदारी (Criminal Liability under Indian Penal Code act.)

हिशेबतपासनीसाने जाणूनबुजून धोका देण्याचे उद्देशाने कार्य केले, तर भारतीय दंड कायद्यानुसार त्याच्यावर फौजदारी स्वरूपाची जबाबदारी येते.

ही जबाबदारी खालील परिस्थितीत निर्माण होऊ शकते.

१) हिशेबतपासनीस न्यायालयात खोटी साक्ष देत असेल तर.

२) खोटे व बनावट प्रमाणपत्र जाणूनबुजून देत असेल तर.

३) पावती परीक्षण करताना लाच स्वीकारत असेल तर.

४) कंपनीच्या मालमत्तेला नुकसान होईल असे कार्य जाणूनबुजून करीत असेल तर.

५) कंपनीच्या हिशेब खात्यांमध्ये जाणूनबुजून खोट्या नोंदी करून गडबड करीत असेल तर.

६) बनावट कागदपत्रे तयार करण्यामध्ये प्रत्यक्ष किंवा अप्रत्यक्ष मदत करीत असेल तर.

७) जाणूनबुजून चुकीची माहिती व चुकीचे मार्गदर्शन करीत असेल तर.

३) तृतीय पक्षासंबंधी हिशेबतपासनीसाची जबाबदारी (Liability of Auditor Towards Third Party)

हिशेबतपासनीसाने केलेल्या हिशेबतपासणीचा कंपनी व्यतिरिक्त इतरांनाही फायदा होतो. कंपनीच्या तपासलेल्या वार्षिक खात्यांवर इतर व्यक्ती व संस्था विश्वास ठेवतात व त्यावरून कंपनीशी व्यापारी व्यवहार करीत असतात. या इतर व्यक्ती व संस्था यामध्ये सावकार, बँका, करवसुली करणारे अधिकारी, भागधारक इ. चा समावेश होतो. अशा तृतीय पक्षासंबंधी हिशेबतपासनीस जबाबदार ठरतो काय? असा प्रश्न या ठिकाणी निर्माण होतो. हिशेबतपासनीसाच्या निष्काळजीपणामुळे व कर्तव्यभंगामुळे हिशेबतपासनीस तृतीय पक्षाच्या नुकसानीस जबाबदार राहतो काय? या बाबतीत न्यायालयीन निर्णयानुसार हे स्पष्ट झाले आहे की, हिशेबतपासनीसावर अवलंबून राहात नाही. तृतीय पक्ष व हिशेबतपासनीस यांच्यामध्ये कोणताही करार झालेला नसतो; कारण हिशेबतपासनीसाची नेमणूक कंपनीने केलेली असते. तृतीय पक्षासंबंधी हिशेबतपासनीसाची कोणतीही जबाबदारी नसते.

आयकर आयुक्त, मद्रास विरूद्ध जी. एम. दांडेकर (१९५२)

या खटल्यातील निर्णयावरून हिशेबतपासनीसाची तृतीय पक्षासंबंधीची जबाबदारी स्पष्ट झालेली आहे. जी.एम.दांडेकर यांना आयकारचे रिटर्न्स् तयार करुन

सादर करण्याचे कार्य सांगितले. दांडेकर यांनी संबंधित पक्षकाराच्या हिशेबांची तपासणी केली व आयकराचे रिटर्नस भरून आयकर अधिकाऱ्याकडे सादर केले. आयकरचे निर्धारण करताना हिशेबात चुका आढळून आल्या. तेव्हा आयकर आयुक्ताने जी. एम. दांडेकर यांचेवर निष्काळजीपणाचा आरोप लावला. न्यायालयाने असा निर्णय दिला की, 'जी. एम. दांडेकर हे आपल्या कार्यासाठी आयकर आयुक्ताशी जबाबदार नाहीत. आयकर विभागाशी दांडेकर यांचा संबंध येत नाही. दांडेकर यांनी आपल्या पक्षकारासाठी काम केलेले आहे. त्यामुळे जी. एम. दांडेकर यांनी कोणताही निष्काळजीपणा दाखविलेला नाही. म्हणून ते जबाबदार ठरत नाही.'

परंतु जर तशी परिस्थिती राहून तृतीय पक्षाचे नुकसान झाले, तर अशा परिस्थितीत हिशेबतपासनीस जबाबदार राहातो. त्याने कोणत्याही प्रकारचे धोकायुक्त कार्य किंवा कपट केले असेल, तर तो तृतीय पक्षास जबाबदार राहील. जर हिशेबतपासनीसाने आपल्या अहवालात जाणूनबुजून खोटी माहिती दिली असेल तर आणि त्या माहितीवर विसंबून राहून तृतीय पक्षाचे नुकसान झाले, अशा परिस्थिती हिशेबतपासनीस जबाबदार राहतो.

४) हिशेबतपासनीसाच्या जबाबदारीच्या संदर्भात काही न्यायालयीन निर्णय (Legal Decisions as Regards Auditor's Liabilities)

१)Irish Woollen Co.Ltd. Vs. Tyson and Other (1900) खटल्याचे वर्णन : या खटल्यातील वर्णनानुसार सदर कंपनीचे हिशेबपुस्तकामध्ये चुकीच्या नोंदी होत्या. त्यामध्ये शिल्लक माल व व्यापारी कर्जाचे मूल्य वाढवून नोंदविले होते. तसेच व्यापारी देणी कमी किमतीला दाखविली होती. त्यामुळे कंपनीचा नफा वास्तव नफ्यापेक्षा जास्त दाखविला गेला व भांडवलातून लाभांश वाटण्यात आला. या हिशेबतपासणीमध्ये हिशेबतपासनीसाने आपल्या सहकाऱ्यांकडून हिशेबतपासणीचे काम करुन घेतले व स्वतः थोड्या प्रमाणात तपासणी केली. कंपनीने असा दावा केला की, हिशेबतपासनीसाने निष्काळजीपणा दाखविला म्हणून चुका उघडकीस आल्या नाहीत. जर हिशेबतपासनीसाने शिल्लक मालाचे मूल्यांकन बरोबर केले आहे किंवा नाही ते पाहिले असते, सावकारांकडून हिशेब पत्रके मागविली असती व हिशेबपुस्तकांची विस्तृत तपासणी स्वतः केली असती, तर चुका व लबाड्या उघडकीस आल्या असत्या.

न्यायालयाचा निर्णय : या खटल्याचा निर्णय देताना न्यायमूर्तींनी असे म्हटले आहे की, ''हिशेबतपासनीसाने आपल्या सहकाऱ्यांकडून कामे करून घेतली ही बाब सर्वसाधारण आहे व अयोग्य नाही; कारण मोठ्या संस्थांमध्ये हिशेबतपासनीस सर्व तपासणी स्वतः करु शकत नाही. त्याचबरोबर शिल्लक मालाचे मूल्यांकन योग्य लावले किंवा नाही

हे हिशेबतपासनीसाचे काम नाही. परंतु हिशेबतपासनीसाने सावकारांकडून हिशेबाची विवरणे मागितली असती तर चूक उघडकीस आली असती. त्यामुळे या बाबतीत हिशेबतपासनीसाने निष्काळजीपणा दाखवला. त्यामुळे त्याने आपले कर्तव्य बरोबर केले नाही; म्हणून तो नुकसानभरपाई करून देण्यास जबाबदार ठरतो.''

२)London Oil Storage Co.Vs.Seear, Hasluck Co.1904. खटल्याचे वर्णन : या खटल्यातील हकिकतीनुसार हिशेबतपासनीसाने लघुरोकड पुस्तकातील शिल्लक रु. ७९६ ची तपासणी केली. हिशेबतपासणीच्या सहकाऱ्याने लघुरोकड पुस्तकातील नोंदी तपासल्या. मात्र, त्याने प्रत्यक्षात रोख रक्कम मोजून पाहिली नाही. प्रत्यक्षात फक्त ३०रु. चीच रोकड होती. त्यामुळे लघुरोखपालाने ७६६ रु. गहाळ केल्याची चूक हिशेबतपासनीसाला समजली नाही. संचालक मंडळाने हिशेबतपासनीसावर निष्काळजीपणाचा आरोप ठेवला. जर हिशेबतपासनीसाने रक्कम प्रत्यक्ष मोजून पाहिली असती तर लबाडी उघडकीस आली असती, असा दावा केला.
हिशेबतपासनीसाने असे समर्थन केले की, संचालक मंडळाच्या चुकीमुळेच लघुरोखपालास लबाडी करण्याची संधी मिळाली; कारण लघुरोखपालाकडे एवढी मोठी रक्कम देण्याची आवश्यकता नसते.

निकाल : न्यायमूर्तींनी असा निकाल दिला की, ''संचालक मंडळाच्या निष्काळजीपणाखाली हिशेबतपासनीसाला आपली जबाबदारी टाळता येणार नाही. मोठी रक्कम लघुरोखपालाकडे देण्याचा निष्काळजीपणा संचालक मंडळाने केला असला, तरी हिशेबतपासनीसाने आपल्या कामात निष्काळजीपणा दाखवू नये. या खटल्यात हिशेबतपासनीसाने रोखपुस्तकातील नोंदीबरोबरच प्रत्यक्षात रक्कम मोजून पाहायला हवी होती, ते त्याचे कर्तव्य आहे. त्याने आपल्या कामात निष्काळजीपणा दाखविला त्यामुळे हिशेबतपासनीस जबाबदार ठरतो व हिशेबतपासनीसाने नुकसानभरपाई द्यावी.'' असा निर्णय दिला.

यावरून हिशेबतपासणी करताना संचालकांच्या निष्काळजीपणाखाली तो आपली जबाबदारी टाळू शकत नाही.

३) The West Minister Road Construction Co.Ltd.(1932) खटला :

या कंपनीने हिशेबपुस्तकांमध्ये व्यवसायातील काही देणी दाखविली नाहीत. विशेषतः काही खरेदीची बीजके नोंदविली गेली नाहीत. त्यामुळे देणी कमी दाखविण्यात आली व नफा जास्त दाखविण्यात आला. हिशेबतपासनीसावर निष्काळजीपणाचा आरोप ठेवण्यात आला.

निर्णय : निर्णय देताना न्यायमूर्तींनी असे म्हटले आहे की, ''केवळ ताळेबंद योग्य रीतीने तयार केलेला आहे व सादर केलेला आहे एवढेच पाहणे हिशेबतपासनीसाचे काम नाही. ताळेबंदातील देणी व मालमत्ता यांची योग्य बारकाईने तपासणी करणे आवश्यक असते. या खटल्यात हिशेबतपासनीसाने सर्व बीजकांची तपासणी केली असती तर चूक लक्षात आली असती. ताळेबंदात सर्व देणी हिशेबात घेतली आहेत हे पाहणे हिशेबतपासनीसाचे कर्तव्य आहे. त्याने या संदर्भात निष्काळजीपणा दाखविला म्हणून तो दोषी ठरतो.''

४) **Armitage Vs.Brewer and Knott (1932)** : या खटल्यातील हकिकतीनुसार सेवकाने पगारपत्रकामध्ये खोटी माहिती व चुकीचे हिशेब लिहून मोठी अफरातफर केली हा सेवक हजेरीपत्रके, पावत्या तयार करणे, पगारपत्रके तयार करणे इ. कामे करीत होता. या संस्थेत अंतर्गत नियंत्रण पद्धतीचा उपयोग केला गेला नाही. हिशेबतपासनीसाने हिशेबतपासणी करूनही हा प्रकार उघडकीस आला नाही. त्यामुळे निष्काळजीपणाचा हिशेबतपासनीसावर आरोप ठेवण्यात आला.

निर्णय : या खटल्याचा निर्णय देताना न्यायमूर्तींनी असे स्पष्ट केले की, ''हिशेबतपासनीसाने रोख रक्कम देण्याच्या व्यवहारासंबंधी सखोल पावती परीक्षण करायला पाहिजे. पगारपत्रके, पावत्या, आकडेमोड करणे, रोकड पुस्तकातील नोंदी इ. तपासणी करून हिशेबांची तपासणी करायला पाहिजे. एखादी बाब लहान स्वरूपाची आहे म्हणून त्याकडे दुर्लक्ष करता येणार नाही.'' या खटल्यात निष्काळजीपणाबद्दल हिशेबतपासनीसाला जबाबदार धरण्यात आले.

५) **The Kingston Cotton Mills Co.LTd.(1896) खटला** : या खटल्यामध्ये कंपनीच्या अधिकाऱ्यांनी शिल्लक मालाची किंमत आहे त्यापेक्षा जास्त दाखविली होती. हिशेबतपासणी करताना हिशेबतपासनीसाने शिल्लक मालाचे मूल्यांकन केले नाही परंतु त्याबाबत कंपनीच्या अधिकाऱ्याचे प्रमाणपत्र मिळविले. व या प्रमाणावर विसंबून राहून त्याने शिल्लक मालाचे मूल्यांकन केले. हे मूल्यांकन अनेक वर्षे असेच होत राहिले. त्यामुळे नफा वाढवून दाखविला गेला व पर्यायाने भांडवलातून लाभांश दिला होता. या खटल्यात हिशेबतपासनीसावर निष्काळजीपणाचा आरोप ठेवण्यात आला. हिशेबतपासनीसाने असे समर्थन केले की, ''शिल्लक मालाचे मूल्यांकन करताना संशय घेण्यासारखे काही नव्हते व कंपनीतील जबाबदार अधिकाऱ्याच्या प्रमाणपत्रावर मी विसंबून राहिलो. त्यामुळे मी निष्काळाजीपणा न दाखवता जरूर ती दक्षता घेतली आहे.''

निर्णय : या खटल्याचा निर्णय देताना न्यायाधीशांनी असे म्हटले आहे की, ''शिल्लक मालाचे मूल्यांकन करणे हे हिशेबतपासनीसाचे काम नाही. मोठ्या व्यवसायसंस्थेत

प्रमाणपत्रावर विश्वास ठेवला, म्हणून त्याने कामामध्ये दुर्लक्ष केले असे म्हणता येत नाही. हिशेबतपासनीस हा कोणी हेर नसतो. त्याने कंपनीच्या अधिकाऱ्याकडे संशयी वृत्तीने पाहण्याची आवश्यकता नाही. त्याने जबाबदार व्यक्तीवर विश्वास ठेवला. यावरून हिशेबतपासनीसावर बेजबाबदारपणाचा आरोप सिद्ध होत नाही.'' या खटल्यात हिशेबतपासनीस निर्दोष ठरला.

६) युनियन बँक ऑफ अलाहाबाद (१९२५) खटला : या खटल्यामध्ये बँक मॅनेजरने आपल्या नातेवाईकांना कर्ज देताना लबाडी केली; आपल्या नातेवाईकांना त्याने कमी किमतीच्या तारणावर कर्ज दिले, त्यामुळे बँकेची गुंतवणूक अयोग्य स्वरूपाची झाली. हिशेबतपासनीसाने ही लबाडी उघडकीस आणली नाही. हिशेबतपासनीसावर कर्तव्यभंगाचा आरोप ठेवण्यात आला.

निर्णय : न्यायमूर्तींनी असा निर्णय दिला की, ''हिशेबतपासनीसाने जबाबदारी व दक्षतेने आपले कार्य केले नाही. त्याने काळजीपूर्वक व दक्षतेने तपासणी केली असती तर लबाडी उघडकीस आली असती. आपल्या कर्तव्याचे योग्य पालन केले असते तर त्याला खरी परिस्थिती समजली असती.'' म्हणून या खटल्यात हिशेबतपासनीसावर कर्तव्यभंगाचा आरोप सिद्ध झाला व त्याला कर्तव्यभंगाबद्दल दोषी ठरविण्यात आले.

सराव प्रश्न

खालील प्रश्नांची उत्तरे २०शब्दांत लिहा.

१) व्यक्तीस हिशेबतपासनीस होण्यासाठी कोणती पात्रता असावी लागते?

२) हिशेबतपासनीस किती कंपन्याची हिशेबतपासणी करु शकतो?

३) पहिल्या हिशेबतपासनीसाची नियुक्ती कशी केली जाते?

४) हिशेबतपासनीसाची हकालपट्टी कशी केली जाते?

५) विशेष हिशेबतपासणी म्हणजे काय?

६) सरकारी कंपनीच्या हिशेबतपासनीसाची नेमणूक कोण करते?

७) दिवाणी स्वरूपाची जबाबदारी म्हणजे काय?

८) फौजदारी स्वरूपाची जबाबदारी म्हणजे काय?

९) निष्काळजीपणा म्हणजे काय?

१०) कर्तव्यभंग म्हणजे काय?

खालील प्रश्नांची उत्तरे ५० शब्दात लिहा.

१) हिशेबतपासनीसाची पात्रता सांगा.

२) हिशेबतपासनीसाच्या अपात्रता सांगा.

३) हिशेबतपासनीसाच्या मोबदल्याचे स्पष्टीकरण करा.

४) हिशेबतपासनीसाची तृतीय पक्षाबद्दलची जबाबदारी स्पष्ट करा.

५) हिशेबतपासनीसाचे महत्त्व स्पष्ट करा.

६) कंपनी हिशेबतपासनीसाचे स्थान स्पष्ट करा.

७) हिशेबतपासनीसाचे कंपनी कायद्यानुसार कर्तव्य स्पष्ट करा.

८) हिशेबतपासनीसाच्या दिवाणी जबाबदारीचे वर्णन करा.

९) हिशेबतपासनीसाच्या फौजदारी जबाबदारी स्पष्टीकरण करा.

१०) हिशेबतपासनीसाची विशेष ठरावाद्वारे केव्हा नियुक्ती होते?

खालील प्रश्नांची उत्तरे १५० शब्दात सांगा.

१) हिशेबतपासनीसाच्या पात्रता व अपात्रतेचे वर्णन करा.

२) हिशेबतपासणीची नेमणूक कशी केले जाते?

३) हिशेबतपासनीसाचे अधिकार स्पष्ट करा.

४) कंपनी हिशेबतपासनीसाचे स्थान स्पष्ट करा.

५) हिशेबतपासनीसाची कर्तव्ये स्पष्ट करा.

६) न्यायालयीन निर्णयानुसार हिशेबतपासणीची कर्तव्ये स्पष्ट करा.

७) हिशेबतपासनीसाच्या जबाबदाऱ्या स्पष्ट करा.

८) हिशेबतपासनीसाची नेमणूक व हकालपट्टीबद्दल कायद्यातील तरतुदी सांगा.

९) हिशेबतपासणीच्या फौजदारी जबाबदाऱ्या कोणत्या?

१०) हिशेबतपासनीसाच्या अपात्रता सांगून त्याची केव्हा हकालपट्टी केली जाते.

खालील प्रश्नांची उत्तरे ३०० ते ५०० शब्दांत लिहा.

१) कंपनी हिशेबतपासनीसाचे अधिकार व कर्तव्यांची चर्चा करा.

२) हिशेबतपासनीस 'रक्षक आहे भक्षक नाही' या विधानांच्या संदर्भात हिशेब
तपासणीसाच्या कर्तव्यांचे वर्णन करा.

३) कंपनी हिशेबतपासनीसाच्या दिवाणी व फौजदारी जबाबदाऱ्याचे वर्णन करा.

४) कंपनी हिशेबतपासनीसाची नेमणूक, मोबदला व काढून टाकणे याबाबत १९५६
कंपनी कायद्यातील तरतुदी स्पष्ट करा.

५) कंपनीचे पहिले व त्यानंतर हिशेबतपासनीस कसे नियुक्त केले जातात. त्यांच्या
पात्रता, अपात्रता व हकालपट्टीबाबत कंपनी कायद्यातील तरतुदी स्पष्ट करा.

४ | कर अंकेक्षण

(Tax Audit)

४.१ प्रस्तावना (Introduction)

प्राप्तीकर कायदा, १९६१ हा भारतातील कर व्यवस्थेचे नियमन करतो. या कायद्यानुसार व्यक्तीचे किंवा संस्थेचे उत्पन्न हे करपात्र मर्यादेपेक्षा जास्त असल्यास त्याच्यावर विद्यमान कर दरानुसार कर आकारला जातो. भारतीय आयकर कायद्यात करदेयतेसंबंधी विविध सवलती, सूट देण्यात आल्या आहेत. त्यामुळे करदेय उत्पन्न निश्चित करण्यासाठी या सर्व बाबी विचारात घेणे आवश्यक असते. यासाठी कंपनीच्या

आर्थिक लेख्यांचे कर अंकेक्षण करावे लागते. भारतीय आयकर कायद्यानुसार करदेय कंपन्यांना कर अंकेक्षण करणे बंधनकारक असते. विद्यमान कायद्यानुसार जर एखाद्या व्यावसायिक व्यक्तीचे एकूण वार्षिक उत्पन्न २५ लाख रुपयांपेक्षा जास्त असेल तर त्यास त्या उत्पन्नाचे कर अंकेक्षण करून घेणे बंधनकारक असते, अव्यावसायिक व्यक्तींच्या बाबतीत ही मर्यादा दहा लाख रुपये एवढी निर्धारित करण्यात आली आहे. कर अंकेक्षण हे सनदी अंकेक्षकामार्फत करण्यात यावे अशी कायद्यात तरतूद करण्यात आली आहे. कर अंकेक्षक अंकेक्षण प्रक्रिया पार पाडून त्या व्यक्तीस किंवा कंपनीस कर अंकेक्षणाचे प्रमाणपत्र बहाल करीत असतो. करदात्यास कर अंकेक्षण करून घेण्यासाठी, कर सवलत मिळविण्यासाठी विविध प्रकारचे विहित नमुन्यातील फॉर्म्स भरून आयकर विभागाकडे सादर करावे लागतात. सरकार विविध करसवलती जाहीर करीत असते. या सवलतींचा लाभ घेण्यासाठी कर सवलत प्रमाणपत्रीकरण करून घ्यावे लागते. या प्रकरणात आपण अंकेक्षक, आयकर कायद्यानुसार अंकेक्षकाची अंकेक्षणातील भूमिका, कर सवलत मिळविण्यासाठीचे प्रमाणपत्रीकरण, निवडक कर अंकेक्षण, संगणकीकृत प्रणालीनुसार अंकेक्षण करण्यासाठीचे विहित नमुन्यातील फॉर्म्स यांचा अभ्यास करणार आहोत.

आयकर अधिनियम १९६१ नुसार, विशिष्ट उद्दिष्टे पूर्ण करण्यासाठी सार्वजनिक धर्मदाय संस्था तसेच नॉन कॉर्पोरेट करदात्यांना त्यांच्या लेखांचे लेखापरीक्षण करण्यासाठी अनेक तरतुदी दिलेल्या आहेत. या कायद्यानुसार कलम १२ अ, ३५ ड, ३५ ई, ४४एबी, ८० आय अ, ८० आय ब, ८० आय क, ८० आय ड, ८० आय ई व कलम १४२ (२अ) इ.कलमे दिलेली आहेत. या कलमांनुसार अथवा तरतुदींनुसार, प्रत्येक व्यक्ती अथवा संस्थेने आपल्या हिशेबांचे लेखापरीक्षण कराच्या हेतूने करणे आवश्यक आहे.

४.२ कर अंकेक्षण (Tax Audit)

भारतीय आयकर कायद्यानुसार करपात्र व्यक्तींनी अगर कंपन्यांनी त्यांच्या करदेय असलेल्या उत्पन्नाचे अंकेक्षण करणे आवश्यक आहे. यानुसार पात्र चार्टर्ड अकाउंटंट्स कडून कर अंकेक्षण करून घेतले जाते. सन २०१३ मध्ये जाहीर करण्यात आलेल्या अधिसूचनेनुसार कर अंकेक्षणचा अहवाल इलेक्ट्रॉनिक पद्धतीने सादर करणे बंधनकारक करण्यात आले आहे.

अ) कर अंकेक्षण : अर्थ (Meaning)

कर अंकेक्षण म्हणजे अचूक करदेय उत्पन्न काढण्यासाठी आर्थिक हिशोबांचे मान्यताप्राप्त लेखापालाने केलेले परीक्षण होय. तसेच आयकर कायद्याची पूर्तता करून कायद्याप्रमाणे आवश्यक त्या कपातीचा दावा करण्यासाठी केलेली अटींची पूर्तता होय.

ब) कर अंकेक्षण : व्याख्या (Defination)

'भारतीय आयकर कायदा, १९६१ च्या कलम ४४ एबी नुसार करदेय व्यक्तींचे व व्यावसायिक संस्थांचे करण्यात येणारे अंकेक्षण म्हणजेच कर अंकेक्षण होय.'

४.३ कर अंकेक्षक (Tax Auditor)

कायद्यातील तरतुदीनुसार वैयक्तिक व व्यावसायिक हिशोबलेख्यांची तपासणी करणाऱ्या व्यक्तीस अंकेक्षक असे म्हणतात.

आयकर कायद्याच्या अंतर्गत खात्यांचे अंकेक्षण/लेखापरीक्षण कोण करू शकतो? याबाबत, कायद्यामध्ये तरतुदी दिलेल्या आहेत. चार्टर्ड अकाउंटंट्स कायदा १९४९ मध्ये अंकेक्षकाची व्याख्या देण्यात आली आहेत. १९४९ च्या चार्टर्ड अकाउंटंट्स कायद्यानुसार अंकेक्षक म्हणजे एक अशी व्यक्ती की, जी चार्टर्ड अकाउंटंट्स आहे आणि ज्या व्यक्तींची कंपनी कायद्याच्या कलम २२६(२) अनुसार कंपनीचा अंकेक्षक म्हणून नियुक्त होण्यास पात्र आहे अशी व्यक्ती. कोणतीही चार्टर्ड अकाउंटंट्स व्यक्ती जी प्रॅक्टिस/ सराव करीत असेल अथवा नसेल ती व्यक्ती लेखापाल या सदरात मोडली जाईल. परंतु चार्टर्ड अकाउंटंट कायदा १९४९ च्या कलम ७ नुसार ज्या व्यक्तीस अंकेक्षण (हिशोबतपासणी) करावयाचे आहे त्यांनी मात्र प्रॅक्टिस करण्याचे सर्टिफिकेट प्राप्त करणे गरजेचे आहे. कोणतीही चार्टर्ड अकाउंटंट व्यक्ती सरावाचे प्रमाणपत्र असल्याशिवाय लेखापरीक्षण/अंकेक्षण करू शकणार नाही. आयकर कायद्यानुसार करावे लागणारे अंकेक्षण देखील त्यांना करता येणार नाही. पुढे हेही विचारात घेतले जाऊ शकते की, कौन्सिलच्या ठरावानुसार १.४.२००५ पासून जी व्यक्ती अर्धवेळ प्रॅक्टिस/ सराव (जिच्याकडे सरावाचे प्रमाणपत्र आहे) करत आहे आणि ती स्वतः इतर व्यवसाय/ उद्योगामध्ये व्यस्त आहे ती व्यक्ती लेखापरीक्षणास पात्र नाही.

४.३.१ अर्थ (Meaning)

आयकर कायद्याच्या अंतर्गत कर अंकेक्षण अनुमती फक्त चार्टर्ड अकाउंटंट्सला दिलेली आहे. परंतु २०१३ च्या डायरेक्ट टॅक्स कोडनुसार चार्टर्ड अकाउंटंट बरोबरच ज्यांनी कंपनी सेक्रेटरी व कॉस्ट अकाउंटंट या पदव्या घेतलेल्या आहेत त्यांनासुद्धा फार अंकेक्षण करता येते.

प्रस्तावित, डायरेक्ट टॅक्स कोडच्या कलम ८८ अनुसार ज्या व्यक्तीला डायरेक्ट टॅक्स कोड २०१३ च्या अंतर्गत त्याची खात्यांची, पुस्तकांचे लेखापरीक्षण करावे लागते व अंकेक्षण/लेखापरीक्षण एका वैधानिक लेखापरीक्षकाकडून करून घ्यायची आवश्यकता असते.

कलम ३२०(२) अनुसार 'लेखपाल' म्हणजे सीए, सीएस आणि आय सी

डब्ल्यू ए ज्यांच्याकडे शैक्षणिक प्रमाणपत्र व सरावाचे प्रमाणपत्र आहे अशा व्यक्ती.

४.३.२ व्याख्या (Definition)

डायरेक्ट टॅक्स कोड २०१३ [कलम ३२०(२)] नुसार,

'लेखापाल' म्हणजे चार्टर्ड अकाउंटंट्स १९४९ च्या कायद्यानुसार एक चार्टर्ड अकाउंटंट्स परीक्षा पास असणारी व ज्याच्याकडे अधिनियमाच्या कलम ६ पोट कलम (१) अंतर्गत सरावाचे वैध प्रमाणपत्र आहे अशी व्यक्ती किंवा त्याचप्रमाणे खालील व्यक्ती

१) CS कंपनी कायद्याच्या १९८० नुसार

२) ICWA, ICWAI कायदा १९५९ नुसार

३) मंडळ अशी पात्रता असलेल्या कोणत्याही व्यक्तीस जिच्याकडे सरावाचे प्रमाणपत्र आहे अशा व्यक्तीस परवानगी देऊ शकतात.

४.४ कर अंकेक्षकांची व्याप्ती (Scope of Tax Auditor)

१) आयकर कायद्यातील कलम ४४ एबीनुसार तसेच सनदी लेखापाल कायदा १९४९ च्या कलम ३८ नुसार व कंपनी कायदा २०१३ च्या कलम २२६(२) नुसार कर अंकेक्षकांची नेमणूक केली जाऊ शकते.

२) आयकर कायद्याच्या कलम ४४ एबीनुसार व्यक्तींच्या हिशोबांचे अंकेक्षण करण्याची तरतूद करण्यात आली आहे. जर एखाद्या व्यक्तीने त्याच्या व्यवसाय आणि धंदा/पेशा यांच्या खात्यांचे अंकेक्षण विशिष्ट तारखेच्या पूर्वी अंकेक्षकाकडून करून घेतल्यास व त्या निश्चित तारखेला विहित नमुन्यात सादर केल्यास अशा लेखापालास कलम ४४एबी अनुसार याची माहिती द्यावी लागते. अर्थ अधिनियम २००१ च्या दुरुस्तीनुसार लेखापरीक्षण हे फक्त चार्टर्ड अकाउंटंट/प्रमाणित लेखापरीक्षकाकडूनच करावे. त्यानुसार सहकारी संस्थांचे लेखापरीक्षण सनदी लेखापरीक्षक - चार्टर्ड अकाउंटंट व्यतिरिक्त ४४एबी च्या कलमानुसार त्या व्यक्तीस खात्यांचे लेखापरीक्षण करून विहित नमुन्यात अंकेक्षण अहवाल (Audit Report) तयार करणे बंधनकारक आहे.

३) कर अंकेक्षण करताना सनदी लेखापाल (चार्टर्ड अकाउंटंट) किंवा सनदी लेखापालांच्या संस्थेतून अंकेक्षण केले जात असेल तर त्या भागीदारी संस्थेच्या सनदी लेखापालास भागीदार म्हणून अंकेक्षण अहवालावर सही करून त्यावर त्याचा सभासद क्रमांक लिहिणे आवश्यक असेल व तसेच इ.फायलिंग पोर्टलवर त्याचा सभासद क्रमांक नोंदविणे बंधनकारक असेल. ४४एबी अनुसार फक्त चार्टर्ड अकाउंटंटकडूनच ऑडीट/ लेखापरीक्षण करावे. कलम ४४एबी अनुसार फक्त कंपनी कायदा किंवा इतर विधी अंतर्गत

वैधानिक लेखापरीक्षकाचीच ऑडीट (लेखापरीक्षण) करावे असे नाही. अशा कर ऑडीट (अंकेक्षण/लेखापरीक्षण) वैधानिक लेखापरीक्षक किंवा पूर्ण वेळ सराव करणाऱ्या कोणत्याही चार्टर्ड अकाउंटंट कडून करून घेतली जाते.

४) आयकर कायद्याअंतर्गत कलम ४४ एबीनुसार अंकेक्षकाला/चार्टर्ड अकाउंटंटने वर्षात ज्या लेखापरीक्षकाने लेखापरीक्षक म्हणून काम पाहिले त्या निवृत्त लेखापरीक्षकाची चौकशी केल्याशिवाय नियुक्ती पत्र स्वीकारू नये.

खालील कारणांमुळे नियुक्तीपत्र स्वीकारले जाणार नाही.

१) कंपनी कायद्याच्या कलम २२४ आणि २२५ जे ICAI ने नैतिकतेच्या कोडमध्ये नमूद केले आहे. त्याचे पालन न केल्यास.

२) कंपनी कायद्याच्या अंतर्गत खालावलेल्या/आजारी असलेल्या युनिटच्या बाबतीत अंकेक्षण करून घेणाऱ्याकडून अविवादीत ऑडीट फी न भरल्यामुळे.

३) अपात्र अहवाल दिल्यास.

५) नवीन येणाऱ्या अंकेक्षकाची नियुक्ती कलम ४४ एबीमध्ये नमूद केल्याप्रमाणे होते. त्यास मिळालेले नियुक्ती पत्रावर पात्र व्यक्तीच्या कलम १४०च्या तरतुदीनुसार साध्य झाल्या पाहिजेत. नवीन अंकेक्षकाची नियुक्ती करताना आधीच्या (मागील) वर्षात अंकेक्षण केलेल्या लेखापरीक्षकास अशा नवीन अंकेक्षकाच्या नियुक्तीचे माहितीचे पत्र द्यावे लागते. पत्र हे त्या कर अंकेक्षकाच्या नाव व पत्त्यासहित दिले जाते. अशा अंकेक्षकाचा मोबदला एस ए २१० नुसार दिला जातो.

६) अंकेक्षण अहवाल तयार करण्याअगोदर लेखापरीक्षकास करदात्याकडून त्याची खरी माहिती गोळा करावी लागेल कारण त्यामध्ये वेगळेपणा येऊ नये.

७) ज्या कंपनीचे अंकेक्षण करावयाचे आहे त्या कंपनीचा अधिकारी किंवा नोकर अंकेक्षण करू शकत नाही. मात्र, परिषदेच्या निर्णयानुसार चार्टर्ड अकाउंटंट कोणत्याही आर्थिक विवरणावर आपले मत व्यक्त करू शकत नाही.

८) व्यावसायिक अंकेक्षकांच्या व्यवसायाचे अंकेक्षण त्याच संस्थेचा कामगार किंवा भागीदार करू शकत नाही.

९) सीए/सीए फर्म जे करदात्याचे कर सल्लागार म्हणून नियुक्त आहेत ते कलम ४४ एबीअनुसार कर अंकेक्षण करू शकतात. परंतु अंतर्गत अंकेक्षक जर तो त्या करदात्याचा कामगार असेल तर तो असे अंकेक्षण करू शकत नाही.

१०) लेखापरीक्षकास लेखापरीक्षणाचा अहवाल इ.पोर्टलवर थेट दाखल करणे आवश्यक आहे.

११) आयसीएआय ने १३ जाने. १९८९मध्ये जाहीर केलेल्या मार्गदर्शक सूचनेनुसार कर अंकेक्षणावर मर्यादा आहे त्या किती कराव्यात यालाही मर्यादा आहेत.

४.५ कर अंकेक्षकाची भूमिका (Role of Tax Auditor)

आयकर कायद्यातील तरतुदीनुसार प्रत्येक अंकेक्षकास अंकेक्षणांचे काम करावे लागते. शास्त्रशुद्ध व तत्त्वनिष्ठ प्रणालीचा वापर करून अंकेक्षकाने खालीलप्रमाणे आपली भूमिका पार पाडली पाहिजे.

१) करदात्यांचे प्रकार : कर अंकेक्षकाने प्रथम करदात्याचा कोणता प्रकार आहे तो पहावा. कलम ४४एबी नुसार करदात्याला कराव्या लागणाऱ्या अनिवार्य कर अंकेक्षणाच्या अटी दिलेल्या आहेत. चार्टर्ड अकाउंटंट्सकडून पुढे नमूद केलेल्या करदात्यांना आपले हिशोब तपासून देऊन एका विशिष्ट पुरस्कृत फॉर्ममध्ये निर्दिष्ट तारखेच्या आत आपला अंकेक्षण अहवाल सादर करावा लागतो.

१) व्यावसायिक करदाते : व्यवसाय करणाऱ्या ज्या करदात्यांची वार्षिक उलाढाल या व्यवसायाची मागील वर्षातील सकल प्राप्ती/ढोबळ प्राप्ती रु.६०/- लाखांपेक्षा अधिक असेल असे करदाते.

२) पेशेवाईक व्यक्ती करदाते : ज्या पेशेवाईक करदात्यांची सकल प्राप्ती कर वर्षात रु.२५ लाखांपेक्षा अधिक आहे असे करदाते कर अंकेक्षण करून घेण्यास पात्र असतात.

३) जे करदाते कलम ४४एबी, ४४एइ, ४४एएएफ, ४४बीबी व ४४ बीबीबी अंतर्गत मोडतात : अशा प्रकारचे करदाते असा दावा करतात की, त्यांचे व्यवसायापासूनचे उत्पन्न हे सदरहू कलमांतर्गत काढलेल्या गृहीत धरल्या जाणाऱ्या उत्पन्नापेक्षा कमी आहे.

२) सकल प्राप्ती : आयकर कायदा, १९६१ च्या कर अंकेक्षणाच्या कलम ४४एबी करिता निर्गमित केलेल्या मार्गदर्शक सूचनांनुसार 'सकल प्राप्ती' मध्ये सर्वसाधारणतः आयकर कायद्यानुसार व्यवसायापासूनचे जे उत्पन्न गृहीत धरले जाते त्याचा समावेश होतो. सावकाराकडून मिळालेले व्याज, निर्यातीकरिता मिळालेले रोख प्रोत्साहन, स्थिर मालमत्तेव्यतिरिक्त इतर मालमत्तेची विमा रक्कम, शीतगृहाचे भाडे, भाडेपट्ट्यापासून मिळालेले भत्ते, खराब मालाच्या विक्रीपासून मिळालेले उत्पन्न अशा विविध उत्पन्नांचा समावेश 'रोख प्राप्तीत' होतो.

मात्र, स्थावर मालमत्तेच्या विक्रीपासून मिळालेली रक्कम, गुंतवणुकीच्या विक्रीची रक्कम, व्यवसाय उत्पन्न म्हणून निर्धारण केलेले व्याजाचे उत्पन्न या घटकांपासून

मिळणारे उत्पन्न मात्र कलम ४४एबीच्या उद्देशासाठी 'सकल प्राप्ती' या सदरात समाविष्ट होत नाही.

ग्राहकाकडून खर्च जर परत मिळाला असेल, ग्राहकांकडून रक्कम आगाऊ मिळाली असेल तर अशी प्राप्तीदेखील सकल प्राप्ती मानली जात नाही.

३) कर अंकेक्षण अहवाल : आयकर नियम क्रमांक ६ जी अनुसार अंकेक्षकाने विहित नमुन्यात अहवाल सादर केला पाहिजे. या विहित अहवालाची अंमलबजावणी पुढीलप्रमाणे –

अ) जी व्यक्ती व्यवसाय करते वा पेशा व्यवसाय करते आणि ज्यांनी आपली लेखापुस्तके अद्ययावत ठेवून त्यांची तपासणी करून घेणे इतर कायद्याप्रमाणे आवश्यक आहे अशा बाबतीत कर अंकेक्षकाने आपला अहवाल फॉर्म ३ सीडी (3CD) मध्ये सादर करावा व त्यासोबत विवरणपत्र जोडावे.

ब) मात्र जी व्यक्ती व्यवसाय करते त्यांचा अहवाल फॉर्म ३ सीबीमध्ये तयार करून त्यासोबत जोडावयाचे विवरण फॉर्म ३ सीडीमध्ये सादर करावे.

क) ज्या व्यक्ती पेशेवाईक आहेत, अशांच्या बाबतीत अंकेक्षकाने अहवालासोबत विवरणपत्रक फॉर्म ३ सीसी नमुन्यात सादर करावा. या फॉर्ममध्ये कर अंकेक्षकाने हिशोब सत्य व योग्य असल्याबद्दलचे मत नोंदवलेले असते. फॉर्म ३ सीईचा नमुना फॉर्म ३ सीडी प्रमाणेच आहे.

भारतीय चार्टर्ड अकाउंटंट्स संस्थेने निर्गमित केलेल्या मार्गदर्शनानुसार व सुचनेनुसार अंकेक्षकाने अहवाल सादर करण्यापूर्वी व फॉर्म ३ सीडी भरण्यापूर्वी पुढील मुद्यांचा विचार करावा :

अ) जर एखाद्या विशिष्ट खर्च/उत्पन्नाची बाब एकापेक्षा जास्त कलमांतर्गत घेण्यात आली असेल तर अंकेक्षकाने योग्य त्या ठिकाणी क्रॉस संदर्भ घ्यावा.

आ) जर एखादी माहिती करदात्याने अंशतः दिली असेल वा फॉर्म ३ सीडी अपूर्ण असेल वा एखादी माहिती करदात्याने दिलेली नसल्यास तेवढ्या कारणाकरिता अंकेक्षकाला संपूर्ण अहवाल राखून ठेवता येत नाही. अशावेळी त्याचा उल्लेख करून तो सदोष अहवाल देऊ शकतो.

इ) अंकेक्षकाने फॉर्म ३ सीडीमधील माहिती लेखापुस्तके, दस्तऐवज, नोंदी, प्रमाणके इत्यादींच्या आधारावर भरावी.

ई) जर एखादे कलम फॉर्म ३ सीडीमध्ये लागू होत नसेल तर त्याने तसे स्पष्टपणे त्यात नमूद करावे.

उ) जर एखाद्या मुद्यावर कर अंकेक्षक व करदाता यामध्ये मतभेद झाले असतील

तर अंकेक्षकाने ३ सीडीमध्ये माहिती देताना दोन्ही बाजूंचे म्हणणे त्यामध्ये नमूद करावे ज्यामुळे कर अधिकाऱ्याला त्यासंबंधी योग्य तो निर्णय घेता येईल.

थोडक्यात, आयकर कायद्यात व्यावसायिक करदाते, पेशेवाईक करदाते व इतर करदाते यांनी कर अंकेक्षण करून घेण्याबाबत तरतूद करण्यात आली आहे. या अंकेक्षणाचा अहवाल ६ जी या नमुन्यात सादर केला जातो. करदेय व्यक्ती किंवा कंपन्यांनी कर अंकेक्षण करून घेण्यात कुचराई केल्यास त्यांना उलाढालीच्या निम्मे इतके किंवा दीड लाख रुपयांपर्यंतचा दंड आकारला जाऊ शकतो.

४.६ सक्तीचे/अनिवार्य कर अंकेक्षण (Statutory Tax Audit)

आयकर कायदा, १९६१ च्या कलम ४४एबी मध्ये कर अंकेक्षणाची तरतूद करण्यात आली आहे. या कलमानुसार पुढील प्रत्येक करपात्र व्यक्तीने किंवा कंपनीने त्यांच्या उत्पन्नाचे कर अंकेक्षण करणे अनिवार्य आहे.

अ) ज्या संस्था किंवा पेशा आणि व्यावसायिक यांची एकूण विक्री अथवा प्राप्ती अथवा उलाढाल एक करोड रु किंवा त्यापेक्षा जास्त असेल त्यांना कर कायद्यानुसार कराची रक्कम निश्चित करण्यासाठी असे लेखापरीक्षण करणे बंधनकारक मानले जाते.

ब) ज्या व्यक्तीची गत वर्षातील किंवा मागील वर्षातील एकूण प्राप्ती २५ लाख रुपये किंवा त्यापेक्षा जास्त आहे आणि ती पेशा करते अशा व्यक्तीस असे अंकेक्षण बंधनकारक असते.

क) ज्या व्यक्तीची मिळकत कलम ४४एडी, ४४एई किंवा कलम ४४बीबी किंवा कलम ४४ बीबीबी नुसार करयोग्य आहे परंतु ती दाखवलेल्या नफ्यापेक्षा कमी नफा झाला असा दावा करते तिला असे अंकेक्षण बंधनकारक समजण्यात येते.

साधारणतः वरील ३ अटींपैकी कोणत्याही एका अटीची पूर्तता करणाऱ्या व्यक्ती अथवा व्यावसायिक संघटनेस सक्तीचे कर अंकेक्षण करून घ्यावे लागते. सक्तीचे कर अंकेक्षण पात्रतेधारक लेखापरीक्षकाकडून करून घ्यावे लागते, त्याचप्रमाणे अशा लेखा परीक्षणाचा अहवाल विहित नमुन्यांत आयकर कार्यालयात सादर करावा लागतो. अहवाल सादर करण्याची तारीख ३१ ऑक्टो. ही असते.

ज्या व्यक्तीचे उत्पन्न/मिळकत कलम ४४बी/४४बीबीए नुसार १.४.८५ या तारखेला किंवा यानंतर असल्यास त्यांना सक्तीचे अंकेक्षण लागू होत नाही.

स्पष्टीकरण :- या कलमाच्या उद्देशा/हेतूसाठी,

१) 'लेखापाल' या संज्ञेचा अर्थ कलम २२८ पोटकलम (२) च्या स्पष्टीकरणात दिल्याप्रमाणे असेल.
२) 'निश्चित तारीख' (Specified Date) - कर आकारणी वर्षाशी संबंधित मागील वर्षाच्या हिशोबाच्या संदर्भात निश्चित केलेली तारीख म्हणजे कलम १३९ च्या उपकलम (१) अनुसार आयकर विवरण पत्र भरण्याची अंतिम तारीख.

वरील माहितीवरून व्यवसाय चालविण्याच्या प्रत्येक व्यक्तीला सीए कडून निश्चित तारखेच्या आत कर अंकेक्षण करून घेणे आवश्यक आहे; जर एकूण विक्री किंवा उलाढाल किंवा ढोबळ/सफल प्राप्ती मागील आर्थिक वर्षात एक करोड रु.पेक्षा जास्त असल्यास व्यक्तीचे अंकेक्षण करून घेणे बंधनकारक असते.

पेशेवाईक व्यक्तींच्या बाबतीत, २५ लाख रु.पेक्षा अधिक प्राप्ती असणाऱ्यांना चार्टर्ड अकाउंटंट कडून अंकेक्षण करून घेणे अनिवार्य आहे.

कलम ४४एबी च्या उपकलम (क) नुसार जे करदाते कलम ४४ एई किंवा ४४ बीबी अंतर्गत मोडतात आणि ज्यांचे व्यवसायापासूनचे उत्पन्न हे सदर कलमांतर्गत काढलेल्या गृहीत धरल्या जाणाऱ्या उत्पन्नापेक्षा कमी आहे अशा करदात्यांनाही सक्तीचे अंकेक्षण मान्यताप्राप्त सीए कडून करून घेणे बंधनकारक आहे. अशा करदात्यांच्या बाबतीत जरी त्यांची एकूण विक्री, उलाढाल किंवा सकल/ढोबळ प्राप्ती एक कोटीपेक्षा कमी असली तरीसुद्धा सक्तीचे अंकेक्षण करणे बंधनकारक आहे.

जर एखाद्या व्यक्तीचा व्यवसाय कलम ४४ एई, ४४ एबी किंवा ४४बीबीबी च्या व्याप्तीत येत असेल आणि तो त्याच्या खात्यांचे लेखापरिक्षण करण्यासाठी कलम ४४एबी अंतर्गत पर्याय वापरत असल्यास कर ऑडीट/अंकेक्षणाची आवश्यकता अशा बाबतीत लागू होईल. जरी त्यांची विक्री, उलाढाल किंवा ढोबळ/सकल प्राप्ती एक करोड रु.पेक्षा जास्त नसली तरी ही त्यांना कर अंकेक्षण बंधनकारक राहील.

कलम ४४एई, ४४बीबी किंवा ४४बीबीबी अंतर्गत व्यवसाय करणाऱ्या व्यक्तीच्या बाबतीत, तो अनुमानावर आधारित कर/गृहीत धरलेला कर हा पर्याय ठेवत असेल तर कर अंकेक्षणाची आवश्यकता अशा बाबतीत लागू होणार नाही; जर अशा व्यक्तीचा व्यवसाय अनुमानावर आधारित कर या पर्यायात नसेल तर, त्याला कर अंकेक्षण बंधनकारक असेल जरी त्याच्या व्यवसायाची उलाढाल त्याच्या अनुमानावर आधारित कर असलेल्या व्यवसायापेक्षा एक करोडने जास्त असेल तरीही,

कलम ४४एबी च्या प्रथम तरतुदी ज्या व्यक्तीचे उत्पन्न ४४ एबी किंवा ४४बीबीए नुसार आहे. या कलमाच्या तरतुदी अशा व्यवसायात लागू होणार नाही.

जर एखादा व्यक्ती ४४ बी किंवा ४४बीबीए मध्ये निदिर्ष्ट एक किंवा अधिक

व्यवसाय ४४एबी च्या प्रथम अटित उल्लेखलेल्या तरतुदीप्रमाणे चालवत असेल तर अशा व्यवसायापासून विक्री, उलाढाल किंवा सफल/ढोबळ प्राप्तीचा समावेश कलम ४४एबी च्या अंतर्गत केल्या जाणाऱ्या कर अंकेक्षणात केला जाणार नाही.

अशा कर अंकेक्षणाचा अहवाल विशिष्ट नमुन्यात तयार करून त्यावर सीएची सही असावी व त्याचे सत्यापण करून तो सादर करावा लागतो. हा अहवाल आयकर कायदा १९६१ कलम ४४एबी उपकलम ६६(१) (ए) नुसार असला पाहिजे. अशा कर अंकेक्षणाचा अहवाल फॉर्म नं.३सीए/३सीबी या नमुन्यात सादर करणे आवश्यक असते.

तसेच उपकलम (२) नियम ६ आणि कलम ४४एबी नुसार अहवालासोबत इतर माहिती जोडावयाची असल्यास अशी माहिती फॉर्म नं.३सीडी या नमुन्यात सादर करावी लागते.

४.७ निवडक कर अंकेक्षण (Selective Tax Audit)

४.७.१ अर्थ (Meaning)

उत्पन्न कर कायदा १९६१ च्या कलम १४२(२ए) खालील निवडक कर अंकेक्षण म्हणजे अशा निवडक प्रकरणांचे लेखापरीक्षण की, जे कायद्याच्या कलम ४४ एबी खालील लेखापरीक्षणापेक्षा त्याचप्रमाणे वजावटीकरिता किंवा कपातीकरिता केल्या जाणाऱ्या लेखापरीक्षणाकरिता वेगळे असते.

विशेष माहिती मिळविण्यासाठी विशेष अशा लेखापरीक्षणाची आवश्यकता असते आणि कर कायद्यानुसार केले जाणारे लेखापरीक्षण हे अशाच प्रकारचे विशेष लेखापरीक्षण आहे. आयकर विभागाला प्रामुख्याने व्यावसायिक संघटनेच्या आर्थिक लेखापुस्तकामधील काही विशेष माहितीची गरज असते; कारण व्यावसायिक संघटनेच्या लेखा विभागाच्या दृष्टिकोनातून नफा आणि आयकर विभागाच्या दृष्टिकोनातून नफा या दोन नफ्यामध्ये खूप अंतर पडते.

साधारणपणे निवडक करदात्यांची निवड उत्पन्न कर आयुक्तांकडून केली जाते. निवडक करदात्यांच्या हिशेबांचे लेखापरीक्षण करण्याचा आदेश उत्पन्न कर आयुक्तांकडून दिला जातो. अशा करदात्याने निवडक कर अंकेक्षण करून घेणे कायद्याने बंधनकारक असते. करदात्याने अशा प्रकारचे निवडक कर अंकेक्षण करून घेण्यात टाळाटाळ केली किंवा कसूर केली तर करदात्यास कर कायद्यानुसार दंड होऊ शकतो. थोडक्यात, अशा करदात्याने कर अंकेक्षण करून घेणे आवश्यक व बंधनकारक असते. निवडक कर अंकेक्षण हे सर्वांसाठी बंधनकारक नसते, तर ते निवडकर स्वरूपाचे असते. निवडक कर अंकेक्षणाचा आदेश कर आकारणी अधिकार देतात.

४.७.२निवडक कर अंकेक्षणाची वैशिष्ट्ये (Features of Selective Tax Audit)

निवडक कर अंकेक्षणाची वैशिष्ट्ये पुढीलप्रमाणे सांगितली जातात –

१) निवडक कर अंकेक्षण आणि करदाते : प्रामुख्याने कायद्याच्या कलम १४२(२अ) खालील लेखापरीक्षण सर्व करदात्यांसाठी कायद्याने बंधनकारक नसते तर निवडक कर दात्यासाठी बंधनकारक असते. मुख्य कर आयुक्त किंवा कर आयुक्तांच्या परवानगीने कर आकारणी अधिकारी करदात्याच्या व्यावसायिक संघटनेच्या लेखापुस्तकाचे लेखापरीक्षण करण्याचा आदेश देत असतो. या बाबतीत कर अंकेक्षण करून घेण्याचे अधिकार कर आकारणी अधिकाऱ्याला व्यापक प्रमाणात देण्यात आलेले आहेत.

जर करदात्याने त्याचा नफा अतिशय कमी दाखविला असेल, करदात्याने त्याची लेखापुस्तके योग्य व नियमानुसार ठेवलेली नसतील किंवा एखाद्या करदात्याच्या विरुद्ध तपास आणि जप्तीची प्रक्रिया चालू असेल तर अशा परिस्थितीत कर आकारणी अधिकारी निवडक कर अंकेक्षणाचा आदेश देऊ शकतो.

२) निवडक कर अंकेक्षणाची फी : निवडक कर अंकेक्षणाचा आदेश कर आकारणी अधिकारी चीफ कमिशनर किंवा कमिशनर यांच्या पूर्वसंमतीने देऊ शकतो. निवडक कर अंकेक्षणाची फी ठरविण्याचा अधिकार प्रामुख्याने चीफ कमिशनरने किंवा अंकेक्षणाची फी करदात्याने देणे बंधनकारक असते. करदाता अशी निवडक कर अंकेक्षणाची फी भरण्यात टाळाटाळ किंवा कसूर करू शकत नाही. तसे केल्यास करदात्याचा तो गुन्हा ठरू शकतो.

३) निवडक कर अंकेक्षण आणि अनुषंगिक खर्च : सामान्यपणे निवडक कर अंकेक्षणाच्या फीप्रमाणेच निवडक कर अंकेक्षणासाठी येणारे अनुषंगिक खर्च चीफ कमिशनर किंवा कमिशनर ठरवत असतो. करदात्याने कर अंकेक्षणासाठी येणाऱ्या अनुषंगिक खर्चाची रक्कम भरणे आवश्यक असते. करदात्याने निवडक अंकेक्षणासाठी येणारे अनुषंगिक खर्च सहन करणे बंधनकारक असते. निवडक कर अंकेक्षणासाठी येणारे खर्च करण्यात करदाता कसूर करू शकत नाही. करआयुक्त अनुषंगिक खर्च भरण्याबाबत करदात्यास तसे आदेश देऊ शकतात.

४) कर अंकेक्षणाचा आदेश : प्रामुख्याने करदात्याने कर कायद्याच्या कलम ४४ अ.ब.नुसार, कोणत्याही कायद्याअंतर्गत लेखा–पुस्तकांचे लेखापरीक्षण करून घेतलेले असले तरी कर आकारणी अधिकारी कर आयुक्तांची पूर्व परवानगी घेऊन निवडक

अंकेक्षणाचा पुन्हा आदेश देऊ शकतो.

थोडक्यात, करदात्याने जरी स्वतःहून अंकेक्षण करून घेतले असेल तरी कर आकारणी अधिकारी पुन्हा निवडक कर अंकेक्षणाचा आदेश काढू शकतात.

५) अंकेक्षण अहवालाचे सादरीकरण : प्रामुख्याने निवडक कर अंकेक्षणाचा अहवाल करदात्याने विशिष्ट कालावधीतच सादर करणे आवश्यक असते. करदात्याने निवडक कर अंकेक्षणाचा अहवाल विशिष्ट कालावधीत सादर करण्याचा आदेश कर आकारणी अधिकारी देत असतात. करदात्याने विनंती अर्ज केल्यास योग्य कारणांसाठी कर आकारणी अधिकारी कर अंकेक्षण अहवाल सादर करण्याची मुदत वाढवून देऊ शकतात. निवडक कर अंकेक्षण करून घेण्याचा आदेश मिळाल्यानंतर कसल्याही परिस्थितीत १८० दिवसांच्या आत करदात्याने अहवाल सादर करणे आवश्यक असते. थोडक्यात, असा अहवाल सादरीकरणाचा कालावधी १८० दिवसांपेक्षा म्हणजेच सहा महिन्यांपेक्षा जास्त असता कामा नये.

६) लेखापरीक्षकाचे अधिकार : निवडक कर अंकेक्षण अहवाल जास्तीत जास्त सहा महिन्यांच्या आत सादर करण्याची जबाबदारी करदात्याची असते. अशा निवडक कर अंकेक्षण अहवाल सादर करण्याच्या जबाबदारीनुसार करदात्याने निवडक कर अंकेक्षण करून घेण्यासाठी अंकेक्षकास सर्व ते सहकार्य आणि मदत करणे अपेक्षित आहे. कायद्यामध्ये निवडक कर अंकेक्षकाचे अधिकार स्पष्टपणे दिलेले नाहीत. त्यामुळे लेखापरीक्षकाला निवडक कर अंकेक्षण करताना बऱ्याच अडचणींना सामोरे जावे लागते.

७) कर आकारणी अधिकारी किंवा लेखापरीक्षक यांच्यातील संबंध : निवडक कर अंकेक्षणात कर आकारणी अधिकारी आणि लेखापरीक्षक या दोघांमध्ये कोणत्याही प्रकारचा थेट संबंध दिसून येत नाही. कर कायद्यात कर आकारणी अधिकारी आणि अंकेक्षक यांच्यातील कायदेशीर संबंध स्पष्ट केलेले नाहीत. निवडक कर अंकेक्षणाची मुदत वाढवून घेणे आणि कर अंकेक्षण अहवाल विशिष्ट वेळेत सादर करण्याची जबाबदारी करदात्याचीच असते. त्यामुळे लेखापरीक्षक आणि कर आकारणी अधिकारी यांच्यात निवडक कर अंकेक्षण प्रक्रियेत थेट संबंध येत नाही.

४.७.३ निवडक कर अंकेक्षणाच्या बाबतीतील तरतुदी : (Provisions Regarding Selective Tax Audit)

आयकर कायदा १९६१ कलम १४२ उपकलम २ अ ते २ डी मध्ये निवडक कर अंकेक्षणाच्या बाबतीतील विविध तरतुदी स्पष्ट करण्यात आल्या आहेत. त्या तरतुदी पुढीलप्रमाणे सांगितल्या जातात.

१) कलम १४२ उपकलम २ ए : निवडक कर अंकेक्षण हे कलम १४२ उपकलम २ ए अन्वये सर्व करदात्यासाठी बंधनकारक असते. साधारणपणे चीफ कमिशनर किंवा कमिशनरच्या पूर्व परवानगीने कर आकारणी अधिकारी करदात्याच्या लेखापुस्तकांचे अंकेक्षण करण्याचा आदेश जारी करतो.

सामान्यपणे कर आकारणी अधिकाऱ्यासमोरील कोणत्याही प्रकरणामध्ये कोणत्याही टप्प्यावर संबंधित प्रकरणातील करदात्याच्या लेखापुस्तकांचे स्वरूप, आकार आणि व्यवहारातील गुंतागुंत जास्त आहे असे निदर्शनास आल्यास त्याचप्रमाणे सरकारी महसुलास बाधा निर्माण होत आहे असे भासल्यास सरकारी महसुलाच्या हितसंबंधासाठी कर आकारणी उचित व योग्य वाटल्यास कर आकारणी अधिकारी चीफ कमिशनर किंवा कमिशनरच्या पूर्व परवानगीने अशा करदात्यांच्या लेखापुस्तकांचे पात्रताधारक अंकेक्षकाकडून किंवा कलम २८८ उपकलम २ मधील स्पष्टीकरणानुसार त्यासंदर्भात चीफ कमिशनर यांनी नामनिर्देशित केलेल्या अंकेक्षकाकडून करदात्याच्या लेखापुस्तकाचे अंकेक्षण करून घेण्याचा आदेश जारी केला जातो. त्याचप्रमाणे अंकेक्षकाच्या सहीने अंकेक्षण अहवाल विशिष्ट आणि विहित नमुन्यात सादर करण्याचे आदेश जारी करू शकतात. या बाबतीतील तरतूद कलम १४२ उपकलम २ ए मध्ये दिली आहे.

२) कलम १४२, उपकलम २ बी : आयकर कायदा कलम १४२ उपकलम २ बी मध्ये अशा प्रकारची तरतूद आहे की करदात्याने इतर कोणत्याही कायद्यांतर्गत त्याच्या लेखापुस्तकांचे लेखापरिक्षण करून घेतलेले असले तरी उपकलम २ अ अंतर्गत कर आकारणी अधिकारी करदात्याला अंकेक्षण करण्यास आदेश देऊ शकतात. उपकलम २ ए अन्वये करआकारणी अधिकाऱ्यास तशा प्रकारचा अधिकार आहे.

३) कलम १४२, उपकलम २ सी : आयकर कायदा कलम १४२, उपकलम २ सी हे निवडक कर अंकेक्षणाचा अहवाल सादर करण्याच्या कालावधीबाबत आहे. उपकलम २ सी अन्वये करदात्याने कर अंकेक्षण अहवाल विशिष्ट कालावधीमध्ये कर आकारणी अधिकाऱ्याकडे सादर करणे आवश्यक असते. निश्चित कालावधीमध्ये निवडक कर अंकेक्षण अहवाल करदाता सादर करू शकत नसेल आणि करदात्याने कर आकारणी अधिकाऱ्याकडे अशा प्रकारचा कालावधी वाढवून मिळण्यासाठी विनंती अर्ज केला तर कर आकारणी अधिकारी रास्त आणि योग्य कारण असेल तर अंकेक्षण अहवाल सादर करण्याचा कालावधी वाढवून देतो. मात्र हा अंकेक्षण अहवाल सादर करण्याचा कालावधी वाढवून देतो. मात्र हा अंकेक्षण अहवाल सादर करण्याचा कालावधी कसल्याही परिस्थितीत कर आकारणी अधिकाऱ्याने उपकलम २ ए अन्वये अंकेक्षण करण्याचा जारी केलेला आदेश करदात्याला प्राप्त झाल्यापासून १८० दिवसांपेक्षा म्हणजेच सहा

महिन्यांपेक्षा जास्त असू नये, हे उपकलम २ सी मध्ये नमूद करण्यात आले आहे.

४) कलम १४२, उपकलम २ डी : आयकर कायदा कलम १४२ उपकलम २ डी हे निवडकर कर अंकेक्षणासाठी येणाऱ्या खर्चासंदर्भात आहे. शिवाय हे उपकलम २ डी अंकेक्षणाचा मोबदला कोणी द्यावा यासंदर्भात आहे. या उपकलम २ डी अन्वये निवडक कर अंकेक्षणासाठी येणारा खर्च यामध्ये प्रामुख्याने लेखापरीक्षकाच्या मोबदल्याचा समावेश होतो. लेखापरिक्षकाचा मोबदला मुख्य कर आयुक्त अथवा कर आयुक्त निश्चित करीत असतो. आयुक्तांनी निश्चित केलेला खर्च हा अंतिम असतो. उपकलम २ डी अन्वये कर आयुक्ताने निश्चित केलेला खर्च भरण्यात करदाता कसूर करू शकत नाही. तसे केल्यास या खर्चाची रक्कम करदात्याकडून उत्पन्न कराची रक्कम वसूल केल्याप्रमाणे वसूल करण्यात येते.

उत्पन्न कर कायदा १९६१ कलम १४२ उपकलम २ ए ते उपकलम २ डी मध्ये वरीलप्रमाणे निवडक कर अंकेक्षणासंदर्भात विविध तरतुदी करण्यात आल्या आहेत.

४.८ कर अंकेक्षणाच्या उद्देशाने एकूण उलाढालींची गणना (Total Turnover Regarding Tax Audit)

१) जर एक व्यक्ती २ व्यवसाय/ २ पेशा करत असेल तर दोन्ही व्यवसायाची एकूण उलाढाल एकत्रित केली जाईल आणि जर त्यांची एकूण उलाढाल व्यवसायाप्रमाणे एक कोटी किंवा २५ लाख पेक्षा जास्त झाल्यास कलम ४४ एबीनुसार कर अंकेक्षण बंधनकारक राहील.

२) जर एखादा व्यक्ती एकाचवेळी दोन्ही व्यवसाय व पेशा करत असल्यास, व्यवसायाची एकूण उलाढाल १.२ कोटी रु.आहे आणि पेशापासून मिळणाऱ्या सफल/ढोबळ प्राप्ती ही २२ लाख रु.आहे. अशा परिस्थितीत ICAI ने त्यांच्या एका मार्गदर्शक नोट/सूचनेच्या माध्यमातून प्रसिद्ध केले आहे की, जर दोन्ही व्यवसाय आणि पेशा यापासून मिळणारी ढोबळ प्राप्ती जर एक कोटी पेक्षा जास्त असेल तर करदात्याला कर अंकेक्षण करणे बंधनकारक असेल.

तथापि, जर त्याच्या व्यवसायाची उलाढाल १५ लाख रु. आहे आणि व्यवसायाची ढोबळ प्राप्ती २२ लाख आहे तर त्याला कर अंकेक्षण/करण्याची आवश्यकता नाही.

३) जर एखाद्या व्यक्तीची एकूण उलाढाल ९८ लाख रुपये आहे आणि त्याने त्याची कार ८ लाख रुपयांस विकली तर – अशा परिस्थितीत एकूण उलाढाल ९८ लाख आणि कार विकल्यानंतर मिळालेले उत्पन्न ८ लाख यांची बेरीज १.०६ लाख ही एक कोटींपेक्षा जास्त झाल्यास ती व्यक्ती कर अंकेक्षणास जबाबदार धरली जाईल का नाही

असा संभ्रम होतो. अशा परिस्थितीत ICAI ने स्पष्ट केले आहे की उलाढालीत व्यक्तींच्या स्थिर मालमत्तेच्या विक्रीतून मिळालेली रक्कम समाविष्ट केली जाणार नाही, जरी त्याने ती रक्कम त्याच्या व्यवसायासाठी वापरली असेल किंवा विक्रीच्या उद्देशाने नसेल तरीही.

ICAI ने त्यांच्या मार्गदर्शक सूचनांमध्ये स्पष्ट केले आहे की, खालील बाबींचा समावेश विक्री आणि उलाढाल या संज्ञांमध्ये समाविष्ट होणार नाही.

१) स्थिर मालमत्तेची विक्री.

२) गुंतवणुकीसाठी धारण केलेला मालमत्तेची विक्री.

३) भाडे उत्पन्न.

४) व्याजापासून मिळालेले उत्पन्न अन्यथा व्यवसायाचे उत्पन्न म्हणून कर आकारणी.

५) क्लिअरिंग एजंटने गोळा केलेली नुकसान भरपाई व इतर खर्च.

जर एखाद्या व्यक्तीने त्याचे हिशोबाचे अंकेक्षण करून घेतले नाहीत किंवा हा अंकेक्षणाचा अहवाल वरील तरतुदींनुसार सादर केला नाही तर कर आकारणी अधिकारी आयकर कायद्याच्या कलम २७१ (ब)नुसार त्या व्यक्तीला दंड ठोकू शकतो अशा दंडाची रक्कम त्या व्यक्तीच्या एकुण विक्री, उलाढाल किंवा सफल/ ढोबळ प्राप्तीच्या १/२ % इतकी असू शकते. ही रक्कम जास्तीत जास्त १,५०,००० रु पर्यंत असू शकते.

तथापि, जर करदात्याने असे सिद्ध केले की, काही रास्त हिशोब (Reasonable cause) तो त्याचे हिशोब अंकेक्षण करून घेऊ शकत नाही तर त्याचा दंड कलम २७३ ब नुसार माफ होऊ शकतो. ती कारणे खालीलप्रमाणे आहेत.

१) कर अंकेक्षकाने राजीनामा दिल्यास आणि उशीर झाल्यास.

२) मृत्यु किंवा लेखा प्रभारीचा भागीदार शारीरिक/ भौतिकदृष्ट्या असहाय्य असेल तर दीर्घ कालावधीसाठी संप, टाळा लावणे अशा कामगारांच्या समस्या.

३) करदात्याच्या नियंत्रणा पलीकडील आग/ चोरीमुळे झालेले खात्यांचे नुकसान.

४) नैसर्गिक आपत्ती.

ICAI संस्थेने १० ते १२ फेब्रुवारी २०१४ रोजी झालेल्या ३३१ व्या मिटींगमध्ये जाहीर केले आहे की, सीए (चार्टर्ड अकाउंटंट्स) व्यक्तीने एका आर्थिक वर्षात घ्यावयाच्या कर अंकेक्षणाची मर्यादा ५४ वरून ६० इतकी करण्यात आली आहे.

अशा पद्धतीने, जर सीए (चार्टर्ड अकाउंटंट्स) फर्म मध्ये ४ भागीदार असतील तर जास्तीत जास्त कर अंकेक्षकांची संख्या कर आकारणी वर्षात त्या संस्थेत

६०ह्न४=२४० इतकी असेल तर त्यामध्ये भागीदार असलेल्या सीए ला वैयक्तिकरित्या कर अंकेक्षण करता येणार नाही. कर अंकेक्षणाचे इ. फ ायलिंग बंधनकारक आहे. हे काम चार्टर्ड अकाउंटंट करू शकतो.

कर निर्धारण वर्ष २०११-१२ पासून आयकर कायद्याच्या नविन कलम ४४ एडी लागू करण्यात आला. यामध्ये करदाता त्याच्या एकूण उलाढालीच्या ८% उत्पन्न गृहीत धरू शकतो व अशा उत्पन्नावर तो करही भरू शकतो.

करनिर्धारण वर्ष २०११-१२ च्या आधी हा कलम फक्त बांधकाम व्यावसायिकांना लागू होता. तथापि, हे आता सर्व प्रकारच्या व्यावसायिकांना लागू आहे. (खालील निर्दिष्ट वगळता) ह्या कराच्या प्रकाराला अनुमानावर आधारलेला कर म्हणून ओळखले जाते; कारण उत्पन्नात एकूण उलाढालीच्या विशीष्ट टक्के रक्कम असल्याचे गृहीत धरले जाते. त्यामुळे अनुमानावर आधारलेला कर आयकर कायद्याच्या स्लॅब दरानुसार लागू होईल.

कलम ४४ एडी अंतर्गत फक्त जेव्हा करदात्याची एकुण उलाढाल ही एक कोटी पेक्षा कमी असेल तेव्हा उत्पन्न करदात्याच्या एकूण उलाढालीच्या ८% गृहीत धरले जाईल याउलट करदात्याचे उत्पन्न एक कोटी पेक्षा जास्त असल्यास आयकर कायद्यानुसार सर्वसाधारण तरतुदींप्रमाणे गणले जाईल. (उदा. महसूल, खर्च, घसारा) आणि करदात्याला त्याच्या खात्यांचे लेखापरीक्षण कलम ४४ एबी नुसार करणे आवश्यक असते. शिवाय, जर करदात्याला कलम ४४ एडी लागू होत असेल आणि त्याचे गृहीत उत्पन्न त्याच्या एकुण उलाढालीच्या ८% असल्यास त्याला कोणताही खर्च किंवा घसारा यासाठी दावा करण्याची परवानगी नाही. कलम ३० ते ३८ नुसार कोणतीही वजावट करण्याची तरतूद असेल तर या कलमाखाली या हेतूने आधीच संपूर्ण परिणाम देण्यात आले आहेत. असे मानण्यात येईल.

तथापि, या कलमा अंतर्गत वेतन किंवा भागीदारांना दिलेल्या व्याजाची वजावट केली जाईल. अशा वजावटी नियमांच्या अधिन आणि कलम ४०(बी) च्या मर्यादेनुसार असेल जेथे कलम ४४ एडी लागू असेल तेथे कायद्याच्या १७-सी च्या प्रकरणातील तरतुदी अगाऊ करासंबंधी लागू होणार नाही.

कलम ४४ एडी लागू होण्याकरिता :-

१) कलम ४४एडी हा प्रत्यक्ष कार्यरत (Plying) वस्तू भाड्याने किंवा लिजवर देण्याच्या व्यवसायाव्यतिरिक्त लागू होतो. जर प्रत्यक्ष कार्यरत (Plying) वस्तू भाड्याने किंवा लिजवर असलेले व्यवसाय कलम ४४एई च्या अंतर्गत येत असल्यास कलम ४४एडी लागू होणार नाही.

२) कलम ४४एडी मध्ये विशेषत: व्यवसाय या शब्दाचा उल्लेख आहे. म्हणून हा कलम पेशवाईक व्यक्तींसाठी लागू होत नाही.

३) कलम ४४एडी हा फक्त व्यक्ती, भागीदारी संस्था आणि हिंदू अविभक्त कुटुंब जे भारतीय निवासी आहेत त्यांना लागू होतो. हा कलम मर्यादीत देयता असलेल्या भागीदारी संस्थांना लागू होत नाही, कारण त्यांना यातून वगळण्यात आले आहे.

जर करदाता या योजनेअंतर्गत आयकर विवरण पत्र भरण्याचा पर्याय ठेवत असेल तर तो त्याचे आयकर विवरण पत्र ८% च्यावर कोणत्याही प्रमाणात असले तरीही भरू शकतो. जर करदात्याने त्या योजनेची निवड न केल्यास तो त्याचे उत्पन्न सकल/ढोबळ प्राप्तीच्या ८% पेक्षा कमी दाखवू शकतो. मात्र, अशा परिस्थितीत करदात्याला त्याची खातेवही व्यवस्थितपणे तयार करून ठेवावी लागेल आणि सीए कडून लेखापरिक्षण करून घ्यावे लागेल.

खालील बाबींच्या कलम ४४एडी च्या उलाढालीच्या गणनेत समावेश होईल.

१) व्हॅट, उत्पानशुल्क, उपकर आणि इतर कर आकारणी

२) निरूपयोगी वस्तुंची विक्री आणि पुरवठा

३) वितरणासाठी आकारलेला सेवा शुल्क.

तथापि, खालील बाबींचा कलम ४४एडी च्या उलाढालीत समावेश होणार नाही.

१) आगाऊ किंवा ठेवी प्राप्ती होणे.

२) स्थिर मालमत्तेच्या विक्रीतून मिळालेले प्रतिफल

३) रोख रक्कम किंवा इतर सवलत

कलम ४४एडी संबंधी इतर महत्त्वाचे मुद्दे :-

१)ज्या करदात्यांचा व्यवसाय एकपेक्षा जास्त असल्यास, सर्व व्यवसायांची एकुण उलाढाल विचारात घेतली जाईल

२)मात्र, जर करदाता व्यवसायिक आणि पेशेवाईक असेल, तर कलम ४४एडी त्यांच्या व्यवसायातून मिळलेल्या उत्तन्नावर लागू होऊ शकतो. पेशापासून मिळालेल्या उत्पन्नाची गणना ही आयकर कायद्याच्या साधारण तरतुदीनुसार केली जाईल.

३) जर करदातात्याचे उत्पन्न कलम ४४एडी च्या अंतर्गत अनुमानावर आधारलेला कर अनुसार दाखवत असेल तर तो वजावरीच्या चॅप्पर ६ए मध्ये कराच्या लाभासाठी दावा करू शकतो. (करात सुट मिळविण्यासाठी)

जर करदात्याला कलम ४४एडी अनुसार अनुमानावर आधारलेला कर लागू होत असेल तर त्याला त्याचे आयकर विवरणपत्र फॉर्म ४ एस (आयटीआर-४ एस)सुगम

भरावे लागेल.

कलम ४४एई : वाहतुकदारांच्या प्रति वाहनावर रु ७५०० प्रमाणे मिळणाऱ्या उत्पन्नावर/ मिळकतीवर कर आकारणी करणे:-

कलम ४४एई आणि कलम ४४एबी व्यवसायाच्या अनुमानावर आधारीत कराशी संबंधित आहे (Presumptive Taxation) कलम ४४एई प्रत्यक्ष कार्यरत (plying) वस्तुच्या भाड्याने किंवा लीजवर असलेल्या व्यवसायाच्या अनुमानावर आधारित कराशी संबंधित आहे.

वाहतुकदारांच्या कलम ४४एई च्या तरतुदी

करदात्याकडे मालवाहू १० वाहनांपेक्षा अधिक वाहने नाहीत आणि तो प्रत्यक्ष कार्यरत (Plying) भाड्याने किंवा लीजवर व्यवसाय करत असेल तर त्याचे उत्पन्न रु. ७५०० दरमहा प्रतिमालवाहू वाहन गृहीत धरले जाते.

पूर्वी गृहीत उत्पन्न रु ७५०० प्रति मालवाहू वाहनापेक्षा कमी होते. परंतु, आता ते वाढले आहे ते अरुण जेटली यांनी २०१४ च्या अर्थसंकल्पात जाहीर केले होते. तत्पूर्वी, मालवाहू वाहनांच्या बाबतीत वैविध्यता होती (अवजड वस्तूंची वाहतूक किंवा अवडज नसलेल्या वस्तुची वाहतूक) परंतु, ही वैविध्यता आर्थिक वर्ष २०१४-१५ पासुन काढून टाकली आहे.

कलम ४४एई च्या इतर तरतुदी

१) गृहीत उत्पन्न रु. ७५०० प्रति वाहनाचे आयकर विवरण पत्र करदात्याचा कोणताही वर्ग भरू शकतो (उदा. व्यक्ती, हिंदू अविभक्त कुटुंब/ भागीदारी संस्था/ मर्यादित देय्यता असलेली भागीदारी संस्था/ कंपनी इ.)

२) वेतन आणि संस्थेच्या भागीदारांना दिले जाणारे भांडवलावरिल व्याज काळता, रु. ७५०० प्रति वाहणाच्या गृहीत उत्पन्नापासून, करदाता कोणताही खर्च किंवा घसारा किंवा तत्सम इतर खर्चासाठी दावा करू शकत नाही. दुसऱ्या शब्दांत, फक्त भागीदारांना दिल्या जाणाऱ्या वेतन आणि भांडवलावरिल व्याजाचा खर्च म्हणून दावा करण्यात परवानगी आहे.

३) ज्या व्यवसायाचे उत्पन्न कलम ४४एई अंतर्गत आहे त्यांना कलम ४४एए आणि कलम ४४एबी च्या तरतुदी लागू होणार नाही.

४) कोणत्याही संपत्तीची विहित दराने घसारा कपात परवानगी आयकर कायद्याने दिली आहे.

५) जो व्यक्ती आपले वाहन लिजवर देतो. तो त्याचे उत्पन्न या कलमानुसार दाखऊ शकतो परंतु जो व्यक्ती आपले वाहन लिजवर देत नाही तो त्याचे उत्पन्न या

कलमांतर्गत दाखवू शकत नाही.

६) करदाता त्याचे उत्पन्न निर्दिष्ट/ विशिष्ट उत्पन्नापेक्षा जास्त दाखवू शकतो तथापि, जर करदात्याने त्याचे उत्पन्नापेक्षा कमी दाखवल्यास तर त्यास कलम ४४एए आणि कलम ४४एबी च्या तरतुदीचे पालन करावे लागेल.

वाहतूकदारांना लागू असलेल्या इतर तरतुदी

१) जर वाहतूक दाराकडे पॅनकार्ड आहे आणि तो पॅन नंबर देत असेल तर त्याला दिल्या जाणाऱ्या रकमेतून TDS कपात केली जाणार नाही.

२) आयकर कायद्याच्या तरतुदीनुसार जर करदाता चेक, क्रॉस चेक किंवा ड्राफ्ट व्यतिरिक्त २००० रु. पेक्षा जास्तीचे रोख व्यवहार करत असेल तर असा खर्चाची वजावट केली जाणार नाही. विशेष परिस्थीतीमध्ये जो व्यक्ती लांबचा प्रवासासाठी खर्च चेक, क्रॉसचेक किंवा ड्राफ्ट व्यतिरिक्त करतो त्याची मर्यादा २००० रु. हून ३५००० रू पर्यंत केली आहे.

४.९ अधिकृत प्रतिनिधीचा अर्थ (Authorise Representative)

आयकर कायद्याच्या कलम २८८(२) अनुसार करदात्याच्या वतीने खालील प्रतिनिधी म्हणून कार्य करू शकतात.

१) सापेक्ष किंवा करदात्याचा कामगार किंवा करदाता (कलम २८८ (२)(-)

२)अनुसुचीत बँकेचा अधिकारी, ज्याच्याकडे करदात्याच्या 'करंट' अकाउंटट्स चे खाते कायम असते (कलम २८८ (२)(-)

३) विधी व्यवसायिक (म्हणजेच वकिल) जे भारतातील कोणत्याही दिवाणी न्यायालयात सराव करतात ((कलम २८८ (२)(-)

४) कंपनीचा चार्टर्ड अकाउंटट्स किंवा लेखापरीक्षक (कलम २८८ (२)(-)

५) मंडळाच्या मान्यताप्राप्त लेखापरीक्षकाची परीक्षा उत्तीर्ण झालेल्या व्यक्ती (कलम २८८ (२)(-)

६) मान्यताप्राप्त विद्यापीठातून वाणिज्य किंवा विधीची पदवी मिळविलेली व्यक्ती (कलम २८८ (२)(-)

७) केंद्रशासित प्रदेशात शासन कलमामध्ये कायदा लागू होण्यापूर्वी कोणत्याही आयकर अधिकाराच्या अगोदर करदात्याच्या वतीने उपस्थित आहेत.(कलम २८८ (२)(-)

८) आयकर कायदा कलम १९२२ अंतर्गत जो व्यक्ती कायदा १९६१ लगेच चालू होण्याच्या आधी आयकर प्रतिनिधी म्हणून सराव करत असेल ती व्यक्ती (कलम २८८ (२)(-)

वरील अधिकृत प्रतिनिधींच्या आठ श्रेण्यांमध्ये १ व २ प्रासंगिक (Casual) आहेत. आणि त्या दोन श्रेण्यांकरीता आयकर कायद्यात नोंदणी करण्याची आवश्यकता नाही. पुढील दोन श्रेण्या ३ आणि ४ मध्ये जे लेखापाल बार कौन्सिल किंवा ICAI / ICSI आणि कंपनी कायदा अनुक्रमे आहेत त्यांनाही आयकर कायद्यानुसार नोंदणीची आवश्यकता नाही. इतर ४ श्रेण्या म्हणजे श्रेणी ५ ते ८ यांसाठी आयकर कायद्यानुसार अधिकृत प्रतिनीधी म्हणून नोंदणी करावी लागेल.

४.१० सवलत/सूट मागणीसाठी दाखला मिळविण्यासंदर्भातील तरतुदी (Claiming Exemption)

१) रद्द आयकर कायद्याने या कोडच्या अंतर्गत कलम ८०ए, कलम ८० आयबी (उपकलम व्यतिरिक्त) कलम ८० आयसी कलम ८० आयडी कलम ८० आयई किंवा कलम ८०जेजेए किंवा कलम ८०जेजेएए च्या वजावटीची सवलत दिली आहे. जर करदाता अशा वजावटीस पात्र असेल तर त्याला करनिर्धारण वर्ष १.४.१५ जे आर्थिक वर्ष १.४.१४ पासून सुरू होते त्याच्याशी संबंधित आहे त्याकरिता काही अटींची पूर्तता करावी लागेल.

१) दहाव्या अनुसुचीतील परिच्छेद ५(d) आणि (e) मधील भांडवली खर्च संबंधित कलम वगळता नफ्याच्या रक्कमेच्या वजावटीस तरतुदी पात्र असल्यास त्याची गणना करणे.

२) या कलमा अंतर्गत तरतुदीत फक्त संबंधित करनिर्धारण वर्षाच्या आर्थिक वर्षाशी संबंधित वजावट करण्याची परवानगी दिली आहे. आयकर कायद्याने ते रद्द केले नाही.

३) ढोबळ उत्पन्नाच्या गणनेसाठी भांडवली खर्च ते (i) मध्ये वगळलेत त्यांची या कोडच्या अंतर्गत वजावट केली जाणार नाही.

४) अन्यथा करपात्र व्यक्ती आर्थिक वर्षात संबंधित कलमामध्ये नमूद केल्याप्रमाणे अटी पूर्ण करता येतील.

२) रद्द आयकर कायद्याच्या कलम ८० आयएबी च्या वजावटी कायम राहतील, जर करदाता विकासक, विकासकार्य आणि विशेष आर्थिक क्षेत्राच्या वाढीस गुंतला असेल तर ३१ मार्च २०१५ ला किंवा त्या अगोदर विशेष आर्थिक क्षेत्र कायदा २००५ नुसार खालील अटींची पूतर्ता करावी लागेल.

अ) नवव्या अनुसूचीतील परिच्छेद ४ मधील उपकलम (d) व (e) भांडवली वगळता नफ्यासाठी पात्र असलेल्या रकमेच्या तरतुदीत वजावटीसाठी खर्चाची गणना करणे.

ब) त्या काळात वजावटींची तरतुदीत परवानगी आहे अन्यथा रद्द आयकर कायद्यात परवानगी नाही.

क) ढोबळ उत्पन्नाच्या गणनेसाठी भांडवली खर्च जे (i) मध्ये वगळलेत त्यांची या कोडच्या अंतर्गत वजावट केली जाणार नाही.

ड) अन्यथा करदाता आर्थिक वर्षात संबंधीत कलमामध्ये नमूद केल्याप्रमाणे अटींची पूर्तता करता येईल.

३) या कोडच्या अंतर्गत कलम ८०एलए च्या वजावटी कलम राहील्या आहेत. तर करदाता ऑफ शेर बँकिंग युनिट मध्ये ऑपरेशन किंवा आंतरराष्ट्रीय वित्तीय सेवा केंद्र सुरू असल्यास रद्द आयकर कायद्याच्या कलम ८०एलए अंतर्गत वजावटीस परवानगी सुरू किंवा ३१ मार्च २०१५ च्या आधी, अटीअधीन कलम ८० एलए च्या अटींप्रमाणे आहेत.

४) कलम १०एलए मधील वजावटी रद्द आयकर कायद्याच्या या कोडमध्ये कायम राहणार आहेत. जर करदाता उद्योजक कलम २(I) विशेष आर्थिक क्षेत्र कायदा २००५ नुसार विशेष आर्थिक क्षेत्रात कारखानदार, वस्तुंचे उत्पादक किंवा सेवा ३१ मार्च २०१५ ला किंवा त्यानंतर पुरवितात त्यांच्यासाठी खालील अटींची पुर्तता करावी लागते.

अ) नवव्या अनुसूचीतील परिच्छेद ४(d) व (e) मधील भांडवल खर्च वगळता नफ्यासाठी पात्र असलेल्या रक्केच्या तरतूद वजावटीसाठी खर्चाची गणना करणे.

ब) त्या काळात वजावटींची तरतूदीत परवानगी होती पण ज्या काळात त्यांची वजावट करायची होती तेथे ते समाविष्ट नव्हते. अन्यथा रद्द आयकर कायद्याच्या तरतुदीत त्यास परवानगी नाही.

क) वरील १ मध्ये भांडवली खर्च संबंधीची रक्कम वगळल्यास त्याची वजावट ढोबळ उत्पन्न शोधताना केली जाणार नाही.

ड) अन्यथा करदाता मागील आर्थिक वर्षासंबंधी च्या अटींची पूर्तता करू शकतो.

५) या कोडमध्ये कलम ८०एलबी उपकलम (९)च्या वजावटी रद्द आयकर कायद्याने कायम ठेवल्या आहेत; तर त्याचा व्यवसाय खालील प्रकारचा असेल तर

अ) संबंधित व्यवसाय संस्था व्यवसायिक उत्पन्न करणारी औद्योगिक संस्था असावी.

ब) खनिज धातुंचे उत्पन्न करणारी संस्था असावी.

क) मिनरल ऑईलच्या शुद्धतेचा व्यवसाय १ ऑक्टो. ९८पासून किंवा नंतरचा

परंतु ३१ मार्च २०१२ च्या आतील असावा.

ड) नैसर्गिक गॅसची उत्पादन करणारी संस्था १.४.०९ पासून किंवा त्यानंतर परंतु ३१ मार्च २०१५ च्या आधीची संस्था असावी (लायसन्स VIII व IV नुसार) त्यासाठी खालील अटींची पूर्तता करावी लागेल.

१) उपरोक्त कलमाच्या तरतुदी अंतर्गत वजावट पात्र नफ्याची रक्कम आठव्या परिशिष्ट परिच्छेद ३(d) आणि (f) पेक्षा इतर संहिते नुसार/ तरतुदीनुसार भांडवली खर्चाची गणना केली जात असेल तर

२) त्या काळात वजावटीच्या तरतुदीत परवानगी होती पण वजावटीच्या कालावधीत केली नसल्यास, अन्यथा

३) वरिल १ मध्ये भांडवली खर्चासंबंधीची रक्कम वगळण्यास त्याची वजावट एकूण ढोबळ उत्पन्न शोधताना केली जाणार नाही.

४) अन्यथा करदाता मागील आर्थिक वर्षासंबंधीच्या अटींची पूर्तता करू शकतो.

५) कोणत्याही विशिष्ट उद्योगा (Specified Business) च्या कलम 35 AD नुसार असलेल्या तोट्यासंबंधीचा नियम रद्द आयकर कायद्याने पुढे कायम ठेवला आहे. (जो आर्थिक वर्ष १.४.१५ पासून सुरू होते त्यासंबंधी) आयकर कायद्याने ते रद्द केले नाही. कलम ३५एडी च्या रद्द कायद्यानुसार आणि १० व्या परिशिट (Schedule) / अनुसूची परिच्छेद ५फ नुसार जे आर्थिक वर्ष १.४.१५ पासुन चालू होते. त्याच्या मागील वर्षातील नकारात्मक नफा (Negative Profit) मानण्यात येईल.

६) कलम ३५ च्या उपकलम(४) किंवा कलम ३ च्या उपलम (२) अंतर्गत कोणताही सत्ता किंवा त्याचा भाग रद्द आयकर कायद्याने १.४.१५ कर निर्धारित वर्षापासून पुढे आणला आहे/ कायम ठेवला आहे. तो आयकर कायद्याने रद्द केला नाही. आर्थिक वर्ष १.४.१५ पासून कोणताही भत्ता किंवा तत्सम भाग भांडवली भत्त्यामध्ये समाविष्ट केले जातील आणि त्या भत्त्याचा भाग म्हणून गृहीत धरले जाईल किंवा जर त्या आर्थिक वर्षात असा कोणताही भत्ता नव्हता असे असल्यास त्याला त्या आर्थिक वर्षात भत्ता म्हणून गृहीत धरले जाईल.

७) करनिर्धारण, वर्ष १.४.१५ पासून किंवा त्यानंतर काही अटींची पूर्तता केल्यानंतर रद्द आयकर कायद्याने कलम ३५एबीबी, कलम ३५एडी, कलम ३५डीडी, कलम ३५डीडीए, ३५ई किंवा कलम ३६(i)(ix) च्या पहिल्या तरतुदींप्रमाणे वजावटीस कायम ठेवले आहे. आयकर कायद्याने त्या रद्द केल्या नाहीत अशा वजावटी कलम ३७(1)(e) नुसार महसूल खर्च भत्ता (Revenue Expenditure Allowance) मध्ये

समाविष्ट केल्या आहेत आणि भत्त्याचा एक भाग म्हणून त्या गृहीत धरल्या आहेत किंवा जर असा भत्ता त्या आर्थिक वर्षात नसेल तर त्या आर्थिक वर्षात तो भत्ता म्हणून गृहीत धरले जाईल.

४.११ कर सल्लागार (Tax Consultancy)

सामान्यपणे कोणत्याही करदात्याला कायदेशीर मार्गाने आपला कर वाचविण्याचा अधिकार आहे. करदाता त्याची कर भरण्याची जबाबदारी अंशतः किंवा पूर्णपणे टाळण्यासाठी चार्टर्ड अकाउंटंटचा सल्ला सेवा घेऊ शकतो. असा कर टाळण्यासाठी किंवा त्यामध्ये जास्तीत जास्त कपात मिळविण्यासाठी अंकेक्षकाचा सल्लासेवा घेऊन त्याच्या लेखापुस्तकांच्या व्यवहारांची मांडणी करू शकतो. थोडक्यात, कायदेशीर मार्गाने कर रकमेत कपात करून कमीत कमी कर भरण्यासंदर्भात त्याच्या व्यवहारांची मांडणी करण्याचा अधिकार करदात्यास आहे. तशा प्रकारच्या व्यवहारांच्या मांडणीच्या संदर्भात करदाता तज्ज्ञ व्यक्तीचा सल्ला घेऊ शकतो. करदाता त्याला भराव्या लागणाऱ्या कर रकमेत जास्तीत जास्त कपात मिळविण्यासाठी चार्टर्ड अकाउंटंट्ससारख्या तज्ज्ञाचा सल्ला घेतात. करदाता चार्टर्ड अकाउंटंटकडून आवश्यक तसे तपशीलवार विवरणपत्र तयार करून घेत असतो. निश्चित वेळेत कर भरण्यासाठी तज्ज्ञांचा सल्ला घेऊन करदाता त्याच्या व्यवहारांचे सादरीकरण करण्याचा प्रयत्न करीत असतो.

थोडक्यात, करपात्र व्यक्तींना चार्टर्ड अकाउंटंटस्/अंकेक्षकांनी करविषयक दिलेली सेवा म्हणजे 'कर सल्ला' होय. चार्टर्ड अकाउंटंटस् त्यांच्या ज्ञान व कौशल्याचा वापर करून करपात्र व्यक्तींना त्यांच्यावरील कराचा बोजा (Tax Burden) कमी करण्यासाठी कायदेशीर सल्ले सुचवित असतात. अंकेक्षक हे करपात्र व्यक्तीच्या वतीने आयकर विभागाच्या कर दाव्याबाबत (Tax Burden) बाजू मांडू शकतात. या कर सल्लागार संस्था त्यांच्या पक्षकारांना (Clients) विविध कर सवलती मिळवून देत असतात; जर व्यवसायाचे स्वरूप गुंतागुंतीचे असेल – जसे विदेशातील शाखा, उपकंपन्या, करसवलती इत्यादी बाबतीत कर सल्लागार संस्था त्यांच्या पक्षकारांना मदत करीत असते. या सल्लागार संस्था दिलेल्या सल्ल्याच्या मोबदल्यात मोठे शुल्क आकारत असतात.

४.१२ कर अंकेक्षणाबाबतचे फॉर्म (Tax Consultant Forms)

संगणकीकृत कर प्रणालीचा अंकेक्षणासाठी आयकर कायद्यात विविध नमुन्यातील फॉर्म्स दिलेले आहेत. त्यानुसार अंकेक्षकाने कर अंकेक्षण करणे गरजेचे आहे. असे फॉर्म्स खालीलप्रकारे सांगता येतील.

FORM NO. 3CA

[See rule 6G(1)(a)]

Audit report under section 44AB of the Income - tax Act, 1961, in a case where the accounts of the business or profession of a person have been audited under any other law

*I / we report that the statutory audit of M/s. _____
(Name and address of the asseessee with Permanent Account Number) was conducted by *me / us / M/s. _____in pursuance of the provisions of the_____Act, and*I/ we annex hereto a copy of *my / our / their audit report dated _____along with a copy of each of :-

(a) the audited *profit and loss account / income and expenditure account for the period beginning from ——————————————to ending on ————————————.

(b) the audited balance sheet as at, _____; and

(c) documents declared by the said Act to be part of, or annexed to, the *profit and loss account / income and expenditure account and balance sheet.

2. The statement of particulars required to be furnished under section 44AB is annexed herewith in Form No. 3CD.

3. In *my / our opinion and to the best of *my / our information and according to examination of books of account including other relevant documents and explanations given to *me / us, the particulars given in the said Form No.3 CD are true and correct subject to the following observations/qualifications, if any:

a.

b.

c.

………………..

**(Signature and stamp/Seal of the signatory)

Place : _____   Name of the signatory ....

Date : _____   Full address ....

Notes :

1. * Delete whichever is not applicable

2. **This report has to be signed by a person eligible to sign the report as per the provisions of section 44AB of the Income Tax Act, 1961.

3. Where any of the requirements in this Form is answered in the negative or with qualification, give reasons therefore.

4. The person who signs this audit report shall indicate reference of his membership number / certificate of practice / authority under which he is entitled to sign this report.

FORM NO. 3CB

[See rule 6G(1)(b)]

Audit report under section 44AB of the Income - tax Act 1961,

in the case of a person referred to in clause (b) of

sub - rule (1) of rule 6G

1. *I / we have examined the balance sheet as on, _____, and the *profit and loss account / income and expenditure account for the period beginning from ——————to ending on ——————., attached herewith, of_____(Name), _____ (Address), _____(Permanent Account Number).

2. *I / we certify that the balance sheet and the *profit and loss / income and expenditure account are in agreement with the books of account maintained at the head office at _____ and ** _____ branches.

3.(a) *I / we report the following observations / comments / discrepancies/ inconsistencies; if any:

(b) Subject to above, -

(A) *I / we have obtained all the information and explanations which, to the best of *my / our knowledge and belief, were necessary for the purpose of the audit.

(B) In *my / our opinion, proper books of account have been kept by the head office and branches of the assessee so far as appears from*my / our examination of the books.

(C) In *my / our opinion and to the best of *my / our information and according to the explanations given to *me / us, the said accounts, read with notes thereon, if any, give a true and fair view :-

(i) in the case of the balance sheet, of the state of the affairs of the assessee as at 31st March,; and

(ii) in the case of the *profit and loss account / income and expenditure account of the *profit / loss or *surplus / deficit of the assessee for the year ended on that date.

4. The statement of particulars required to be furnished under section 44AB is annexed herewith in Form No.3CD.

5. In *my/our opinion and to the best of *my / our information and according to explanations given to *me / us, the particulars given in the said Form No.3 CD are true and correct subject to following observations/qualifications, if any:

a.

b.

c.

....

***(Signature and stamp/seal of the signatory)

Place   :   _____   Name   of   the   signatory ....

Date :_____   Full address ....

Notes :

1. *Delete whichever is not applicable.

2. **Mention the total number of branches.

3. ***This report has to be signed by person eligible to sign the report as per the provisions of section 44AB of the Income Tax Act, 1961.

4. The person, who signs this audit report, shall indicate reference of his membership number / certificate of practice number / authority under which he is entitled to sign this report.

FORM NO. 3CD

[See rule 6 G(2)]

Statement of particulars required to be furnished under section 44AB of the Income Tax Act, 1961

PART - A

1. Name of the assessee

2. Address

3. Permanent Account Number (PAN)

4. Whether the assessee is liable to pay indirect tax like excise duty, service tax, sales tax, customs duty,etc. if yes, please furnish the registration number or any other identification number allotted for the same

5. Status

6. Previous year from……………..to ……………

7. Assessment year

8. Indicate the relevant clause of section 44AB under which the audit has been conducted

PART - B

9. (a) If firm or association of persons, indicate names of partners/ members and their profit sharing ratios.

(b) If there is any change in the partners or members or in their profit sharing ratio since the last date of the preceding year, the particulars of such change

10. (a) Nature of business or profession (if more than one business or profession is carried on during the previous year, nature of every business or profession)

(b) If there is any change in the nature of business or profession, the particulars of such change.

11. (a) Whether books of account are prescribed under section 44AA, if yes, list of books so prescribed.

(b) List of books of account maintained and the address at which the books of accounts are kept.

(In case books of account are maintained in a computer system, mention the books of account generated by such computer system. If the books of accounts are not kept at one location, please furnish the addresses of locations along with the details of books of accounts maintained at each location.)

(c) List of books of account and nature of relevant documents examined.

12. Whether the profit and loss account includes any profits and gains assessable on presumptive basis, if yes, indicate the amount and the relevant section (44AD, 44AE, 44AF, 44B, 44BB, 44BBA, 44BBB, Chapter XII-G, First Schedule or any other relevant section.)

13.(a) Method of accounting employed in the previous year

(b) Whether there had been any change in the method of accounting employed vis-a-vis the method employed in the immediately preceding previous year.

(c) If answer to (b) above is in the affirmative, give details of such change, and the effect thereof on the profit or loss.

Serial number	Particulars	Increase in profit (Rs.)	Decrease in profit (Rs.)

(d) Details of deviation, if any, in the method of accounting employed in the previous year from accounting standards prescribed under section 145 and the effect thereof on the profit or loss.

14. (a) Method of valuation of closing stock employed in the previous year.

(b) In case of deviation from the method of valuation prescribed under section 145A, and the effect thereof on the profit or loss, please furnish:

Serial number	Particulars	Increase in profit (Rs.)	Decrease in profit (Rs.)

15. Give the following particulars of the capital asset converted into stock-in trade: -

(a) Description of capital asset;

(b) Date of acquisition;

(c) Cost of acquisition;

(d) Amount at which the asset is converted into stock-in-trade.

16. Amounts not credited to the profit and loss account, being, -

(a) the items falling within the scope of section 28;

(b) the pro forma credits, drawbacks, refund of duty of customs or excise or service tax, or refund of sales tax or value added tax where such credits, drawbacks or refunds are admitted as due by the authorities concerned;

(c) escalation claims accepted during the previous year;

(d) any other item of income;

(e) capital receipt, if any.

17. Where any land or building or both is transferred during the previous year for a consideration less than value adopted or assessed or assessable by any authority of a State Government referred to in section 43CA or 50C, please furnish:

Details of property	Consideration received or accrued	Value adopted or assessed or assessable

18. Particulars of depreciation allowable as per the Income Tax Act, 1961 in respect of each asset or block of assets, as the case may be, in the following form :-

(a) Description of asset/block of assets.

(b) Rate of depreciation.

(c) Actual cost of written down value, as the case may be.

(d) Additions/deductions during the year with dates; in the case of any addition of an asset, date put to use; including adjustments on account of–

i) Central Value Added Tax credits claimed and allowed under the Central Excise Rules, 1944, in respect of assets acquired on or after 1st March, 1994,

ii) change in rate of exchange of currency, and

iii) subsidy or grant or reimbursement, by whatever name called.

(e) Depreciation allowable.

(f) Written down value at the end of the year

19. Amounts admissible under sections:

Section	Amount debited to profit and loss account	Amounts admissible as per the provisions of the Income Tax Act, 1961 and also fulfils the conditions, if any specified under the the conditions, if any specified under the relevant 14provisions of Income Tax Act, 1961 or Income Tax Rules,1962 or any other guidelines, circular, etc., issued in this behalf.
32AC		
33AB		
33ABA		
35(1)(i)		
35(1)(ii)		
35(1)(iia)		
35(1)(iii)		
35(1)(iv)		
35(2AA)		
35(2AB)		
35ABB		
35AC		
35AD		
35CCA		
35CCB		
35CCC		
35CCD		
35D		
35DD		
35DDA		
35E		

20. (a) Any sum paid to an employee as bonus or commission for services rendered, where such sum was otherwise payable to him as profits or dividend. [Section 36(1)(ii)]

(b) Details of contributions received from employees for various funds as referred to in section 36(1)(va):

Serial No.	Nature of fund	Sum received from employees	Due date for payment	The actual amount paid	The actual date of payment to the concerned authorities

21. (a) Please furnish the details of amounts debited to the profit and loss account, being in the nature of capital, personal, advertisement expenditure etc

Nature	Serial number	Particulars	Amount in Rs.
Expenditure incurred at clubs being cost for club services and facilities used.			
Expenditure by way of penalty or fine for violation of any law for the time being force			
Expenditure by way of any other penalty or fine not covered above			
Expenditure incurred for any purpose which is an offence or which is prohibited by law			

(b) Amounts inadmissible under section 40(a):-

(i) as payment to non-resident referred to in sub-clause (i)

(A) Details of payment on which tax is not deducted:

(I) date of payment

(II) amount of payment

(III) nature of payment

(IV) name and address of the payee

(B) Details of payment on which tax has been deducted but has not been paid during the previous year or in the subsequent year before the expiry of time prescribed under section 200(1)

(I) date of payment

(II) amount of payment

(III) nature of payment

(IV) name and address of the payee

(V) amount of tax deducted

(ii) as payment referred to in sub-clause (ia)

(A) Details of payment on which tax is not deducted:

(I) date of payment

(II) amount of payment

(III) nature of payment

(IV) name and address of the payee

(B) Details of payment on which tax has been deducted but has not been paid on or before the due date specified in sub- section (1) of section 139.

(I) date of payment

(II) amount of payment

(III) nature of payment

(IV) name and address of the payer

(V) amount of tax deducted

(VI) amount out of (V) deposited, if any

(iii) under sub-clause (ic) [Wherever applicable]

(iv) under sub-clause (iia)

(v) under sub-clause (iib)

(vi) under sub-clause (iii)

(A) date of payment

(B) amount of payment

(C) name and address of the payee

(vii) under sub-clause (iv)

(viiii) under sub-clause (v)

(c) Amounts debited to profit and loss account being, interest, salary, bonus, commission or remuneration inadmissible under section 40(b)/40(ba) and computation thereof;

(d) Disallowance/deemed income under section 40A(3):

(A) On the basis of the examination of books of account and other relevant documents/evidence, whether the expenditure covered under section 40A(3) read with rule 6DD were made by account payee cheque drawn on a bank or account payee bank draft. If not, please furnish the details:

Serial no.	Date of payment	Nature of payment	Amount	Name and Permanent Account Number of the payee, if available

(B) On the basis of the examination of books of account and other relevant documents/evidence, whether the payment referred to in section 40A(3A) read with rule 6DD were made by account payee cheque drawn on a bank or account payee bank draft If not, please furnish the details of amount deemed to be the profits and gains of business or profession under section 40A(3A);

Serial no.	Date of payment	Nature of payment	Amount	Name and Permanent Account Number of the payee, if available

(e) provision for payment of gratuity not allowable under section 40A(7);

(f) any sum paid by the assessee as an employer not allowable under section 40A(9);

(g) particulars of any liability of a contingent nature;

(h) amount of deduction inadmissible in terms of section 14A in respect of the expenditure incurred in relation to income which does not form part of the total income;

(i) amount inadmissible under the proviso to section 36(1)(iii).

22. Amount of interest inadmissible under section 23 of the Micro, Small and Medium Enterprises Development Act, 2006.

23. Particulars of payments made to persons specified under section 40A(2)(b).

24. Amounts deemed to be profits and gains under section 32AC or 33AB or 33ABA or 33AC.

25. Any amount of profit chargeable to tax under section 41 and computation thereof.

26. In respect of any sum referred to in clause (a),(b), (c), (d), (e) or (f) of section 43B, the liability for which:-

(A) pre-existed on the first day of the previous year but was not allowed in the assessment of any preceding previous year and was

(a) paid during the previous year;

(b) not paid during the previous year;

(B) was incurred in the previous year and was

(a) paid on or before the due date for furnishing the return of income of the previous year under section 139(1);

(b) not paid on or before the aforesaid date.

(State whether sales tax, customs duty, excise duty or any other indirect tax, levy, cess, impost, etc., is passed through the profit and loss account.)

27. (a) Amount of Central Value Added Tax credits availed of or utilised during the previous year and its treatment in the profit and loss account and treatment of outstanding Central Value Added Tax credits in the accounts. (b) Particulars of income or expenditure of prior period credited or debited to the profit and loss account.

28. Whether during the previous year the assessee has received any property, being share of a company not being a company in which the public are substantially interested, without consideration or for inadequate consideration as referred to in section 56(2)(viia), if yes, please furnish the details of the same.

29. Whether during the previous year the assessee received any consideration for issue of shares which exceeds the fair market value of

the shares as referred to in section 56(2)(viib), if yes, please furnish the details of the same.

30. Details of any amount borrowed on hundi or any amount due thereon (including interest on the amount borrowed) repaid, otherwise than through an account payee cheque. [Section 69D]

31. *(a) Particulars of each loan or deposit in an amount exceeding the limit specified in section 269SS taken or accepted during the previous year :-

(i) name, address and permanent account number (if available with the assessee) of the lender or depositor;

(ii) amount of loan or deposit taken or accepted;

(iii) whether the loan or deposit was squared up during the previous year;

(iv) maximum amount outstanding in the account at any time during the previous year;

(v) whether the loan or deposit was taken or accepted otherwise than by an account payee cheque or an account payee bank draft.

*(These particulars needs not be given in the case of a Government company, a banking company or a corporation established by a Central, State or Provincial Act.)

(b) Particulars of each repayment of loan or deposit in an amount exceeding the limit specified in section 269T made during the previous year :-

(i) name, address and Permanent Account Number (if available with the assessee) of the payee;

(ii) amount of the repayment;

(iii) maximum amount outstanding in the account at any time during the previous year;

(iv) whether the repayment was made otherwise than by account payee cheque or account payee bank draft.

(c) Whether the taking or accepting loan or deposit, or repayment of the same were made by account payee cheque drawn on a bank or account payee bank draft based on the examination of books of account and other relevant documents

(The particulars (i) to (iv) at (b) and comment at (c) above need not be given in the case of a repayment of any loan or deposit taken or accepted from Government, Government company, banking company or a corporation established by a Central, State or Provincial Act)

32.(a) Details of brought forward loss or depreciation allowance, in the following manner, to the extent available :

Serial no.	Assessment Year	Nature of loss / allowance (in rupees)	Amount as returned (in rupees)	Amounts assessed (give) reference to relevant order)	Remarks

(b) Whether a change in shareholding of the company has taken place in the previous year due to which the losses incurred prior to the previous year cannot be allowed to be carried forward in terms of section 79.

(c) Whether the assessee has incurred any speculation loss referred to in section 73 during the previous year, If yes, please furnish the details of the same.

(d) whether the assessee has incurred any loss referred to in section 73A in respect of any specified business during the previous year, if yes, please furnish details of the same.

(e) In case of a company, please state that whether the company is deemed to be carrying on a speculation business as referred in explanation to section 73, if yes, please furnish the details of speculation loss if any incurred during the previous year.

33. Section-wise details of deductions, if any, admissible under Chapter VIA or Chapter III (Section 10A, Section 10AA).

Section under which deduction is claimed	Amounts admissible as per the provision of the Income Tax Act, 1961 and fulfils the conditions, if any, specified under the relevant provisions of Income Tax Act, 1961 or Income Tax Rules,1962 or any other guidelines, circular, etc, issued in this behalf.

34. (a) Whether the assessee is required to deduct or collect tax as per the provisions of Chapter XVII-B or Chapter XVII-BB, if yes please furnish:

Tax deduc-tion a n d collec-t i o n Acco -u n t Num -ber (TAN)	Sec tion	Nature of pay -ment	Total amount of payment or receipt of the nature specified in column (3)	Total amount on which tax was required to be deducted or collected out of (4)	Total amount on which tax was deducted or collected at specified rate out of (5)	Amount of tax deducted or collected out of (6)	Total amount on which tax was deducted or collected at less than specified rate out of (7)	Amount of tax dedu -cted or collec -ted on (8)	Amount of tax deducted or collected not deposited to the credit of the Central Govern -ment out of (6) and (8)
(1)	(2)	(3)	(4)	(5)	(6)	(7)	(8)	(9)	(10)

(b) whether the assessee has furnished the statement of tax deducted or tax collected within the prescribed time. If not, please furnish the details:

Tax deduction and collection Account Number (TAN)	Type of Form	Due date for furnishing	Date of furnishing if furnished	Whether the statement of tax deducted or contains information about all transactions which are required to be reported

(c) whether the assessee is liable to pay interest under section 201(1A) or section 206C(7). If yes, please furnish:

Tax deduction and collection Account Number (TAN)	Amount of interest under section 201(1A)/206C(7) is payable	Amount paid out of column (2) along with date of payment.

35. (a) In the case of a trading concern, give quantitative details of principal items of goods traded :

(i) Opening Stock;

(ii) purchases during the previous year;

(iii) sales during the previous year;

(iv) closing stock;

(v) shortage/excess, if any

(b) In the case of a manufacturing concern, give quantitative details of the principal items of raw materials, finished products and by-products :

A. Raw Materials :

(i) opening stock;

(ii) purchases during the previous year;

(iii) consumption during the previous year;

(iv) sales during the previous year;

(v) closing stock;

(vi) yield of finished products;

(vii) percentage of yield;

(viii) shortage/excess, if any.

B. Finished products/by- products :

(i) opening stock;

(ii) purchases during the previous year;

(iii) quantity manufactured during the previous year;

(iv) sales during the previous year;

(v) closing stock;

(vi) shortage/excess, if any.

36. In the case of a domestic company, details of tax on distributed profits under section 115-O in the following form :-

(a) total amount of distributed profits;

(b) amount of reduction as referred to in section 115-O(1A)(i);

(c amount of reduction as referred to in section 115-O(1A)(ii);

(d) total tax paid thereon;

(e) dates of payment with amounts.

37. Whether any cost audit was carried out, if yes, give the details, if any, of disqualification or disagreement on any matter/item/value/quantity as may be reported/identified by the cost auditor.

38. Whether any audit was conducted under the Central Excise Act, 1944, if yes, give the details, if any, of disqualification or disagreement on any matter/item/value/quantity as may be reported/identified by the auditor.

39. Whether any audit was conducted under section 72A of the Finance Act,1994 in relation to valuation of taxable services, Finance Act,1994 in relation to valuation of taxable services, if yes, give the details, if any, of disqualification or disagreement on any matter/item/value/quantity as may be reported/identified by the auditor.

40. Details regarding turnover, gross profit, etc., for the previous year and preceding previous year:

Serial	Particulars	Previous year	Preceding previous year
1.	Total turnover of the assessee		
2.	Gross profit/turnover		
3.	Net profit/turnover		
4.	Stock-in-trade/turnover		
5.	Material consumed/ finished/goods produced		

(The details required to be furnished for principal items of goods traded or manufactured or services rendered)

41. Please furnish the details of demand raised or refund issued during the previous year under any tax laws other than Income Tax Act, 1961 and Wealth tax Act, 1957 alongwith details of relevant proceedings.

....

*(Signature and stamp/Seal of the signatory)

Place : _____

....

Name of the signatory

Date : _____

....

Full address

Notes :

1. *This Form has to be signed by the person competent to sign Form No. 3CA or Form No. 3CB, as the case may be.

सराव प्रश्न

खालील प्रश्नांची उत्तरे २० शब्दांत लिहा.

१) हिशेब तपासनीस या संज्ञेची व्याख्या द्या.

२) व्यवसाय आणि पेशा या संज्ञा स्पष्ट करा.

३) कर कायद्याच्या कलम ४४ एबी मधील सक्तीच्या कर अंकेक्षणाची तरतूद सांगा.

४) अंकेक्षण अहवालाची निश्चित तारीख सांगा.

५) व्यवसाय किंवा पेशातील प्राप्ती म्हणजे काय?

६) निवडक कर अंकेक्षण म्हणजे काय?

खालील प्रश्नांची उत्तरे ५० शब्दांत लिहा.

१) निवडक कर अंकेक्षण म्हणजे काय?

२) सक्तीचे कर अंकेक्षण म्हणजे काय?

३) निवडक कर अंकेक्षणाची वैशिष्ट्ये सांगा.

खालील प्रश्नांची उत्तरे १५० शब्दांत लिहा.

१) अंकेक्षकाला कोणत्या नमुन्यात आपला अहवाल सादर करावा लागतो?

२) कर सेवा सल्ला आणि प्रतिनिधित्व यावर टिप लिहा.

३) निवडक कर अंकेक्षण यावर सविस्तर टीप लिहा.

खालील प्रश्नांची उत्तरे ३००–५०० शब्दांत लिहा.

१) सक्तीचे कर अंकेक्षणाच्या तरतूदी सविस्तर स्पष्ट करा.

२) उत्पन्न कर कायद्यानुसार अंकेक्षकाची भूमिका स्पष्ट करा.

३) सवलत मागणीसाठी दाखला मिळविण्यासंदर्भातील तरतुदी स्पष्ट करा.

५ | संगणकीय अंकेक्षण पद्धती

(Audit of Computerised System)

५.१ प्रस्तावना (Introduction)

संगणकाचा उदय व वापर होण्यापूर्वीच्या काळात हिशेबलेखनाचे काम हे मानवी व पारंपरिक पद्धतीने केले जात असे. या पद्धतीनुसार आर्थिक व्यवहाराच्या नोंदी 'दैनंदिन पुस्तकावर' केल्यानंतर त्यांची नोंद 'खतावणी पुस्तकात' केली जाते असे. या पद्धतीत एकच काम दोन वेळा करावे लागत असल्यामुळे कर्मचारी वर्गाला हे काम कंटाळवाणे वाटू लागले शिवाय अलीकडच्या काळात कंपन्यांचा विस्तार व विकास झाल्याने एकाच कामाची पुनरावृत्ती टाळून अनावश्यक नोंदी टाळणे आवश्यक वाटू लागले. त्यातूनच पुढे यांत्रिकीपद्धतीचा वापर प्रामुख्याने पाश्चात्त्य व युरोपीयन देशांमध्ये सुरू झाला. आता सर्वच देशांमध्ये विशेषतः कंपन्यांमध्ये संगणकाच्या साहाय्याने हिशेब लेखनाचे व हिशेबपरीक्षणाचे काम केले जाते. हिशेबाच्या संदर्भातील सर्व माहिती संगणकामध्ये साठवून ठेवता येते.

जागतिकीकरणाच्या पार्श्वभूमीवर आधुनिक जग हे 'संगणकीय युग' म्हणून ओळखले जाते. विविध व्यवसाय संस्थेत नित्यक्रमाने संगणकाचा उपयोग केला जातो. संगणकाचा काम करण्याचा प्रचंड वेग, कार्यक्षमता, वेळेची बचत, माहितीचे संकलन व सवंर्धन, वर्गीकरण, पृथक्करण इ. अनेक बाबींमुळे संगणकाचा वापर व्यवसाय संस्था करतात. थोडक्यात संगणकाच्या अनेक वैशिष्ट्यपूर्ण कार्यामुळे संगणकाचा वापर सर्वच क्षेत्रांत मोठ्या प्रमाणावर होऊ लागलेला आहे.

५.२ संगणकाची व्याख्या (Definition of Computer)

१) 'संगणक हे बहुउद्देशीय माहिती संस्करणाचे चिन्हांतरण होय.'

२) ''संगणक त्याला मिळालेल्या सूचनेनुसार दिलेल्या संख्यांची आकडेमोड अथवा माहितीचे पृथक्करण अचूक आणि कमीत कमी वेळेत करणारे इलेक्ट्रॉनिक्स यंत्र आहे.''

वरील व्याख्यांवरून असे दिसून येते की, संगणकाचा उपयोग अनेक क्षेत्रांत उदा.औद्योगिक वापर, शिक्षण नि सार्वजनिक इ. अनेक कामासाठी होऊ शकतो. त्याचा मुख्य उपयोग अचूक आकडेमोड व मोठ्या प्रमाणात माहिती संस्करणासाठी केला जातो. संगणक व्यक्तींनी दिलेल्या सूचनांप्रमाणे दिलेले काम अचूकपणे कमी वेळेत करतो. संगणक हा विविध क्षेत्रांत वापरला जात असला तरी तो मुख्यतः पुढील प्रकारची कामे करीत असतो.

१) विशिष्ट माहिती व सूचना स्वीकारणे. २) आकडेमोड करणे. ३) तुलना करणे. ४) उत्तरे देणे. ५) माहितीचे संग्रहण करणे.

संगणकाला मिळालेल्या सूचनेनुसार उपलब्ध माहिती संबंधित आकडेमोड अथवा तुलना करून देण्याचे काम संगणक करीत असतो.

५.३ संगणकाची कार्ये (Functions of Computer)

कोणत्याही व्यवसाय संस्थेत सामान्यतः संगणक पुढील प्रकारची कार्ये करतो–

१) व्यवसाय संस्थेतील सर्व प्रकारची माहिती आणि सूचना यांचा स्वीकार करणे.

२) व्यवसाय संस्थेतील स्वीकार केलेल्या सर्व प्रकारच्या माहिती व सूचना यांची आकडेमोड करणे.

३) व्यवसाय संस्थेतील सर्व माहिती व सूचना यांच्या आकडेमोडीच्या माहितीची तुलना करणे.

४) व्यवसाय संस्थेतील सर्व माहिती व सूचनांच्या साहाय्याने विचारलेल्या प्रश्नांची उत्तरे उपलब्ध करून देणे.

५) व्यवसाय संस्थेतील सर्व माहितीचे संकलन करणे.

६) व्यवसाय संस्थेतील सर्व माहितीचे संग्रहण व जपणूक करणे.

७) व्यवसाय संस्थेतील माहिती बाबत कर्मचारी वर्गाने दिलेल्या सूचनेनुसार दिलेले काम अचूकपणे आणि वेगाने करणे.

५.४ संगणकाची रचना (Structure of Computer)

सर्वसाधारणपणे संगणकाची जी रचना आहे त्यात खालील साधनांचा समावेश होतो.

१) संगणकाला माहिती पुरविणारी साधने (Input Devices) : संगणकाला अनेक प्रकारच्या यंत्रभाषा समजत असल्यामुळे संगणकाला माहिती पुरविणारी साधने, त्यांना मिळणारी माहिती किंवा सूचना यांचा अनुवाद यंत्रभाषेत करतात. संगणकात माहिती पुरविणाऱ्या साधनात प्रामुख्याने पंचकार्ड, पेपर टेप, चुंबकीय टेप, चुंबकीय तबकड्या आणि 'की बोर्ड' यांचा समावेश होतो.

२) केंद्रीय प्रक्रिया विभाग (Central Processing Unit) : संगणकातील सर्वात महत्त्वाचा विभाग म्हणून 'केंद्रीय प्रक्रिया विभाग' म्हणून ओळखला जातो.
या विभागात प्रामुख्याने तीन कक्ष असतात :
अ) स्मरण कक्ष (Memory Section)
ब) गणिती व तात्त्विक कक्ष (Arithmetical and Logical Unit - A.L.U)
क) संगणकाने दिलेली माहिती दर्शविणारी साधने (Output Devices)

अ) स्मरण कक्ष (Memory Section) : संगणकाला माहिती पुरविणाऱ्या साधनाकडून आलेली माहिती व सूचना प्रथम संगणकाच्या स्मरण कक्षात जमा केल्या

जातात. सूचनांप्रमाणे माहिती पुढील कारवाईसाठी गणिती व तात्त्विक कक्ष (A.L.U.) कडे पाठविली जाते. या कक्षाकडून (A.L.U.) दिलेली आकडेमोड किंवा उत्तरे परत स्मरण कक्षात पाठविली जातात. स्मरण कक्षात असलेली उत्तरे माहिती देणाऱ्या साधनांकडून दाखविली जातात. माहिती व सूचना या दोन्ही गोष्टी साठविण्यासाठी स्मरण कक्षाचा उपयोग होतो.

ब) संगणकाचा गणिती व तात्त्विक कक्ष (Arithmetical and Logical Unit - A.L.U.): स्मरण कक्षातून आलेल्या माहितीची आकडेमोड (Calculations) अथवा तुलना (Comparison) करण्याचे काम संगणकातील हा विभाग करीत असतो. आकडेमोड असेल तर गणिती भाग ती करण्यास मदत करतो व तुलना असेल तर तात्त्विक भाग (Logical) मदत करतो व योग्य तो निर्णय घेतो. थोडक्यात, संगणकातील माहितीवर गणिती व तात्त्विक प्रक्रिया या विभागात केली जाते.

क) संगणकाने दिलेली माहिती दर्शविणारी साधने (Output Devices): संगणक हाताळणारा (Operator) आणि संगणक (Computer) यांचा संवाद साधण्यासाठी माहिती पुरविणारी साधने जशी महत्त्वाची आहेत, तशीच 'संगणक' व 'संगणक हाताळणारा' याना जोडण्यासाठी संगणकाने दिलेली माहिती दर्शविणारी साधनेही महत्त्वाची ठरतात. संगणक हा यंत्रभाषेत काम करीत असला व त्याची उत्तरे यंत्रभाषेत असली तरी त्याचे इंग्रजी, हिंदी, मराठी अथवा इतर कोणत्याही भाषेत रूपांतर करण्याची जबाबदारी ही माहिती दर्शविणाऱ्या साधनांची असते. उदा. – मॉनिटर, प्रिंटर,इ.

३) संगणकाची यंत्रणा – हार्डवेअर (Hardware) : संगणक म्हणून प्रत्यक्षात जो यंत्राचा संच मिळतो त्या संचास 'संगणकाची यंत्रणा' किंवा 'हार्डवेअर' असे म्हणतात. संगणक म्हणून ज्या यंत्राचे विविध भाग असतात त्या सर्व भागांना एकत्रितरीत्या 'हार्डवेअर' म्हणता येईल. थोडक्यात, संगणकाचे जे भाग प्रत्यक्षात दिसतात किंवा हाताने स्पर्श करता येऊ शकतात त्या सर्व भागांना एकत्रित 'हार्डवेअर' म्हणतात.

४) माहितीरूप सामग्री (Software) : संगणकाला दिल्या जाणाऱ्या द्यावयाच्या तयार सूचनांच्या संचास 'सॉफ्टवेअर' म्हणतात. साधारणतः व्यापार व उद्योग क्षेत्रांना उपयुक्त ठरणारे 'अकाऊंटिंग सॉफ्टवेअर' सगळीकडे उपलब्ध झाले आहे. व्यवसायातील व्यवस्थापन, पगारपत्रके, करआकारणी, कार्यालये व्यवस्थापन इत्यादी विविध विषयांवरील सॉफ्टवेअर पॅकेजेस् सर्वत्र उपलब्ध झाली आहेत.

५) संगणक कार्यपद्धती (Operating System): संगणकाकडून विविध प्रकारची कामे करून घेण्याच्या दृष्टीने संगणकाला ज्या सूचना दिलेल्या असतात; त्या सूचनांना

ऑपरेटिंग सिस्टिम असे म्हणतात. या प्रणालीमध्ये विविध प्रकारचे अनेक कार्यक्रम असतात. हे सर्व कार्यक्रम चुंबकीय तबकडीवर उपलब्ध असतात. सदर संगणक कार्यपद्धतीचा किंवा ऑपरेटिंग सिस्टिमचा उपयोग संगणकाला माहिती आणि सूचना देणाऱ्या सर्व व्यक्तींना होतो. डिस्क ऑपरेटिंग सिस्टिम, सी.पी.एम., युनिक्स, झेनिक्स अशा काही प्रचलित 'ऑपरेटिंग सिस्टिम' सांगता येतील.

५.५ संगणकाचे प्रकार (Types of Computer)

व्यवसाय संस्थेत वापरल्या जाणाऱ्या व प्रामुख्याने संगणकाच्या कार्य करण्याच्या पद्धतीवरून संगणकाचे दोन प्रकारे सांगितले जातात.

१) रुपकात्मक संगणक (Analog Computer) : रुपकात्मक संगणकामुळे विविध प्रकारच्या यंत्रावर नियंत्रण ठेवणे सोपे जाते. रुपकात्मक संगणक हे प्रामुख्याने तांत्रिक, अवकाशयान, रंग कारखाने, रसायन कारखाने, तेलशुद्धीकरण कारखाने इ. विविध क्षेत्रांत वापरले जातात.

२) सांकेतिक संगणक (Digital Computer) : सांकेतिक सांगणकाच्या बाबतीत सर्वसाधारणपणे कोणतीही व्यक्ती सांकेतिक संगणकाशी संवाद करू शकते. सांकेतिक संगणकाच्या संदर्भात ज्या गोष्टी संगणकावर करावयाच्या आहेत. त्याचे संपूर्ण पूर्व नियोजन करावे लागते. संगणकाला एकदा का तुम्ही माहिती आणि सूचना दिल्या की, संगणक दिलेल्या माहिती आणि सूचनेनुसार माहितीवर प्रक्रिया करतो व त्वरित उत्तरे देत असतो; म्हणून संगणकावर ज्या गोष्टी करावयाच्या आहेत, त्याचे पूर्व नियोजन करणे अत्यंत आवश्यक असते. थोडक्यात रूपकात्मक संगणकावर होणारे काम सांकेतिक संगणकावर करता येते, परंतु सांकेतिक संगणकावर होणारे काम रूपकात्मक संगणकावर करता येणे शक्य नसते.

५.६ संगणक हिशेबांची वैशिष्ट्ये (Features of Computerised Accounts)

आधुनिक युगात जवळपास सर्वच कंपन्यांमध्ये संगणकाच्या साहाय्याने हिशेब ठेवले जातात. या पद्धतीलाच 'संगणक वापर पद्धती' असे म्हणतात. त्यासाठी संगणकाच्या मदतीने ठेवलेल्या हिशेबांची तपासणी करताना वेगळीच दृष्टी ठेवावी लागते. त्या हेतूने संगणकामार्फत ठेवण्यात आलेल्या हिशेबांची वैशिष्ट्ये प्रथम समजावून घेतली पाहिजेत. ती वैशिष्ट्ये पुढीलप्रमाणे आहेत –

१) कामाची गती : पारंपरिक पद्धतीने जेव्हा हिशेब लिहीले जातात, तेव्हा हिशेब लेखनाच्या कामाची गती फारच कमी असते. मात्र, संगणकाच्या साहाय्याने जेव्हा हिशेब लिहीले जातात तेव्हा हिशेबलेखनाचे काम गतीपूर्ण होते. शिवाय एकच व्यक्ती संपूर्ण

हिशेब ठेवण्याचे काम करते. त्यामुळे इतर व्यक्तींवर नियंत्रण ठेवावे लागत नसल्यामुळे चुकाही फारशा प्रमाणात होत नाहीत.

२) कागदपत्रांचा कमीत कमी वापर : पारंपरिक हिशेब पद्धतीत पुराव्यासाठी सर्वच कागदपत्रांची आवश्यकता असते. हिशेब लिहीण्यासाठी व त्यांचे अंकेक्षण करण्यासाठी पावत्या, बिले, कागदपत्रे, दस्तऐवज इत्यादींचा हिशेब लिहीण्यासाठी उपयोग होतो. संगणक हिशेब प्रणालीत कागदपत्रकांच्या साहाय्यासाठी हिशेबांची नोंद केली जाते. कागदपत्रकांचा कमीत कमी वापर केला जातो. हिशेबतपासनीस संगणकाच्या साहाय्याने हिशेबतपासणी सहजपणे करू शकतात.

३) वेतन खर्चात बचत : मानवी पद्धतीने हिशेब लिहीण्यासाठी एका पेक्षा अधिक व्यक्तींची आवश्यकता असते. या पद्धतीमुळे कर्मचाऱ्यांच्या वेतनावर जास्त खर्च होतो. परंतु अलीकडच्या काळात विशेषतः कंपन्यांच्या क्षेत्रात संगणीकरणाचा प्रामुख्याने वापर केल्यामुळे एक व्यक्तीदेखील हिशेब लिहीण्याचे काम सहजपणे करू शकते. परिणामी वेतनावरील खर्चात बचत होते.

४) त्वरित बदल : पारंपरिक पद्धतीत हिशेब विशिष्ट पद्धतीनेच लिहीले जातात. उदा. बिले तयार करणे, पावत्या त्यांच्या आधारे कीर्द लिहीणे, किर्दीवरून खतावणी तयार करणे, खतावणीवरून तेरीजपत्रक तयार करणे. मात्र संगणकाच्या साहाय्याने ह्या सर्व क्रिया त्वरित केल्या जातात. उदा. टॅली मार्फत हिशेब ठेवल्यास पाहिजे त्यावेळेस आवश्यक असलेली माहिती मिळवता येते.

५) अचूकता : पारंपरिक पद्धतीने हिशेब लिहीण्यासाठी अनेक व्यक्तींची गरज भासते. परंतु संगणकाच्या साहाय्याने हिशेब तपासणी इ. बाबी पूर्ण होतात. संगणकाचा वापर केल्यामुळे हिशेब व हिशेबतपासनीसाठी फारच कमी व्यक्तींची गरज लागते. तेव्हा संगणकाद्वारे करण्यात आलेल्या कामाची अचूकता ही मानवाच्या मदतीने केलेल्या हिशेबाच्या क्षमतेपेक्षा जास्त असते.

६) सांकेतिक चिन्हांचा वापर : पारंपरिक पद्धतीत सांकेतिक चिन्हांचा वापर करता येत नाही. मात्र, संगणकाच्या साहाय्याने हिशेबतपासनीसाचे काम कमीत कमी खर्चात, वेळेत व श्रमात पूर्ण होते. शिवाय झालेले भाग अगदी अचूक असतात.

७) माहितीची विल्हेवाट : पारंपरिक हिशेबतपासणी पद्धतीमध्ये माहिती पूर्णपणे नष्ट करता येते; कारण किर्द व खतावणी यामध्येच हिशोबाची माहिती असते. परंतु संगणक पद्धतीत फ्लॉपी, सिडी हार्डवेअर इत्यादींच्या साहाय्याने माहिती नमूद केली जाते, तेव्हा

संगणकावरील माहिती देखील नाहीशी किंवा नष्ट करता येते.

८) सातत्य : मानवी पद्धतीने ठेवलेल्या आर्थिक हिशोबात सातत्य टिकवता येत नाही. मात्र, संगणकाच्या साहाय्याने ठेवलेल्या आर्थिक हिशोबाच्या माहितीचे विश्लेषण, वर्गीकरण करून बारकाईने अभ्यास करता येतो शिवाय दिवसेंदिवस वर्षातील हिशोब मांडता येतात; त्यामुळे या पद्धतीत सातत्य टिकून राहते.

पारंपरिक हिशोब पद्धतीत अद्ययावत स्वरुपाची माहिती मिळत नाही. मात्र संगणकाच्या साहाय्याने अद्ययावत स्वरूपाची माहिती सहजासहजी मिळते. संगणकामध्ये प्रथम कार्यक्रम तयार करून लिहीला किंवा साठवला जातो, त्यानंतर संगणकाला एखाद्या व्यापाराची माहिती दिली की, त्या व्यवहारासंबंधी अद्ययावत माहिती दिली की, त्या व्यवहारासंबंधी अद्ययावत स्वरूपाची माहिती सहजपणे उपलब्ध होते.

५.७ संगणक हिशोबांची तपासणी (Audit of Computerised Accounts)

पारंपरिक हिशेब पद्धतीपेक्षा संगणक हिशेबपद्धती भिन्न असल्याने हिशेबतपासणी कार्यावर त्याचा परिणाम होणे अपरिहार्य आहे.

संगणकामार्फत हिशोब लेखनाची तपासणी करताना हिशेबतपासनीसाला अंतर्गत नियंत्रण पद्धतीवर अवलंबून राहावे लागते. परंतु नेहमीच्या तपासणीसाच्या पद्धतीचे काम कमी होऊ शकते. संगणक प्रणालीमुळे व्यवस्थापकाने मागणी केल्यानंतर हिशेबतपासनीस पाहिजे ती माहिती त्वरित उपलब्ध करून देऊ शकतो.

हिशेबतपासनीसाचे काम सुरू करण्यापूर्वी हिशेबतपासनीसाने पुढील बाबींचा काळजीपूर्वक व अभ्यासपूर्वक विचार करणे गरजेचे आहे –

१) संगणक हिशोबलेखनामुळे हिशेबतपासनीसाच्या कामात काही बदल कारणे आवश्यक आहेत का?

२) संस्थेने वापरलेली किंवा वापरत असलेली पद्धती योग्य व बरोबर आहेत का?

३) संगणकाच्या साहाय्याने लिहिलेल्या हिशोबातून अचूकता आहे का? इतर पद्धतीत जीवन पद्धतीचे जीवन जगता येईल. हे प्रथम निश्चित केले जाते.

४) संगणकाचा गैरवापर शक्य आहे का?

वरील सर्व मुद्यांचा विचार केल्यानंतर जर हिशेबतपासनीस समाधानी असेल तरच तो हिशेबतपासनीसाचे काम करू शकतो. अर्थात, हिशेबतपाणीसाच्या तक्त्यांमध्ये कोणताही बदल होत नाही.

थोडक्यात, हिशेबतपासणी सुरू केल्यानंतर हिशेबतपासनीसाने सर्व व्यवहार बरोबर नोंदवलेले आहेत किंवा नाहीत याविषयी प्रथम खात्री करून घेतली पाहिजे.

त्याचप्रमाणे हिशेबतपासनीसाने अंतर्गत तपासणी व्यवस्था किती कार्यक्षम व विश्वासर्ह आहे याची खात्री करून घ्यावी.

संगणकीय हिशोबांची तपासणी पुढील दोन प्रकारात करता येते.

१) अंतर्गत नियंत्रण पद्धतीचे पुनरावलोक (Review of Internal Controls):

ईडीपी पद्धतीत पारंपरिक हिशेब ठेवण्याच्या पद्धतीप्रमाणे संगणकीय हिशेब तपासणीबाबत कोणतीही अंतर्गत नियंत्रण पद्धती नसते; त्यामुळे अशा आर्थिक व्यवहारांचे अंकेक्षण करताना तिथे कुठले अंतर्गत नियंत्रण निकष आहेत, याचे पुनरावलोकन करणे आवश्यक आहे. अंकेक्षकाने व्यवसाय संस्थेतील ईडीपी रचनेचा काळजीपूर्वक अभ्यास केला पाहिजे. तसेच संगणकातच समाविष्ट केलेल्या माहिती पुरविण्याची प्रक्रिया करण्याची व निष्कर्ष काढण्याची पद्धत तसेच समाविष्ट केलेल्या अंतर्गत नियंत्रणाच्या पद्धतीची चांगली माहिती करून घेतली पाहिजे. जर शक्य असेल तर यासाठीचे संगणक कार्यक्रम तयार करताना आणि त्यांचा संगणकात समाविष्ट करताना अंकेक्षकाने 'अंतर्गत नियंत्रण पद्धती' तपासून पाहिली पाहिजे. यामुळे एकूण हिशेब पद्धतीत सुधारणा करायची असेल, तर तो ग्राहकांना त्याप्रमाणे सूचना देऊ शकतो; तसेच अंकेक्षण करताना तो योग्य रितीने माहितीचा पाठपुरावा/मागोवा घेऊ शकेल; संगणकात कार्यक्रम प्रस्थापित केल्यानंतर कुणी काही बदल केला असल्यास अंकेक्षकाने त्यासाठी योग्य पूर्वानुमती घेतल्याची खात्री करून घ्यावी.

२) प्रत्यक्ष नोंदींची तपासणी (Examination of Records):

व्यवसाय संस्थेतील अंतर्गत नियंत्रण पद्धत किती परिणामकारक आहे, यावर आर्थिक नोंदींची तपासणी किती खोलवर करावयाची हे निश्चित केले जाते. ईडीपी पद्धतीच्या एक तोटा असा की, त्यात हिशेब तपासणीच्या मागोव्यासाठी प्रत्यक्ष खुणांचा अभाव असतो. आणि नोंदींचे परीक्षण किती खोल करावे हे ठरविण्यासाठी ही गोष्ट महत्त्वाची आहे. संगणकात थेटपणे माहिती अंतर्भूत करण्यासाठी आता काही सुविधा आहेत, त्यामुळे मूळ कागदपत्र आणि प्रक्रियेसाठी लागणाऱ्या संदर्भाची आवश्यकता भासत नाही. त्यामुळे अंकेक्षकाला संबंधित नोंदी आणि प्रक्रियेची पद्धत तपासावी लागते. सर्व प्रक्रियेतून काही व्यवहार उदाहरणादाखल घेऊन अंकेक्षकाला चाचणी घ्यावी लागते. या उदाहरणातील सर्व आकडेवारी व हिशेब बरोबर आणि अधिकृत असतील आणि संगणकाचा कार्यक्रम त्याला विश्वसनीय वाटला, तर मग अंकेक्षक मूळ प्रक्रिया म्हणजे मूलभूत कागदपत्रांवरील नोंदी संगणकात बरोबर उतरल्या आहेत की नाही एवढ्याचेच परीक्षण करू शकतो.

५.८ विद्युतीय माहिती प्रक्रियेतील अंकेक्षण (Auditing in a EDP Environment)

५.८.१.व्याख्या (Defination):संगणक पद्धतीत मालमत्ता सुरक्षित ठेवते काय, गोळा केलेली माहिती एकत्रित ठेवते काय,संघटनात्मक उद्दिष्टे प्राप्त करते काय, तसेच संस्थेची संसाधने प्रभावीपणे वापरली जातात की नाही इ. बाबींची खात्री करुन घेण्यासाठी गाएळा केलेल्या पुराव्यांचे मूल्यमापन करण्याची प्रक्रिया म्हणजे इडीपी अंकेक्षण होय.

व्यवसाय संस्थेत ज्यावेळेस संगणकीय पद्धतीचा वापर केला जातो, त्यावेळेस व्यवसाय संस्थेत विद्युतमाहिती प्रक्रिया करण्यासारखी परिस्थिती किंवा वातावरण आहे असे समजले जाते. संगणकाच्या हिशेबीय माहिती प्रक्रियेमध्ये मोठ्या प्रमाणावर वापर केला जातो. सर्वसाधारणपणे सर्व प्रकारच्या व्यवसायसंस्था आपले आर्थिक व्यवहार आणि हिशेब संगणकीय पद्धतीद्वारे ठेवतात. संगणकीय पद्धतीने आर्थिक व्यवहारांची व हिशेबांची तपासणी करण्यासाठी अंकेक्षकाने संगणकांच्या मदतीने केल्या जाणाऱ्या अंकेक्षणाच्या तंत्राचा (CAAT) वापर केला पाहिजे त्यासाठी अंकेक्षकाने अगोदर इडीपी वातावरणाचा अभ्यास करणे आवश्यक आहे. विद्युतीय माहिती प्रक्रियेतील अंकेक्षण करताना अंकेक्षकाने खालील मुद्यांचा विचार करणे गरजेचे आहे –

१) संघटनात्मक स्वरूप : संगणकीय वातावरणात कर्मचाऱ्यांची संख्या कमी असते; काही व्यक्ती आपल्या कौशल्याचा वापर करून कार्यक्रमात/माहितीत परस्पर बदल करू शकतात किंवा माहिती संग्रहित करू शकतात; म्हणून अंकेक्षकाने संस्थेचे संघटनात्मक स्वरूप समजून घेणे आवश्यक आहे.

२) दृश्य स्वरूपातील अंकेक्षणाचा अभाव : संगणकीय हिशेबपद्धतीमध्ये प्रत्येक व्यवहार नोंदीसाठी प्रमाणकांची आवश्यकता किंवा मूळ पुस्तकातील नोंदीनंतरच खतावणीमध्ये नोंदणी करण्याची प्रक्रिया किंवा प्रत्येक व्यवहाराच्या पुष्ट्यर्थ दस्तऐवज जोडण्याची प्रक्रिया अनुभवता येत नाही; कारण या सर्व प्रक्रिया संगणक हिशेबपद्धतीत एकाचवेळी पार पाडल्या जातात; त्यामुळे दृश्य स्वरूपातील दस्तऐवजांच्या तपासणीचा अभाव या पद्धतीत आढळून येतो.

३) प्रमाणकांची अनुपस्थिती : संगणकीय हिशेबपद्धतीत सर्व माहिती संगणकातच साठविली जात असल्याने अंकेक्षणासाठी प्रमाणके (Voucher) उपलब्ध होऊ शकत नाही.

४) दृश्य निकालाचा अभाव : संगणक हिशेबपद्धतीत सर्व प्रक्रिया वेळी पूर्ण होतात व सर्व माहिती संगणकात साठविली जाते. त्यामुळे दृश्य स्वरूपात आपणांस निकाल/

निष्कर्ष समजू शकत नाही. आपणास फक्त संगणकावर तो वाचता येतो.

५) एका व्यवहाराची एकाचवेळी नोंद होते : संगणकीय हिशेबपद्धतीत एक व्यवहार त्याच्याशी संबंधित सर्व खात्यांमध्ये नोंद केला जातो त्यामुळे माहिती अद्ययावत ठेवणे शक्य होते.

६) माहितीतील बदल : जर योग्य नियंत्रण व्यवस्था नसेल तर संगणकीय हिशेबपद्धतीत नोंदीत/माहितीत बदल करणे सहज शक्य असते व असा केलेला बदल लवकर लक्षातही येत नाही.

७) सांकेतिकांचा वापर : संगणक हिशेबपद्धतीत सांकेतिकांचा वापर करून विविध माहिती गोळा केली जाते व साठविली जाते.

५.८.२.समस्या (Problems)

१) प्रमाणकांचा अभाव : व्यवसाय संस्थेत मोठ्या प्रमाणावर संगणकाचा वापर होत असल्याने बहुतांश व्यवहार संगणकामार्फत डायरेक्ट केले जातात. नोंदीच्या माहितीचा अधिकृतपणा तपासला जात नाही; त्यामुळे अंकेक्षण करताना अडचणी निर्माण होऊ शकतात.

२) ऑडिट ट्रेल : व्यवसाय संस्थेत वापरल्या जाणाऱ्या संगणकीय पद्धतीमध्ये कदाचित ऑडिट ट्रेल उपलब्ध होऊ शकणार नाही. संगणकाद्वारे आपणास व्यवहारांची नोंद क्रमशः कशी झाली ते समजत नाही. उदा. किर्द, खतावणी, अंतिम लेखे इत्यादी. त्यामुळे अशा व्यवहारांचे अचूक व योग्य अंकेक्षण करण्यास अंकेक्षक असमर्थ ठरू शकतो.

३) संगणक विषाणू : व्यवसाय संस्थेत वापरात असलेल्या संगणकात विषाणूमुळे संगणक संथ अथवा निष्क्रिय होऊ शकतो. संगणकाला पुरविलेली माहिती गायब होऊ शकते.

४) संगणकातील अफरातफरी (लबाड्या) : संगणकीय माहिती असणाऱ्या व्यक्तीकडून संगणकीय वापरामध्ये अफरातफरी/ लबाड्या केल्या जाऊ शकतात. अशा लबाड्या कौशल्यपूर्वक केल्या जात असल्याने अंकेक्षणाच्या वेळी ते अंकेक्षकाच्या लक्षातही येत नाहीत.

५) संगणकाला माहिती पुरविणे/मिळविणे : कर्मचाऱ्याने संगणकाला जर चुकीची माहिती पुरविली गेली तर अर्थातच मिळणारी माहितीदेखील चुकीची असेल; त्यामुळे चुका शोधून काढणे अवघड होऊन बसते.

६) सांकेतिकांची समस्या : संगणकामध्ये मोठ्या प्रमाणावर सांकेतिकांचा उपयोग केला जातो. सांकेतिकांचा वापर जर योग्य रीतीने झाला नाही तर अनेक अडथळे/ गोंधळ होऊ शकतो ; म्हणून सांकेतिकांचा फार दक्षपूर्वक उपयोग केला पाहिजे.

७) जाणूनबुजून चुकीची माहिती पुरविणे : व्यवसाय संस्थेतील कर्मचारी हेतू पुरस्पर चुकीची माहिती संगणकाला देऊ शकतात ; त्यामुळे व्यवस्थापनाने कमीत कमी लोकांना संगण प्रक्रियेमध्ये गुंतविले पाहिजे ; शिवाय पद्धतीमध्ये चुका राहणार नाहीत, पासवर्ड दुसऱ्यांना समजणार नाही व या अशा व इतर नियंत्रण त्यांचा उपयोग केला पाहिजे.

५.९ संगणकीय हिशेबाची तपासणी करताना अंकेक्षकाने करावयाचे नियोजन किंवा हिशेबतपासणी करताना घ्यावयाची काळजी (Planning an Audit in a Computer Environment)

संगणकीय हिशेबाची तपासणी करताना अंकेक्षकाने पुढील बाबतीत स्वतःची खात्री करून अंकेक्षण नियोजन करावे.

१) संगणकाचा प्रकार आणि माहिती संकलनासाठी संगणकाचे संपूर्ण ज्ञान प्राप्त करुन घेणे.

२) संगणकीय पद्धतीने योग्य शिलका सर्वच ठिकाणी घेतल्या जातात, याची खातेनिहाय वर्गवारी करून तपासणी करणे.

३) हिशेब पद्धतीतील अचूकपणावर सर्वत्र सारखेच नियंत्रण आढळून येते किंवा नाही याची खात्री करून घेणे.

४) संगणकाचा प्रकार व योग्य पद्धत प्रकारची असल्याची खात्री करून घेणे.

५) संगणक पद्धती हिशेबातील सर्व नोंदी योग्य असल्याची खात्री करून घेणे.

६) संगणकाची क्षमता, आकार आणि कार्यपद्धती व्यवसाय अनुकूल असल्याची खात्री करून घेणे.

७) संगणकीय कार्यावर योग्य प्रकारे देखरेख ठेवली जाते किंवा नाही याची खात्री करुन घेणे.

८) संगणकाचा वापर योग्य व काटकसरीने केला जातो की नाही, याची खात्री करुन घेणे.

९) संगणकीय कार्यावर नियंत्रण ठेवण्यासाठी आवश्यक सुधारणा केल्या आहेत की नाही याची खात्री करून घेणे.

१०) संगणकाचे कार्यक्रम ठरविणाऱ्या व्यक्तीस माहिती संकलनाबाबत संगणकावर प्रत्यक्ष नियंत्रण ठेवण्यास वाव आहे की नाही याची खात्री करून घेणे.

११) संगणकीय हिशेबपद्धतीच्या वापरापूर्वी ही पद्धत योग्य आहे की नाही,

याची खात्री करून घेणे.

१२) नमुना चाचणीपद्धती कार्यक्षम व अचूक आहे की नाही याची खात्री करून घेणे.

१३) तपासणी पद्धतीचा योग्य पद्धतीने वापर होतो की नाही, याची खात्री करुन घेणे.

१४) तपासणी पद्धती कार्यक्षम अचूक व शास्त्रोक्त पद्धतीची आहे की नाही याची खात्री करून घेणे.

१५) तपासणी पद्धतीत सर्व प्रकारच्या व्यवहारांचे सत्यापन आणि मूल्यमापन होत आहे की नाही, याची खात्री करून घेणे.

१६) संगणकीय पद्धतीतील, चुका शोधून त्यावर उपाययोजना सुचविणे.

१७) संगणकाच्या सर्व भागांचा योग्य तऱ्हेने उपयोग केला जातो की नाही याची खात्री करून घेणे.

१८) संगणकीय हिशेबपद्धती किफायतशीर आहे की नाही याची खात्री करून घेणे.

१९) संगणकाचा उपयोग काटकसरीने केला जातो की नाही, याची खात्री करून घेणे.

२०) संगणकीय पद्धतीतील सर्व माहितीचा आणि कार्यक्रमांचा पुरावा म्हणून उपयोग होतो किंवा नाही याची खात्री करून घेणे.

२१) संगणकीय कार्यक्रमातील सुधारणांची योग्य पद्धतीने दखल घेणे.

२२) संगणकीय हिशेबपद्धतीस पुरेशी सुरक्षितता, अधिक अचूकता आणि व्यवसायातील सर्वच घटकांना सोईची व योग्य असल्याची खात्री करून घेणे.

वरील सर्व बाबी विचारात घेऊन अंकेक्षकाने संगणकीय पद्धतीत (परिस्थितीत) अंकेक्षण नियोजन करावे.

५.१० संगणकीय अंकेक्षणाचे टप्पे (Steps of Computerised Auditing)

कोणत्याही व्यावसायिक संघटनेचे संगणकीय अंकेक्षण करताना पुढील प्रकारच्या तीन टप्प्यात केले जाते.

अ) नियोजन (Planning) : संगणकीय अंकेक्षणाचे तीन महत्त्वाचे टप्पे आहेत. त्यामध्ये नियोजन हा एक अत्यंत महत्त्वाचा टप्पा आहे. नियोजन या संगणकीय अंकेक्षणाच्या टप्प्यात सामान्यपणे पुढील माहितीसह संगणक पर्यावरणाची माहिती संकलित करण्याचा समावेश असतो.

१) इलेक्ट्रॉनिक डेटा प्रोसेसिंग कार्याचे संघटन करणे.
२) व्यवसाय संघटनेतील संगणकीय माहितीवर प्रक्रिया करण्यावर लक्ष केंद्रित करणे.
३) संगणकीय अंकेक्षणासाठी संगणकाचा आधुनिक पद्धतीने उपयोग करणे.
४) व्यवसायाच्या संगणकातील सॉफ्टवेअर आणि हार्डवेअर या योग्य पद्धतीने वापर करणे व माहिती घेणे.
५) इलेक्ट्रॉनिक डेटा प्रोसेसिंगचे कार्य आणि सदर कार्याचे वर्गीकरण शास्त्रोक्त पद्धतीने करणे.
६) इलेक्ट्रॉनिक डेटा प्रोसेसिंग तंत्रांच्या कामाची माहिती तपशीलवार पद्धतीने घेणे.
७) इलेक्ट्रॉनिक डेटा प्रोसेसिंग कार्याचे सिंहावलोकन करणे व त्याचा पाठ पुरावा करणे.
८) व्यवसाय संघटनेच्या संगणकावर विविध प्रक्रिया करून तयार झालेली आर्थिक हिशेबाच्या माहितीची विश्वासाहर्ता तपासणे.
९) संगणकाकडून मदत घेऊन केल्या जाणाऱ्या अंकेक्षणासाठी योग्य त्या शास्त्रशुद्ध पद्धतीचा वापर करणे.

ब) हिशेबलेखनाची पद्धत आणि अंतर्गत नियंत्रण (Accounting System and Internal Control) : हिशेब लेखनाची पद्धत आणि अंतर्गत नियंत्रण हा महत्त्वाचा दुसऱ्या टप्पा आहे. यात संगणकीय हिशोबांची तपासणी करीत असताना हिशोब तपासणीसाने संगणकीय हिशोब लेखनाची पद्धती समजावून घेणे आवश्यक असते. व्यवसाय संस्थेतील अंतर्गत नियंत्रण पद्धतीचे मूल्यमापन आणि परीक्षण करीत असताना व्यवसाय संस्थेतील आर्थिक व्यवहारांची गती आणि एकूण नियंत्रणव्यवस्था यांचे सखोल ज्ञान प्राप्त करून घेणे गरजेचे आहे. याशिवाय अंकेक्षकाने व्यवसाय संस्थेतील संगणकीय हिशेबलेखन पद्धतीची माहिती घेणे आवश्यक असते.

क) लेखापरीक्षणाचा पुरावा (Evidence of Auditing) **:** लेखापरीक्षणाचा पुरावा हा तिसरा महत्त्वाचा टप्पा आहे; यात प्रामुख्याने माहिती तंत्रज्ञानाच्या आणि संगणकीय युगात संगणकाच्या मदतीने हिशोब तपासणी तंत्रे वित्तविषयक अनुमानांवर मत प्रदर्शित करण्यासाठी अनिवार्य ठरतात.

संगणकीय अंकेक्षण पुढीलप्रमाणे लेखापरीक्षणाचा पुरावा ठरू शकतो.

१) संगणकीय हिशेबलेखन पद्धतीत संगणकाच्या मदतीने हिशोबतपासणी तंत्राचा वापर केल्याने हिशोब तपासणी पुराव्यांचे मुल्यमापन करण्यात जास्त परिणामकारक पद्धतीचा

वापर होतो.

२) संगणकीय हिशेबलेखन प्रणालीत हिशेबांची व आर्थिक व्यवहारांची सर्व माहिती व्यवसाय संस्थेतील संगणकावरील फाईलवर संग्रहित केली जाते.

३) संगणकाच्या प्रणालीमधून हिशोबाची आकडेवारी तयार केल्याने हिशेब तपासणीसाला लेखी पुरावा तपासण्याची आवश्यकता भासत नाही.

४) संगणकीय हिशेबलेखन पद्धतीत हिशोब तपासणीच्या दृश्य खुणा दिसत नसल्याने संगणकीय हिशोब पद्धतीतून कोणत्याही व्यवहाराचा दृश्य मागोवा घेता येत नाही.

५) जर व्यवसाय संघटनेत लेखापरीक्षणाचा पुरावा योग्य पद्धतीने ठेवला नाही तर अशा संगणकीय हिशेब तपासणीच्या समस्यात वाढ होते.

संगणकीय युगात संगणकाच्या साहाय्याने हिशेबतपासणी तंत्रे आर्थिक व वित्त विषयक अनुमानांवर व्यक्त करण्यासाठी उपयुक्त ठरतात.

५.११ संगणकीय हिशेब प्रणाली व अंतर्गत नियंत्रण (Computerised Accounting System and Internal Control)

सर्वसाधारणपणे कोणत्याही व्यावसायिक संस्थेतील संगणकीय हिशेब पद्धतीत पुढीलप्रमाणे अंतर्गत नियंत्रण ठेवता येणे शक्य असते.

अ) प्रशासकीय नियंत्रण : प्रशासकीय नियंत्रणात व्यावसायिक संघटनेतील आकडेवारी आणि इतर आनुषांगिक माहितीवर प्रक्रिया करावयाच्या कामाचा समावेश होतो. कोणत्याही व्यावसायिक संस्थेत संगणकीकृत प्रशासकीय नियंत्रण पुढील प्रकारे ठेवता येते –

१) कामाची विभागणी : व्यवसाय संस्थेतील विविध कर्मचाऱ्यांमध्ये कामाची विभागणी योग्य प्रकारे केल्याची खात्री व्यवस्थापनाने करून घ्यावी. व्यवसाय संस्थेची विभागानुसार रचना करावी म्हणजेच उत्पादन विभाग, खरेदी विभाग, विक्री विभाग, साठवणूक विभाग, लेखा विभाग इत्यादी सदर विभागांकरिता आवश्यक गुणवत्ता व कौशल्यानुसार कर्मचाऱ्यांच्या नेमणुका कराव्यात.

२) कर्मचाऱ्यांच्या कामकाजावर नियंत्रण : व्यावसायिक संस्थेतील कर्मचाऱ्यांच्या एकूणच कामकाजावर नियंत्रण ठेवणे अत्यंत आवश्यक असते. परिणामकारक कार्यक्षमतेसाठी संस्थेतील कर्मचाऱ्यांवर व्यवस्थापनाचे योग्य नियंत्रण असणे आवश्यक असते.

व्यावसायिक संघटनेतील कर्मचाऱ्यांच्या कामकाजावर पुढील प्रक्रियांच्या मदतीने नियंत्रण ठेवणे शक्य असते. –

१) कर्मचाऱ्यांच्या कामांची नोंदवही ठेवणे.
२) संघटनेतील कर्मचाऱ्यांच्या कामाच्या पाळीत नियमित परिवर्तन करणे.
३) संघटनेत कर्मचाऱ्यांच्या हजेरीच्या वेळेवर स्वतंत्र देखरेख व्यवस्था ठेवणे.
४) संघटनेतील कामकाजाच्या कार्यपद्धतीची मार्गदर्शक पुस्तिका ठेवणे.
५) व्यवसाय संस्थेतील संगणकाची नोंदवही तयार ठेवणे.
६) कर्मचाऱ्यांच्या एकूणच कामकाजावर नियंत्रण ठेवणे.

३) संस्थेच्या संगणकावरील फायलींचे नियंत्रण : कोणत्याही व्यवसाय संस्थेतील संगणकीय फायलींवर उत्तम प्रकारे नियंत्रण ठेवण्यासाठी पुढील गोष्टी आवश्यक असतात–

१) कार्यक्षम आणि कौशल्यपूर्ण तंत्रज्ञ.
२) योग्य कार्यपद्धतीचा वापर.
३) इंडेक्सिंगची पद्धती.
४) धूळ, आग, दमटपणा, चुंबकीय क्षेत्र इत्यादी संकटांपासून संरक्षण.
५) संघटनेतील सर्व प्रकारच्या फायलींची एक सुरक्षित प्रत.
६) व्यवसाय संघटनेतील फायलींच्या पुनर्रचनेसाठी सुयोग्य कार्यपद्धती.
७) कायद्याने निश्चित केलेल्या विशिष्ट मुदतीपर्यंत संगणकातील फायली सुरक्षित ठेवणे.

४) संगणकाच्या हार्डवेअरची सुरक्षितता : व्यावसायिक संस्थेतील संगणकाची सुरक्षितता पुढील प्रकारे ठेवता येते –

१) संगणक यंत्राच्या महत्त्वाच्या भागांपर्यंत प्रवेश करण्यास मज्जाव करणे.
२) धूळ आणि आगीपासून सावधानता.
३) संगणकीय यंत्रसामग्रीसाठी पुरेसा घसारा आणि विम्याची तरतूद.
४) संगणक संच बंद पडल्यास नियमित कामकाजासाठी पर्यायी व्यवस्था.

ब) संगणक व्यवस्थेच्या विकासासाठी नियंत्रणे : संगणकीय व्यवस्थेच्या विकासासाठी पुढीलप्रमाणे नियंत्रण ठेवता येते –

१) व्यवस्थापकांचा सहभाग : व्यावसायिक संघटनेतील व्यवस्थापकांचा सहभाग यामध्ये प्रामुख्याने व्यवसायांशी संबंधित प्रकल्पांच्या व्यवहाराबाबतचा अहवाल, महसुली खर्चाची अंदाजपत्रके, भांडवली खर्चाची अंदाजपत्रके तयार करणे आणि एकूणच प्रशासकीय कामकाजावर नियंत्रण ठेवणे या बाबींचा समावेश होतो.

२) शिक्षण व प्रशिक्षण : व्यावसायिक संघटनेतील जे कर्मचारी संगणकावर काम करणारे आहेत, याशिवाय संगणकीय हिशेबपद्धतीचा प्रोग्रॅम वापरतात; त्या सर्व

कर्मचाऱ्यांना योग्यप्रकारचे शिक्षण व प्रशिक्षण देणे अत्यंत आवश्यक असते.

३) प्रमाणीकरण : व्यासायिक संस्थेतील संगणक व्यवस्थेच्या विकासासाठी नियंत्रणे अवलंबताना प्रमाणीकरणाला विशेष महत्त्व देणे आवश्यक असते. प्रमाणीकरणामध्ये प्रामुख्याने कार्यपद्धतीबाबत सर्व प्रकारच्या लेखी नियमावलीचा समावेश असतो.

४) चाचणी घेणे : व्यावसायिक संस्थेतील संगणकाच्या विविध कार्यक्रमांची योग्य रीतीने चाचणी घेणे आणि सदर कार्यक्रम यशस्वी करण्यासाठी कमीत कमी वेळाचे प्रमाण तयार करणे इत्यादी गोष्टींचा यात समावेश होतो. संगणकाच्या कार्यक्रमामध्ये काही चुक झाली नाही ना किंवा संगणकाच्या सदर कार्यक्रमामध्ये काही त्रुटी राहिलेली आहे किंवा कसे याबाबत हिशेब तपासणीसाला माहिती समजू शकते.

क) कार्यपद्धतीतील नियंत्रणे : व्यवसाय संस्थेतील संगणकीय हिशेबपद्धतीत अंतर्गत नियंत्रण ठेवत असताना व्यवसाय संस्थेच्या कार्यपद्धतीतीतील नियंत्रणे हा अत्यंत महत्त्वाचा भाग आहे. व्यावसायिक संस्थेतील संगणकीय पद्धतीचे दैनंदिन कामकाज सुरक्षितपणे आणि कार्यक्षमतेने चालविण्यासाठी अशी नियंत्रणे अत्यंत आवश्यक असतात; या नियंत्रणात संगणकाला माहिती देणे. माहितीवर प्रक्रिया करणे, संगणकातून निष्कर्ष काढणे त्याचबरोबर माहितीचे संग्रहण करणे इत्यादी बाबींचा समावेश होतो.

५.१२ संगणकीय हिशोबपद्धती आणि अंकेक्षणाची तंत्रे (Computer Assisted Audit Techniques - CAAT)

संगणकीय वातावरणात हिशोब तपासणीसास कधी संगणकाच्या मदतीने तर कधी संगणकाशिवाय व्यवसाय संस्थेच्या हिशोबांची तपासणी करावी लागते. साधारणपणे संगणकीय अंकेक्षणात संगणकाच्या साहाय्याने अंकेक्षणाची पद्धती ठरविली जाते. हिशोब तपासण्यासाठी संगणक स्वतःच ज्या तंत्राचा वापर करतो त्यांना 'संगणकाच्या मदतीने अंकेक्षणाची तंत्रे' (Computer Assisted Audit Techniques - CAAT) म्हटले जाते. अशा अंकेक्षणाच्या तंत्रापैकी काही तंत्रे पुढीलप्रमाणे सांगता येतील –

१) तथ्यांची चाचणी (Test Data) : संगणकीय अंकेक्षणात अंकेक्षण करण्यासाठी स्वतंत्ररित्या माहिती पुरविणारा स्वतंत्र संच तयार केला जातो. ज्या संचाच्या आधारे व्यावसायिक संघटनेच्या हिशोबांची तपासणी केली जाते. त्या तथ्यांची चाचणी करणाऱ्या संचात व्यवसायाच्या विविध प्रकारच्या व्यवहारांचा समावेश केलेला असतो. या प्रकारच्या तंत्राचा वापर ग्राहकाच्याच संगणकावर केला जातो, मात्र त्यावर संपूर्ण नियंत्रण हिशोब तपासणीसाचे असते. या पद्धतीत संगणकाने काढलेले निष्कर्ष हे अपेक्षित उत्तरांबरोबर खातरजमा करुन घेतले जातात.

२) संगणकीय अंकेक्षण कार्यक्रम (Computer Audit Programme) : संगणकीय माहितीची तपासणी करण्यासाठी अंकेक्षक अनेक वेळा संगणक कार्यक्रमांचाच वापर करतो. सांख्यिकी पृथक्करण, सांख्यिकी तुलना आणि आकडेमोड करण्यासाठी संगणकीय कार्यक्रमांचा वापर केला जातो, असे असले तरी अंकेक्षकास संगणकीय सेवेचे मूल्य, वेळेतील बचत आणि अंकेक्षण पद्धतीतील सुधारणा यांचा एकत्रित विचार संगणकीय कार्यक्रमांची अंमलबजावणी करावी लागते. संगणकीय अंकेक्षण कार्यक्रमाचा अंकेक्षकास दुहेरी उपयोग होऊ शकतो. एक म्हणजे अंतर्गत नियंत्रण पद्धतीचा प्रभाव किती आहे ते अजमावता येते आणि दुसरे म्हणजे हिशेबातील व्यवहारांपैकी वैधता आणि योग्यताही तपासता येते –

१) शास्त्रशुद्ध अंकेक्षण कार्यक्रम तयार करणे.
२) अंकेक्षणाचे योग्य नियोजन करणे.
३) संगणकीय धारिकांचे वाचन करणे.
४) सांख्यिकीय आकडेमोडीची तपासणी करणे.
५) आर्थिक नोंदीची वैधता तपासणे.
६) नमुना निवडीसाठी आर्थिक व्यवहारांची नोंद करणे.
७) ऋणको आण धनकोच्या याद्या तपासणे.
८) तथ्यांची तुलना, सारांश आणि पृथक्करण करणे.
९) आकृतिबंध तयार करणे.
१०) अंकेक्षणाची कागदपत्रे आणि अंकेक्षण अहवाल तयार करणे.

३) नियंत्रित प्रक्रिया किंवा पुनर्प्रक्रिया (Controlled Processing or Reprocessing) : नियंत्रित प्रक्रिया या तंत्रात अंकेक्षणाच्या देखरेखीखाली प्रक्रिया आणि पुनर्प्रक्रियांचा उपयोग चाचणी केलेला कार्यक्रम तपासण्यासाठी केला जातो. प्रथमतः अंकेक्षक कार्यक्रमाची चाचणी घेतो; नंतर त्या कार्यक्रमाद्वारे प्रत्यक्षात माहितीच्या प्रक्रिया तपासल्या जातात. या तंत्रात मूळ प्रक्रियांची सुरुवातदेखील अंकेक्षकाच्या नियंत्रणाखालीच केली जाते. या तंत्राद्वारे तथ्य प्रक्रिया पद्धतींची परीक्षा, चिकित्सा त्यांच्या वापरापूर्वीच केली जाते; त्यामुळे अंकेक्षणासाठी नवीन कार्यक्रम तयार करण्याची आवश्यकता राहात नाही. मात्र त्यासाठी अंकेक्षकाला संगणक हिशेबपद्धतीची चांगली माहिती असणे आवश्यक असते. ज्या ठिकाणी दृश्य स्वरूपात अंकेक्षक चाचणी शक्य नसते, अशा ठिकाणी या तंत्राचा वापर अतिशय उपयुक्त असतो.

४) अंकेक्षण माहितीरूप सामग्रीचा वापर (Applications of Audit Software): आर्थिक व्यवहाराच्या माहितीची सखोल चौकशी करण्याकरिता संगणकीय

अंकेक्षक माहितीरूप सामग्री (Software) चा परिणामकारक वापर केला जातो. यामध्ये व्यवहारांची आणि खात्यातील शिलकांची प्रत्यक्ष तपासणी केली जाते. अंकेक्षण चौकशी कार्यक्रम (Audit Interrogation Programme) तयार करून हिशेबपद्धतीची तपासणी केली जाते. या कार्यक्रमाद्वारे मोठ्या प्रमाणावर व्यवहारांची तपासणी केली जाते, जी पारंपरिक पद्धतीमध्ये फारशी होऊ शकत नाही.

५.१३ संगणकीय हिशेब पद्धतीतील लबाड्या (Frauds in Computer Accounting)

आधुनिक काळात व्यवसाय संस्थेच्या आर्थिक व्यवहारांसाठी संगणकाचा मोठ्या प्रमाणावर उपयोग केला जात आहे. संगणकाच्या व्यवसाय संस्थेतील व्यवहारांच्या नोंदी अतिशय जलदपणे आणि अचूकपणे केल्या जात आहेत. संगणकात प्रचंड माहितीची साठवणूक केला जाऊ शकते. थोडक्यात, संगणकाची कार्यक्षमता प्रचंड आहे. संगणकीय हिशेबलेखन पद्धतीचे जरी बरेच फायदे असले तरी संगणकीय हिशेबलेखन पद्धतीत लबाड्या किंवा फसवणुक होऊ शकते.

संगणकीय हिशेबलेखन पद्धतीत प्रामुख्याने पुढील प्रकारच्या लबाड्या होऊ शकतात –

१) माहितीची चोरी : व्यवसाय संस्थेच्या आर्थिक व्यवहाराच्या मूळ नोंदीत किंवा तथ्य संकलनात त्याचप्रमाणे संगणक प्रणालीमध्ये अनधिकृत आणि खोटी माहिती नोंदविणे सहज शक्य आहे. याशिवाय अधिकृत आणि मूळ माहिती संगणकातून वगळून टाकता येऊ शकते.

थोडक्यात, संगणकीय हिशेबलेखनात माहितीची चोरी करणे शक्य आहे.

२) संगणकीय सेवेची चोरी : संगणकीय हिशेबलेखनात संगणकाचा गैरवापर किंवा अनधिकृत वापर करणे शक्य आहे. थोडक्यात, संगणकीय हिशेबलेखन कार्यप्रणालीमध्ये संगणकीय सेवेचा दुरुपयोग करणे सहज शक्य आहे.

३) नोंदी वगळून टाकणे : संगणकीय हिशेबलेखन पद्धतीत संगणकात व्यवसाय संस्थेच्या व्यवहारांची प्रचंड माहिती संग्रहित केलेली असते. यातील काही माहिती हेतुपुरस्स्पर काढून टाकता येऊ शकते.

४) आर्थिक फसवणूक : संगणकीय हिशेबलेखन प्रणालीत आर्थिक लबाडी केली जाऊ शकते. उदाहरणार्थ, इतर व्यक्तींच्या खात्यात फंड वर्ग करणे, गुन्हेगार व्यक्तीच्या खात्यात फंड वर्ग करणे व लबाडी करणे.

५) सांपत्तिक फसवणूक : संगणकीय हिशेबलेखन पद्धतीत संपत्तीची लुबाडणूक करणे शक्य असते. उदाहरणार्थ, ज्या मालाचा अपहार किंवा लुबाडणूक केली आहे, अशा मालाचा आदेश नोंदविणे.

६) प्रक्रियेत व्यत्यय : संगणकीय हिशेबाचे अंकेक्षण करीत असताना संगणकामध्ये इतर माहितीवर प्रक्रिया होत असताना त्यात व्यत्यय येण्याचा धोका संभवतो.

संगणकीय हिशेबलेखन पद्धतीतील वरील लबाड्या किंवा फसवणुकीवर नियंत्रण ठेवावयाचे असेल किंवा संबंधित लबाड्यांना आळा घालावयाचा असेल तर मजबूत व कार्यक्षम अशी संगणकीय हिशेबलेखन पद्धती वापरणे आवश्यक ठरते.

५.१४ पारंपरिक हिशेबपद्धती आणि संगणकीय हिशेबपद्धती यातील फरक (Difference between Traditional Auditing and Computerise Auditing System)

पारंपरिक हिशेबपद्धती आणि संगणकीय हिशेबपद्धती यातील फरक पुढीलप्रमाणे स्पष्ट करता येईल –

अ.नं.	मुद्दा	पारंपरिक हिशेबपद्धती	संगणकीय हिशेब पद्धती
१)	सांकेतिक भाषा/संख्या	पारंपरिक पद्धतीत सांकेतिक भाषा किंवा संस्थेचा फारसा वापर केला जात नाही.	संगणकीय पद्धतीत सांकेतिक भाषा व संस्थेचा जास्तीत जास्त वापर केला जातो.
२)	कर्मचारी संख्या	व्यवसायातील हिशेब व जमा खर्च तयार करण्यासाठी लागणाऱ्या कर्मचाऱ्यांची संख्या मोठी असते.	व्यवसायातील हिशेब व जमा खर्च तयार करण्यासाठी कर्मचारी वर्ग कमी प्रमाणात असतो.
३)	व्यवहारांची नोंद	या पद्धतीत व्यवहारांची नोंद कागदोपत्री (पावत्या, बिले, प्रमाणके,दस्तऐवज) पुराव्याच्या आधारे केली जाते.	संगणकीय हिशेबपद्धतीत असे कागदोपत्री पुरावे निर्माण होत नाही व त्यांची गरजही नसते.
४)	आकडेवारीचे सादरीकरण	पारंपरिक हिशेब पद्धतीत आकडेवारीचे वर्गीकरण, पृथक्करण करणे तितकेसे सोपे नसते.	संगणकीय हिशेब पद्धतीत विविध पद्धतीने आकडेवारी सादर करता येते. आकडेवारी वर्गीकरण, पृथक्करण विविध पद्धतीने करता येते.

अ.क्र	मुद्दा	पारंपारिक हिशेब पद्धती	संगणकीय हिशेब पद्धती
५)	हिशेबातील चुका	या पद्धतीत व्यवसायातील हिशेबात अथवा जमा-खर्चात मोठ्या प्रमाणावर चुका होण्याची शक्यता असते.	या पद्धतीत व्यवसायातील हिशेबात अथवा जमा-खर्चात कमी प्रमाणावर चुका होण्याची शक्यता असते.
६)	माहितीत बदल	व्यवसायातील व्यवहारांच्या नोंदीत अथवा माहितीत बदल करणे किंवा खाडाखोड करणे अवघड असते.	व्यवसायातील व्यवहारांच्या नोंदीत, माहितीत सहजपणे बदल करता येतो.
७)	अंतर्गत नियंत्रण पद्धत	अंतर्गत नियंत्रण पद्धतीचा उपयोग केला जातो.	अंतर्गत नियंत्रण पद्धत राबविता येत नाही.
८)	सातत्य / विश्वसनीयता	मानवी हिशेब पद्धतीत विश्वसनीयता कमी असते, तसेच तिच्यात सातत्य टिकविणे शक्य नसते.	संगणकीय पद्धत मानवी पद्धतीपेक्षा अधिक विश्वास - पात्र समजली जाते; कारण तिच्यात सातत्य टिकविणे शक्य असते.
९)	वेळ व श्रम	पारंपरिक पद्धतीत हिशेब तयार करण्यासाठी बराच वेळ व श्रम लागतो. त्यामुळे वेळेचा व श्रमाचा अपव्यय होतो.	संगणकीय पद्धतीत हिशेब तयार करण्यासाठी वेळ व श्रम यात बचत होते.
१०)	खर्च	पारंपरिक पद्धतीत व्यवसायाचे हिशेब कमी खर्चात तयार होतात.	संगणकीय पद्धत खर्चीक असल्याने हिशेब तयार करण्यासाठी मोठ्या प्रमाणावर खर्च होतो.
११)	माहितीचे संकलन	पारंपरिक पद्धतीत मानवी श्रमाच्या व बौद्धिक पातळीच्या मर्यादा लक्षात घेता माहितीचे संकलन,साठवणूक व जपवणूक करणे सोपे नसते.	संगणकीय पद्धतीत अधिक प्रमाणात माहितीचे संकलन होऊ शकते,अधिक प्रमाणात माहितीची साठवणूक व जपवणूक कमी प्रमाणात केली जाते.

अ.क्र	मुद्दा	पारंपरिक हिशेब पद्धती	संगणकीय हिशेब पद्धती
१२)	संग्रहित माहिती नष्ट	पारंपरिक पद्धतीत माहिती हिशेबाच्या पुस्तकांत नोंद केली. त्यामुळे हिशेबांची पुस्तके सहजासहजी नष्ट करता येत नाही.	संगणकीय पद्धतीत तयार केलेली माहिती टेप्स, फ्लॉपी, सीडी या साधनांवर संग्रहित माहिती सहजपणे नष्ट करता येते.
१३)	व्यवहाराची त्वरित नोंद	व्यवसायसंस्थेतील एका व्यवहाराची सर्व ठिकाणी त्वरित नोंद करणे शक्य होत नाही.	व्यवसायसंस्थेतील एका व्यवहाराची सर्व ठिकाणी (खात्यामध्ये) त्वरित नोंद करता येते. तसेच त्या नोंदीत त्वरित बदलही करता येतो.
१४)	प्रमाणकांचा प्रभाव	पारंपरिक हिशेब पद्धतीमध्ये व्यवहारांची नोंद करताना प्रमाणकांच्या कागदोपत्री पुराव्यांच्या आधारे हिशेब लिहिले जातात. पारंपरिक पद्धतीत पावत्या, बिले, दस्तऐवज, यांना अत्यंत महत्त्व असते. प्रमाणके हा हिशेब लेखनीचा अविभाज्य घटक मानला जातो.	संगणकीय हिशेब पद्धतीत असे दस्तऐवज निर्माण होत नाहीत. सर्व आवश्यक माहिती संगणकातच साठविली जाते. माहिती दर्शविणारी कागदपत्रे किंवा दस्तऐवज दृश्य स्वरूपात अंके क्षकास उपलब्ध होऊ शकत नाही.
१५)	दृश्य स्वरूपातील अंकेक्षण चाचणी	सामान्यपणे पारंपरिक हिशेब पद्धतीत व्यवहार नोंदणीची प्रक्रिया सर्वत्र एकसारखी असते. व्यवहारांची नोंद ते ताळेबंदापर्यंत विशिष्ट क्रमाने नोंदी असतात. दृश्य स्वरूपात अंकेक्षण चाचणी घेता येते.	संगणकीय हिशेबपद्धतीत व्यवहार नोंदणीची प्रक्रिया सर्वत्र एकसारखी नसते, संगणकीय सॉफ्टवेअरनुसार वेगवेगळी असू शकते. सर्व नोंदी व प्रक्रिया एकाचवेळी पार पाडल्या जातात. दृश्य स्वरूपात चाचणी घेता येत नाही.

सराव प्रश्न

खालील प्रश्नांची उत्तरे २० शब्दांत लिहा.

१) इडीपी अंकेक्षण म्हणजे काय?

२) संगणक म्हणजे काय?

३) संगणक कार्यपद्धती म्हणजे काय?

४) संगणक साधने सांगा.

५) तथ्यांची चाचणी म्हणजे काय?

६) संगणकीय लबाड्या म्हणजे काय?

खालील प्रश्नांची उत्तरे ५० शब्दांत लिहा.

१) संगणकीय अंकेक्षणाची कार्यपद्धती स्पष्ट करा.

२) संगणकीय हिशेबांची वैशिष्ट्ये स्पष्ट करा.

३) इडीपी अंकेक्षणाच्या समस्या स्पष्ट करा.

४) संगणकाचे प्रकार स्पष्ट करा.

खालील प्रश्नांची उत्तरे १५० शब्दात लिहा.

१) संगणकांची कार्ये स्पष्ट करा.

२) संगणकाची तांत्रिक साधने स्पष्ट करा.

३) इडीपी पर्यावरणाची माहिती स्पष्ट करा.

४) संगणकीय हिशेबपद्धती आणि अंकेक्षणाची तंत्रे स्पष्ट करा.

खालील प्रश्नांची उत्तरे ५०० शब्दांत लिहा.

१) संगणकीय हिशेब प्रणालीतील अंतर्गत नियंत्रण स्पष्ट करा.

२) संगणकीय अंकेक्षणाचे टप्पे स्पष्ट करा.

३) संगणकीय अंकेक्षण करताना अंकेक्षकाने करावयाचे नियोजन स्पष्ट करा.

४) पारंपरिक हिशेबपद्धती व संगणकीय हिशेबपद्धती यातील फरक स्पष्ट करा.

संदर्भसूची

१) अंकेक्षणाची मूलतत्त्वे : प्रा. बी. बी. पहूरकर, पिंपळापुरे ॲण्ड कं. नागपूर

२) अंकेक्षण : प्रा. डॉ. के. पी. बिरादार, शारदा प्रकाशन, नांदेड

३) अंकेक्षणाचे सिद्धान्त : प्रा. एस. पी. कासट आणि इतर, पिंपळापुरे ॲण्ड कंपनी, नागपूर

४) हिशेब तपासणी आणि परिव्यय लेखांकन : प्राची प्रकाशन, मुंबई

५) अंकेक्षण एवं प्रबंधकीय लेखांकन : जैन, खंडेलवाल, पारिक बुक डेपो, जयपूर

६) अंकेक्षण : प्रा. नाफडे, डॉ. गवळी, डॉ. जाधवर, डायमंड पब्लिकेशन्स, पुणे